മാന്ത്രികക്കൂടാരത്തിലെ ഓർമ്മകൾ

mandrikakkoodarathile ormakal

•

jessy narayanan

•

first chintha edition
october 2016

•

second edition
september 2018

•

typesetting & published
chintha publishers, thiruvananthapuram

•

•

cover
vinod

•

വിതരണം

ദേശാഭിമാനി ബുക്ക് ഹൗസ്

H O തിരുവനന്തപുരം-695 035
phone: 0471-2303026, 6063026
www.chinthapublishers.com
chinthapublishers@gmail.com

ബ്രാഞ്ചുകൾ

ഹെഡ്ഡാഫീസ് ബ്രാഞ്ച് കുന്നുകുഴി • സ്റ്റാച്യു തിരുവനന്തപുരം • കെ എസ് ആർ ടി സി ബസ് സ്റ്റേഷൻ ആലപ്പുഴ • കെ എസ് ആർ ടി സി ബസ് സ്റ്റേഷൻ എറണാകുളം • മച്ചിങ്ങൽ ലെയ്ൻ തൃശൂർ • ഐ ജി റോഡ് കോഴിക്കോട് • മാവൂർ റോഡ് കോഴിക്കോട് • എൻ ജി ഒ യൂണിയൻ ബിൽഡിങ് കണ്ണൂർ • സെൻട്രൽ ബസ് ടെർമിനൽ കോംപ്ലക്സ് താവക്കര കണ്ണൂർ

CR - 1894 / 4722
ISBN - 978-93-86364-22-7

മാന്ത്രികക്കൂടാരത്തിലെ ഓർമ്മകൾ

(ഓർമ്മക്കുറിപ്പുകൾ)

ജെസി നാരായണൻ

ചിന്ത പബ്ലിഷേഴ്സ്
തിരുവനന്തപുരം-695 035
വില: ₹ 130

ജെസി നാരായണൻ

കാഞ്ഞിരപ്പള്ളിയിൽനിന്നും മലബാറിലെ നിലമ്പൂരിലേക്ക് കുടിയേറിപ്പാർത്ത കർഷകകുടുംബത്തിൽ 1968 ൽ ജനനം. ടാപ്പിങ് തൊഴിലാളിയും കർഷകനുമായ കെ എം ജോസഫും അന്നമ്മയും മാതാപിതാക്കൾ. പെടയന്താൾ, ചോക്കാട്, പൂക്കോട്ടുംപാടം, എം ഇ എസ് മമ്പാട് കോളേജ് എന്നിവി ടങ്ങളിലായി വിദ്യാഭ്യാസം. കോഴിക്കോട് സർവ്വകലാശാല യിൽനിന്ന് സാമ്പത്തികശാസ്ത്രത്തിൽ ബിരുദം. കേരള യൂണിവേഴ്സിറ്റിയിൽനിന്ന് മലയാള സാഹിത്യത്തിൽ ബിരു ദാനന്തര ബിരുദവും ജേർണലിസത്തിൽ ഡിപ്ലോമയും. *ദേശാഭിമാനിയിൽ* റിപ്പോർട്ടർ, *സ്ത്രീശബ്ദം* മാസികയുടെ അസിസ്റ്റന്റ് എഡിറ്റർ, *കുടുംബശ്രീ* മിഷനിൽ എഡിറ്റോറി യൽ അസിസ്റ്റന്റ്, *കലാകൗമുദി സ്നേഹിതയുടെ* സീനി യർ സബ് എഡിറ്റർ എന്നീ നിലകളിൽ പ്രവർത്തിച്ചു. ഇപ്പോൾ തിരുവനന്തപുരത്തെ മലയാളം പള്ളിക്കൂടത്തിന്റെ കാര്യദർശി.

കൃതികൾ: *മാന്ത്രികക്കൂടാരത്തിലെ ഓർമ്മകൾ, മാത്തമാ ജിക്, ദൂർ കെ മുസാഫിർ (വിവർത്തനം), കേരളത്തിലെ മുഖ്യമന്ത്രിമാർ, ഇ എം എസിലേക്കൊരു ജാലകം, ആദ്യത്തെ കണ്മണി, നിയമപ്രകാരം, മിട്ടുവിന്റെ ലോകം (ബാലനോവൽ), കുട്ടികളുടെ ഐതിഹ്യമാല. മാന്ത്രികക്കൂ ടാരത്തിലെ ഓർമ്മകൾക്ക്* 2010 ലെ അവനീബാല പുരസ്കാരം ലഭിച്ചു.

വിലാസം : കുരിശുകുന്നിൽ, കവളമുക്കട്ട പി ഒ,
          മലപ്പുറം ജില്ല-679 332
e-mail   : jessynarayanan@gmail.com

ഉള്ളടക്കം

പ്രസാധകക്കുറിപ്പ്

നോവൽസമാനമാണ് ശ്രീമതി ജെസി നാരായണന്റെ *മാന്ത്രികക്കൂടാരത്തിലെ ഓർമ്മകൾ.* പലപല കഥാപാത്ര ങ്ങളുടെ വ്യക്തമായ സ്വഭാവസവിശേഷതകൾ ഈ കൃതി യിൽ ഹൃദ്യമായി വരച്ചുകാട്ടിയിട്ടുണ്ട്. മുഖ്യകഥാപാത്ര ത്തിന്റെ ജീവിതയാത്രയ്ക്കിടയിൽ നേരിടേണ്ടിവന്ന പ്രതി സന്ധികളും രക്ഷപ്പെടലുകളും തന്മയത്വത്തോടെ ഇതിൽ ആവിഷ്കരിക്കപ്പെട്ടിട്ടുണ്ട്. ഗ്രന്ഥകാരിതന്നെ മുഖ്യകഥാപാ ത്രമായിട്ടുള്ള ഈ കൃതിയിൽ തന്റെ ചുറ്റുമുള്ള മനുഷ്യരെ ഉചിതവും നിർണ്ണായകവുമായി വരച്ചുകാട്ടുന്നുണ്ട്. മാന്ത്രി കക്കൂടാരത്തിൽനിന്ന് എഴുത്തിന്റെ കൂടാരത്തിലേക്ക് ചേക്കേറിയ ഈ കലാകാരിയുടെ ആഖ്യാനശൈലി ആകർഷകമാണ്.

പ്രിയകവി ഒ എൻ വിയുടെ പ്രൗഢമായ മുഖവുര ഈ പുസ്തകത്തെ കൂടുതൽ ധന്യമാക്കുന്നു.

ചിന്ത പബ്ലിഷേഴ്സ്

കൂടാരജീവിതത്തിന്റെ മിഴിവുറ്റ ചിത്രം

ഒ എൻ വി കുറുപ്പ്

ശ്രീമതി ജെസി നാരായണന്റെ *മാന്ത്രികക്കൂടാരത്തിലെ ഓർമ്മ കൾ* ഒരർത്ഥത്തിൽ ഒരു ലഘുനോവൽ തന്നെയാണ്. വേണമെങ്കിൽ ആത്മകഥാപരമായ നോവൽ എന്നു പറയാം. വ്യക്തമായ സ്വഭാവസവി ശേഷതകളുള്ള പലപല കഥാപാത്രങ്ങൾ, മുഖ്യകഥാപാത്രത്തിന് ജീവി തയാത്രയ്ക്കിടയിൽ നേരിടേണ്ടിവരുന്ന പ്രതിസന്ധികൾ, അത്ഭുതകര മായ രക്ഷപ്പെടലുകൾ, അനുഭവങ്ങളുടെ നെരിപ്പോടിൽ ഊതിക്കാച്ചിയ പൊന്നുപോലെ തെളിയുന്ന പാത്രസ്വഭാവം, ആരോടും പകയില്ലാതെ മുന്നിൽ ദുരിതം വിതച്ചവരെയും നർമ്മബോധത്തോടെ അവതരിപ്പിക്കുന്ന ശൈലി—ഇങ്ങനെ പലതുകൊണ്ടും ഈ കൃതി ഹൃദയസ്പർശിയായ ഒരു ലഘുനോവലാണെന്നു പറയാം.

മദ്ധ്യകേരളത്തിലെ പ്രകൃതിമനോഹരമായൊരു മലയോരഗ്രാമ ത്തിലെ സാധാരണ വിദ്യാലയത്തിൽ പഠിക്കുകയും, തന്റെ പഠനമോഹം സാധിതമാകാൻ ഒഴിവുവേളകളിൽ റബ്ബർക്കുരു പെറുക്കി വില്ക്കുകയും, തന്റെ ഗ്രാമത്തിനപ്പുറമുള്ള ലോകം എങ്ങനെയായിരിക്കുമെന്നോർത്ത് അമ്പരക്കുകയും ചെയ്യുന്ന ഒരു പെൺകുട്ടി 'അവിചാരിത'മായി ജാല വിദ്യയുടെ ലോകത്തു ചെന്നു പെടുന്നതും, അവിടെനിന്നങ്ങോട്ട് കേരള ത്തിലും ഇന്ത്യയിലും വിദേശത്തുമൊക്കെ കാണികളുടെ കൈയടി നേടുന്ന മാജിക് പരിപാടികൾക്കിടയിൽ മരണത്തെപ്പോലും മുഖാമുഖം കാണേണ്ടിവരുന്നതും, സുഖദുഃഖങ്ങൾ പങ്കിട്ടുകൊണ്ട് സഹയാത്രി കർക്കൊപ്പം സൗമ്യമായും ധീരമായും മുന്നോട്ടുപോകുന്നതുമെല്ലാം ചിത്ര ത്തിലെഴുതിയപോലെ ജെസി നാരായണൻ കാട്ടിത്തരുന്നു. സ്വന്തമായി അപൂർവ്വാനുഭവങ്ങളുണ്ടാവുക, അവ ഭാവതീവ്രതയോടെ ആവിഷ്കരി ക്കാൻ കെല്പുറ്റ ഭാഷയുണ്ടാവുക—ഇവ രണ്ടും ജെസിക്ക് സ്വായത്ത

മാണ്. മുഖ്യകഥാപാത്രം താനാണെങ്കിലും, തന്റെ ചുറ്റുമുള്ള മനുഷ്യരെ ചിത്രീകരിക്കുമ്പോൾ ഉചിതവും നിർണ്ണായകവുമായ ചില കോറലു കൾകൊണ്ട് ചിത്രത്തിന് മിഴിവ് കൂട്ടുന്നു.

ജീവിതത്തിലെ വലിയ ചില മാറ്റങ്ങൾക്ക് ആകസ്മികമായാണ് വഴി തെളിയുന്നത്. സ്കൂളിലെ ഇന്ദ്രജാലക്കാരിയായ ഷൈലയോട്, ജാല വിദ്യക്കിടയിൽ പക്ഷിത്തൂവലിന്റെ നിറം മാറിമാറി വരുന്നതെങ്ങനെയെ ന്നറിയാനുള്ള ആകാംക്ഷമൂലം ചുണ്ടിലുദിച്ച ചോദ്യം അർദ്ധവിരാമത്തി ലമർന്നതും അതൊന്നും പറയാൻ പാടില്ലെന്നെഴുതിവച്ചപടിയുള്ള ഷൈലയുടെ ഗൗരവവും, അവളുടെ ജ്യേഷ്ഠനും ജൂനിയർ മജീഷ്യനു മായ സേതുവിന്റെ അപ്രതീക്ഷിതമായ വരവും, ട്രൂപ്പിൽ ചേരാൻ താല്പ ര്യമുണ്ടോ എന്ന അന്വേഷണവുമെല്ലാം കഥയ്ക്ക് ചടുലമായൊരു പ്രാരംഭം കുറിക്കുന്നു.

അരങ്ങേറ്റദിവസം പ്രാവിനെ അപ്രത്യക്ഷമാക്കുന്ന വിദ്യയ്ക്കിടയിൽ പറ്റിയ പാളിച്ചമൂലം ആ പ്രാവിനു പിണഞ്ഞ ദുരന്തത്തിൽ കുറ്റബോധ ത്തോടെ പരിതപിക്കുന്നിടത്ത്, മാന്ത്രികക്കൂടാരത്തിൽ ഒരു വ്യത്യസ്ത കഥാപാത്രം പിറവികൊള്ളുന്നു. മനുഷ്യപ്പറ്റുള്ള ഒരു കലാകാരി, തന്റെ ജാലവിദ്യയിൽ വെറുമൊരു 'ഉപകരണ' മായ പ്രാവിനോടുപോലും അസാ ധാരണമായ ഹൃദയബന്ധം പുലർത്തുന്ന കലാകാരി. പണ്ടും ഒരു പക്ഷി യുടെ ദുരന്തത്തിലാണല്ലോ കവിത പിറന്നത്! ഇവിടെ മാജിക് കലാകാ രിയിൽ ഒരു എഴുത്തുകാരി കരഞ്ഞുപിറക്കുകയായിരുന്നു. തലയിൽ കത്തി കുത്തിക്കയറ്റുന്ന ഇനം വിജയപൂർവ്വം നിർവ്വഹിച്ചപ്പോൾ ഉയർന്നു കേട്ട കൈയടിയുടെ ലഹരിയിലലിയാതെ, തന്റെ മുന്നിലിരുന്നു നീറുന്ന 'പെറ്റ വയറിന്റെ നോവ്' എന്തായിരുന്നുവെന്നോർത്ത് വല്ലായ്മപ്പെടുക യായിരുന്നു, ആ കലാകാരി. മാന്ത്രികക്കൂടാരത്തിൽ പേരെടുത്ത ആ ഇന്ദ്രജാലക്കാരി തന്റെ വിജയവീഥിയിൽനിന്ന് പിന്തിരിയുകയും അക്ഷ രങ്ങളുടെ ലോകത്തിൽ ഇടം തിരയുകയും ചെയ്തത് ഒരു സ്വാഭാവിക പരിണതിയായിരുന്നു. മാന്ത്രികക്കൂടാരത്തിലായിരുന്നപ്പോൾ, തന്റെ പരി മിതികളാവശ്യപ്പെടുന്ന അച്ചടക്കം പാലിക്കെത്തന്നെ, മനസ്സിൽ വിളഞ്ഞ അമർഷത്തിന്റെ മുന്തിരിക്കനികളെല്ലാം പിഴിഞ്ഞെടുത്ത് അന്യരുടെ ഹൃദയപാത്രങ്ങളിലേക്കു പകർന്നുകൊടുക്കാൻ, ജെസി നാരായണനു കഴിഞ്ഞിരിക്കുന്നു. ദുഃഖങ്ങളെ ചിരിയിൽ മുക്കിക്കൊല്ലുന്ന മറ്റു കൂടാര വാസികളുടെ മിഴിവുറ്റ ചിത്രങ്ങളും ഇതിൽ നാം കാണുന്നു. വസ്തുത കൾ കല്പിതകഥകളേക്കാൾ എത്ര വിചിത്രമെന്ന് *മാന്ത്രികക്കൂടാര ത്തിലെ ഓർമ്മകൾ* നമ്മെ ഓർമ്മിപ്പിക്കുന്നു. ഇന്നും കേരളത്തിലെ ഇന്ദ്ര ജാലരംഗത്ത് സ്ത്രീ—അവൾ എത്ര കഴിവും അർപ്പണബോധവുമുള്ള വളായാലും—പുരുഷകേന്ദ്രിതമായ ഒരു അധികാരവ്യവസ്ഥയ്ക്ക് വിധേ യയാണെന്ന ദുഃഖസത്യം ഈ കൃതിയിലുടനീളം മുഴങ്ങുന്നു.

1
അവിചാരിതം

ആയിരത്തിത്തൊള്ളായിരത്തി എൺപത്തിയഞ്ചിലെ വേനലവധി ക്കാലം. ഞാനടക്കമുള്ള മലയോരഗ്രാമത്തിലെ കുട്ടികളെല്ലാം റബ്ബർക്കുരു പെറുക്കുന്ന ഉൽസാഹത്തിലാണ്. അന്ന് രാവിലെ കുട്ടയുമായി തോട്ട ത്തിന്റെ കമ്പിവേലി കടക്കാൻ ശ്രമിക്കുമ്പോഴാണ് പടിക്കലെ പാടവര മ്പിലൂടെ എന്റെ വീട് ലക്ഷ്യമാക്കി ഒരാൾ നടന്നുവരുന്നത് കണ്ടത്. വെള്ള മുണ്ട് മടക്കിക്കുത്തി ടീഷർട്ടുമിട്ട് വരുന്ന ആ രൂപം ആരുടേതെന്ന് മന സ്സിലായപ്പോൾ നെഞ്ചിനുള്ളിലൂടെ ഒരു മിന്നൽപ്പിണർ പാഞ്ഞുപോയ തുപോലെ. ഇയാൾ എന്റെ വീട്ടിലേക്ക് എന്തിനു വരുന്നു? ഒരു പിടിയും കിട്ടുന്നില്ല. ഞാൻ കുട്ട താഴെയിട്ട്, കയറ്റിക്കുത്തിയ പാവാടയുടെ ഉടക്ക ഴിച്ച്, മുന്നിലുണ്ടായിരുന്ന തൈമരത്തിൽ ചുറ്റിപ്പിടിച്ച് നിന്നു.

അയൽപക്കത്തുകാർ അങ്ങോട്ടുമിങ്ങോട്ടും കയറിയിറങ്ങുമെന്നത ല്ലാതെ ഞങ്ങൾ കുടിയേറ്റക്കർഷകരുടെ വീടുകളിൽ വിരുന്നുകാർ വരുന്ന പതിവില്ല. വർഷത്തിലൊരിക്കൽ വീടു വെഞ്ചിരിക്കാൻ വരുന്ന പാതി രിയാണ് അവിടുത്തുകാരുടെ മുഖ്യാതിഥി. വെഞ്ചിരിപ്പടുക്കുമ്പോൾ വീട് ചാണകം മെഴുകി വെടിപ്പാക്കും. ഇരിക്കാനുള്ള ബെഞ്ച് കഴുകിയു ണക്കിയിടും. ഭക്ഷണം വിളമ്പുന്നതും ആ ബഞ്ചിന്റെ അറ്റത്തുതന്നെ യായിരിക്കും. പിന്നെ വെള്ളയുടുത്തു വരാൻ സാദ്ധ്യതയുള്ളത് കല്യാ ണബ്രോക്കറാണ്. വേനൽക്കാലമായാൽ പത്താംക്ലാസ് കഴിഞ്ഞു നില്ക്കുന്ന പെൺകുട്ടികൾക്ക് അവർ സൈ്വരം കൊടുക്കില്ല. മഞ്ചേരി കാലിച്ചന്തയിലേക്ക് കന്നുകളെ വിലപറഞ്ഞുറപ്പിക്കാൻ വരുന്നവർതന്നെ യാണ് പലപ്പോഴും കല്യാണബ്രോക്കറായെത്തുന്നതും. ഒരിക്കൽ കന്നാ ണെങ്കിൽ മറ്റൊരിക്കൽ പെണ്ണ്.

സേതുവിന്റെ വരവു കണ്ടപ്പോൾ ഞാൻ പരിഭ്രമിച്ചുപോകാൻ രണ്ട്

അരങ്ങേറ്റവേളയിൽ സഹോദരിയോടൊപ്പം (1985)

കാര്യങ്ങളുണ്ടായിരുന്നു. ഒന്ന്, ഒരു കസേരപോലു മില്ലാത്ത എന്റെ വീട്ടിൽ അവിചാരിതമായി വന്ന അതിഥിയെ സ്വീകരിച്ചി രുത്തേണ്ടതെങ്ങനെ യെന്ന് അറിയാത്തതിന്റെ പ്രശ്നം. രണ്ട്, എന്റെ സ്കൂളിലെ ഇന്ദ്രജാലക്കാ രിയായ ഷൈലയുടെ ജ്യേഷ്ഠനും ജൂനിയർ മജീഷ്യനുമാണ് സേതു. സാധാരണ കുട്ടികളു മായി തെല്ലകലം കാത്തു സൂക്ഷിക്കുന്ന ഷൈല യോട് ഞങ്ങളാരും മിണ്ടാ റില്ല. അവൾ സ്റ്റേജിൽ കാണിക്കാറുള്ള ജാലവി ദ്യകളുടെ രഹസ്യം ചോദിച്ചാലോയെന്ന് കരു തിയാവണം ആരുമായും അടുക്കാതെ നടക്കുന്ന തെന്ന് ഞങ്ങൾ കരുതി. ഞങ്ങളുടെ നാട്ടിലെ പള്ളിപ്പെരുന്നാളിനും ഉൽസവത്തിനുമൊക്കെ

സേതുവിന്റെ പ്രകടനം ഞാൻ കണ്ടിട്ടുണ്ട്. ഒരു സിഗരറ്റും വലിച്ചുകൊണ്ട് സ്റ്റേജിലെത്തുന്ന സേതുവിന്റെ കൈയിൽ പൊടുന്നനെ മറ്റൊരു സിഗര റ്റുകൂടി പ്രത്യക്ഷപ്പെടും. രണ്ടും മാറി മാറി വലിച്ച് പുകവിടുന്നതിനിട യിൽ അതാ ഞൊടിയിടയിൽ മൂന്നാമതൊരു സിഗരറ്റ്! ഇങ്ങനെ എണ്ണം പെരുകിപ്പെരുകി ഒടുവിൽ പത്തു വിരലുകൾക്കിടയിലും പുകയുന്ന സിഗ രറ്റുകൾ പ്രത്യക്ഷപ്പെടുന്നത് കണ്ട് അത്ഭുതപരതന്ത്രരായി കാണികൾ മിഴിച്ചിരിക്കും. ആ കിന്നരിത്തലപ്പാവും ഗൗണുമൊന്നുമില്ലാതെ സാധാര ണക്കാരനായി ഇതാ സേതു വീട്ടിലേക്ക് വരുന്നു. മീശ പൊടിക്കുന്നതേ യുള്ളൂവെങ്കിലും കാലൻകുടയും പിടിച്ച് കാരണവരുടെ ഗമയിലാണ് നട ത്തം.

കുന്നിനു താഴെയുള്ള കിണറ്റിൽനിന്ന് വെള്ളം കോരാൻപോയ അമ്മ ഓടിക്കിതച്ചെത്തി സേതുവിനെ സ്വീകരിച്ച് ബെഞ്ചിലിരുത്തി. മിനിട്ടുകൾക്കു ള്ളിൽ ആവി പാറുന്ന കട്ടൻകാപ്പിയും കൊണ്ടുകൊടുത്തു. ചിരിഞരമ്പു

കളില്ലാത്ത സേതുവിനെ നോക്കി ചിരിച്ചു ചമ്മിപ്പോയതിന്റെ ഇളിഭ്യത
യുമായി ഞാൻ വാതിൽപ്പൊളിക്കു പിന്നിൽ പാതി മറഞ്ഞുനിന്നു.

തക്കത്തിനൊന്ന് കിട്ടിയിരുന്നെങ്കിൽ ഷൈലയോട് ജാലവിദ്യയുടെ
രഹസ്യം ചോദിക്കണമെന്ന് പലപ്പോഴും ആഗ്രഹിച്ചിരുന്നതാണ്. ഒരു
ദിവസം സ്കൂൾവരാന്തയിൽ തനിച്ചുനിന്ന ഷൈലയോട് ഞാൻ ചോദി
ക്കാനൊരുങ്ങി. "ആ തൂവലിന്റെ നിറം മാറ്റുന്നത്……" ചോദിച്ചുതീരും
മുമ്പേ, അജിത എന്ന കൂട്ടുകാരി പിന്നിൽനിന്ന് എന്റെ പാവാടയിൽ
പിടിച്ച് ഒറ്റ വലി. വിവരമില്ലായ്മയാണ് ചെയ്തതെന്ന് അജിത കുറ്റപ്പെടു
ത്തി. ശരിയാണ്. ഷൈലയോട് ആരും ജാലവിദ്യയുടെ രഹസ്യം ചോദി
ച്ചതായി അറിവില്ല. എനിക്കു പറ്റിയ അബദ്ധത്തിന്റെ ഗൗരവം മനസ്സിലാ
യതിൽപ്പിന്നെ ഷൈലയുടെ മുഖത്തേക്കു നോക്കിയിട്ടില്ല. അവൾ മുന്നി
ലെത്തുമ്പോൾ ഞാൻ ഉരുകിപ്പോകുംപോലെ തോന്നിയിരുന്നു.

കാപ്പി ഊതിക്കുടിക്കുന്നതിനിടയിൽ സേതു വീട്ടുവിശേഷങ്ങൾ
തിരക്കി. ഷൈല പറഞ്ഞ് എന്റെ പേരറിയാം. അതിൽക്കവിഞ്ഞ് സേതു
വിന് ഞങ്ങളെക്കുറിച്ച് ഒന്നും അറിയില്ല. പക്ഷേ, എന്റെ ഗ്രാമത്തിലുള്ള
വർക്കെല്ലാം സേതുവിനെയും അയാൾ ഉൾപ്പെടുന്ന മാജിക്ട്രൂപ്പിലെ മറ്റ്
അംഗങ്ങളെയും അറിയാം. പ്രധാന മജീഷ്യന്റെ ബന്ധുക്കൾതന്നെയാണ്
അവരെല്ലാവരും. പുറത്തുനിന്ന് ആരുമില്ല. രഹസ്യങ്ങൾ ചോർന്നുപോ
കാതിരിക്കാനാണ് കുടുംബത്തിലുള്ളവരെമാത്രം ചേർത്ത് മാജിക്
ട്രൂപ്പുണ്ടാക്കിയതെന്ന് നാട്ടുകാർ പറയാറുണ്ട്. എട്ടു കിലോമീറ്റർ നട
ന്നുള്ള ഞങ്ങളുടെ സ്കൂൾയാത്രയ്ക്കിടയിൽ ബാനറു കെട്ടിയ ഒരു വാൻ
ചെമ്മണ്ണുനിറഞ്ഞ റോഡിലൂടെ പൊടിപാറിച്ച് ചീറിപ്പാഞ്ഞുപോകുന്നത്
ഇടയ്ക്കൊക്കെ കാണാറുള്ളതാണ്. ആ ദിവസങ്ങളിൽ ഷൈല സ്കൂളിൽ
ഹാജരാകാത്തതും ഞാൻ ശ്രദ്ധിച്ചിരുന്നു. ദൂരെയുള്ള ഏതോ നഗരത്തി

തേൾപ്പാറയിലെ റബ്ബർത്തോട്ടം

ലേക്കാണ് അവർ പോകുന്നതെന്ന് കുട്ടികൾ അഭിപ്രായപ്പെടുന്നതു കേൾക്കുമ്പോൾ ഷൈലയുടെ ഭാഗ്യമോർത്ത് ഞാൻ അസൂയപ്പെടും. കാരണം, നിലമ്പൂരിനപ്പുറത്തേക്ക് ഒരു ലോകമുള്ളത് അന്നോളം ഞങ്ങൾ കണ്ടിട്ടിണ്ടുണ്ടായിരുന്നില്ല. വർഷത്തിലൊരിക്കൽ മലമ്പനിയോ മറ്റ് പകർച്ചവ്യാധിയോ പിടിപെടുമ്പോൾ ഇരുപത് കിലോമീറ്റർ ദൂരത്തുള്ള നിലമ്പൂരിലെ ആശുപത്രിയിൽ അമ്മ കുട്ടികളെ ഓരോരുത്തരെയായി അഡ്മിറ്റു ചെയ്യും. അങ്ങനെയാണ് നിലമ്പൂർ പട്ടണം കാണാൻ സാധി ക്കുന്നത്.

അന്നും ഇന്നും നിലമ്പൂരിലെ ഏറ്റവും വലിയ ആകർഷണം തേക്കു

നിലമ്പൂരിലെ തീവണ്ടിപ്പാത

മരങ്ങൾക്കിടയിലൂടെ വിജനമായി കിടക്കുന്ന തീവണ്ടിപ്പാതയയാണ്. പുക തുപ്പിക്കൊണ്ട് കൂകിപ്പാഞ്ഞെത്തുന്ന ഒരു തീവണ്ടി രാവിലെയും വൈകിട്ടും അതുവഴി കടന്നുപോകും. ഇരുനിലയുള്ള ആശുപത്രിക്കെട്ടി ടത്തിന്റെ മുകളിലത്തെ വരാന്തയിൽനിന്ന് ഞാൻ ആ കാഴ്ച കൗതുക ത്തോടെ കണ്ടുനില്ക്കുമായിരുന്നു.

ഒരു നൂറ്റാണ്ടു മുമ്പുതന്നെ നിലമ്പൂരിൽ തീവണ്ടിപ്പാതയുണ്ടായിരു ന്നു. ബ്രിട്ടീഷുകാരുടെ കാലത്ത് വന്ന ആ റെയിൽവേ, യാത്രക്കാരെ ഉദ്ദേശിച്ചല്ല, മറിച്ച് തേക്കുമരങ്ങൾ കടത്തിക്കൊണ്ടുപോകാൻവേണ്ടി വെള്ളക്കാർ നിർമ്മിച്ചതാണ്. നൂറ്റാണ്ടുകേളോളം ഉപ്പുവെള്ളത്തിൽ കിട

നാലും നിലമ്പൂർ തേക്കിന്
ഒരു കേടും സംഭവിക്കില്ലെന്ന്
മനസ്സിലാക്കിയ ബ്രിട്ടീഷുകാർ
കപ്പലുണ്ടാക്കാനായി കണക്കി
ല്ലാതെ തേക്കുതടി കടത്തി
ക്കൊണ്ടുപോയി. ഈ നഷ്ട
ങ്ങൾക്കെല്ലാം കൂടി കിട്ടിയ
പാരിതോഷികമായി നിലമ്പൂ
രിലെ തീവണ്ടിപ്പാത ഇന്നും
തേക്കുമരങ്ങളുടെ തണലേറ്റ്
കിടക്കുന്നു.

    അര നൂറ്റാണ്ടു മുമ്പുവരെ
വികസനത്തിന്റെ സൂര്യനുദി
ക്കാതെ ഇരുണ്ടുമൂടിക്കിടന്ന
നിലമ്പൂരിൽ നെൽക്കൃഷിയായി
രുന്നു ജനങ്ങളുടെ പ്രധാന
ജീവനോപാധി. നോക്കെത്താദൂ
രത്തോളം വ്യാപിച്ചുകിടക്കുന്ന
നെൽപ്പാടങ്ങളുടെ ഉടമ കോവി
ലകം രാജയാണ്. ഇവിടെ
കൃഷി ചെയ്യുന്ന കുടിയാന്മാർ
അമർഷം കടിച്ചുപിടിച്ചു ജീവി
ക്കുന്നവരായിരുന്നു. അതുകൊ
ണ്ടുതന്നെ കേരളമെങ്ങും
ആഞ്ഞടിച്ച കർഷകപ്രസ്ഥാന

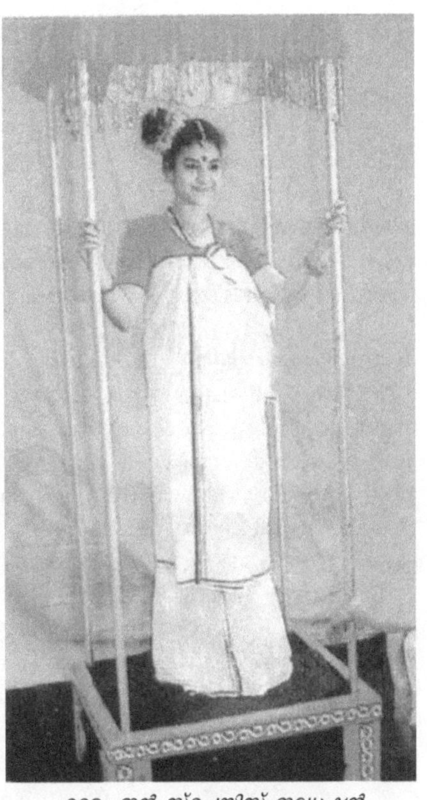

ടൈം ഇൻ സ്പെയിസ് ഇല്യൂഷൻ

ത്തിന്റെ അലകൾ ഇവിടേക്കും കടന്നുവന്നു. കർഷകസമരങ്ങളിൽ അത്യ
ധികം ആവേശത്തോടും വാശിയോടുംകൂടി പങ്കെടുത്തവരാണ് നിലമ്പൂ
രിലെ കർഷകർ. ഇവിടത്തെ കർഷകത്തൊഴിലാളി യൂണിയനെ നയിച്ചി
രുന്നവരിൽ പ്രധാനിയായിരുന്നു എന്റെ കൂട്ടുകാരി അജിതയുടെ അച്ഛൻ
സഖാവ് വി കെ ഭാസ്കരൻ നായർ.

    എന്നും രാവിലെ ആദ്യത്തെ ബസിൽ സഖാവ് വി കെ ബി കയറും.
കക്ഷത്തിലൊരു കറുത്ത ബാഗും വളഞ്ഞ കാലുള്ള കുടയുമായി നില
മ്പൂരിലെ ഏരിയാകമ്മിറ്റി ഓഫീസിലേക്കാണ് യാത്ര. മടങ്ങിയെത്തുന്നത്
അവസാനത്തെ ബസിന്. അദ്ദേഹം വീട്ടിലുള്ള സമയത്താണ് നാട്ടുകാ
രായ സന്ദർശകർ കാണാൻ വരുന്നത്. കാളപൂട്ടിനും കൊയ്ത്തിനു
മൊക്കെ തുച്ഛമായ കൂലി വാങ്ങി കഴിഞ്ഞിരുന്ന ദരിദ്രരായ മനുഷ്യർക്ക്
തങ്ങളുടെ ആവലാതികൾ അവതരിപ്പിക്കാനുള്ള ഏക അത്താണിയാ
യിരുന്നു സഖാവ് വി കെ ഭാസ്കരൻ നായർ. അമരമ്പലം പഞ്ചായ
ത്തിലേക്ക് കവളമുക്കട്ടയിൽനിന്ന് തുടർച്ചയായി തിരഞ്ഞെടുക്കപ്പെടുന്ന

ജനപ്രതിനിധികൂടിയാണ് അദ്ദേഹം, ഗ്രന്ഥശാലാസംഘത്തിന്റെ സജീ വപ്രവർത്തകൻ, നിലമ്പൂർ ഏരിയാ കമ്മിറ്റി സെക്രട്ടേറിയറ്റ് അംഗം, കർഷ കത്തൊഴിലാളി യൂണിയൻ ജില്ലാ കമ്മിറ്റി അംഗം തുടങ്ങി ഒട്ടേറെ മേഖ ലകളിൽ വ്യാപൃതനായിരുന്നു വി കെ ബി. കവളമുക്കട്ടയുടെ റോഡു കൾ ടാറിട്ടതും ബസുകൾ എത്തിയതും വൈദ്യുതിലൈനുകൾ വന്നതു മൊക്കെ അദ്ദേഹത്തിന്റെ അക്ഷീണപരിശ്രമത്തിന്റെ ഫലമായാണ്. അദ്ദേഹം മുൻകൈയെടുത്തു സ്ഥാപിച്ച 'വിശ്വപ്രഭ' വായനശാല ഞങ്ങ ളെപ്പോലുള്ളവർക്ക് അറിവിന്റെ ലോകത്തേക്കുള്ള വിളക്കായിരുന്നു. കല യുടെ അരങ്ങുണർത്തുന്ന ഏകവേദിയും.

ഞാൻ കമ്യൂണിസ്റ്റു പ്രസ്ഥാനത്തെക്കുറിച്ചുള്ള ബാലപാഠങ്ങൾ പഠി ക്കുന്നത് സഖാവ് വി കെ ബി യുടെ വീട്ടിൽനിന്നാണ്. മാർക്സിന്റെ മൂലധനവും മാനിഫെസ്റ്റോയുമൊക്കെ അനുഭവിച്ചു പഠിക്കുകയായിരു ന്നുവെന്ന് ഒരർത്ഥത്തിൽ പറയാം. കൂലിപ്രശ്നങ്ങളുമായി സമീപിക്കുന്ന പാവപ്പെട്ടവരുടെ അവസ്ഥ വളരെ ദയനീയമായിരുന്നു. തൊഴിലാളി യൂണിയനുകളെ അടിച്ചമർത്തുന്ന തോട്ടം ഉടമകളുടെ ധാർഷ്ട്യത്തിന്റെ കഥകൾ, കൂലി കൂട്ടിച്ചോദിക്കുന്നവരെ കള്ളക്കേസിൽ കുടുക്കുന്ന തന്ത്ര ങ്ങൾ, തോട്ടംതൊഴിലാളികളെ കാരണമില്ലാതെ പിരിച്ചുവിടുന്ന ക്രൂരത...

മലയോര തോട്ടംമേഖലയിലെ തൊഴിലാളികളുടെ ചോരയും നീരും ഊറ്റിക്കുടിച്ച് തഴച്ചുവളരുന്ന മുതലാളിത്തലോബികളോട് ഏറ്റുമുട്ടാൻ മുന്നോട്ടു വന്ന സഖാവ് കുഞ്ഞാലിയെക്കുറിച്ചു പറയാതെ കവളമുക്ക ട്ടയെക്കുറിച്ച് പറയുന്നത് അപരാധമാകും. അദ്ദേഹം തൊഴിലാളികളെ തങ്ങളുടെ സംഘടിതശക്തിയെക്കുറിച്ചു പഠിപ്പിച്ചു. യൂണിയൻ കെട്ടിപ്പ ടുക്കാൻ ശ്രമം നടത്തി. പക്ഷേ, നിർഭാഗ്യമെന്നു പറയട്ടെ, തൊഴിലാളി കളുടെ മുന്നേറ്റത്തെ പല്ലും നഖവുമുപയോഗിച്ച് നിഷ്കരുണം അടിച്ച മർത്തുകയായിരുന്നു ഭൂമി കൈയടക്കിയ തോട്ടംഉടമകൾ. ചുള്ളിയോട്ട ങ്ങാടിയിലെ പാർട്ടിഓഫീസിൽനിന്ന് മീറ്റിങ്ങുകഴിഞ്ഞ് കോണിപ്പടിയിറങ്ങി വരികയായിരുന്ന സഖാവ് കുഞ്ഞാലിയെ എതിർവശത്തെ കെട്ടിടത്തി ലിരുന്ന് എതിരാളികൾ ഒറ്റ വെടിക്ക് വകയിരുത്തി. അതോടെ തോട്ടം തൊഴിലാളികളുടെയും കർഷകത്തൊഴിലാളികളുടെയും പ്രതീക്ഷകൾ അസ്തമിച്ചു. അവരുടെ അടുക്കളകളിൽ ദാരിദ്ര്യം പുകഞ്ഞുകൊണ്ടേ യിരുന്നു. അത്തരം കുടുംബങ്ങളിലൊന്നായിരുന്നു എന്റേതും.

സേതു വന്നിരിക്കുന്നത് മാജിക്ട്രൂപ്പിൽ ചേരാൻ താല്പര്യമുണ്ടോ യെന്ന് ചോദിക്കാനായിരുന്നു. ആദ്യം എനിക്ക് വിശ്വസിക്കാനായില്ല. ട്രൂപ്പ് പ്രൊഫഷണലാക്കാൻ പോവുകയാണെന്നും ഡാൻസ് അറിയാവുന്ന രണ്ട് പെൺകുട്ടികളെ അന്വേഷിക്കുകയാണെന്നുമൊക്കെ സേതു വിശദീക രിച്ചു. എന്നെയും അനുജത്തിയെയുമാണ് ഉദ്ദേശിക്കുന്നത്. 'വിശ്വപ്രഭ' വായനശാലയുടെ വാർഷികപരിപാടികളുടെ വേദിയിൽ വച്ചാണത്രേ ഞങ്ങളിലെ കലാകാരികളെ കണ്ടെത്തിയത്.

എല്ലാവരോടും ചോദിച്ചിട്ട് പറയാമെന്നായിരുന്നു അമ്മയുടെ മറുപ

അണിയറയിൽനിന്ന്

ടി. എന്റെ പഠനത്തെക്കുറിച്ചും ഭാവിപരിപാടികളെക്കുറിച്ചും അതിനിട
യിൽ സേതു തിരക്കി. കോളേജിൽ പോകണമെന്നും ഒരു ജോലി സമ്പാ
ദിക്കണമെന്നും നിശ്ചയദാർഢ്യത്തോടെ ഞാൻ പറഞ്ഞു. മലയോരകർഷ
കരും തോട്ടംതൊഴിലാളികളുമടങ്ങുന്ന നിലമ്പൂരിലെ ഗ്രാമീണ
രുടെ കുട്ടികളാരും അക്കാലത്ത് ഉന്നതവിദ്യാഭ്യാസമോ ഉദ്യോഗമോ ഒന്നും
സ്വപ്നം കാണുന്നവരായിരുന്നില്ല. പത്താംക്ലാസു കഴിഞ്ഞ പെൺകുട്ടി
കളുടെ കാര്യം പിന്നെ കല്യാണ ബ്രോക്കർമാരുടെ കൈയിലാണ്. വയ
നാട്ടിലോ കാസർകോഡോ താമസിക്കുന്ന ഏതെങ്കിലുമൊരു കുടിയേറ്റ
കുടുംബത്തിലേക്ക് ഒരു താലിമാലയുടെയും പട്ടുസാരിയുടെയും ചെല
വിൽ പെണ്ണിനെ കൈപിടിച്ചുകൊടുക്കണം വീട്ടുകാർക്ക്. പെൺമക്കൾ
എന്ന ചുമട് എത്രയും വേഗം ഇറക്കിവയ്ക്കാനുള്ള പ്രവണത വളരെ
പ്രകടമായിരുന്നു.

ഭൂവുടമയും അറിയപ്പെടുന്ന കഥികനുമായിരുന്ന കാവുങ്കൽ ജോസ
ഫിന്റെ മകളാണ് എന്റെ അമ്മ. വല്യപ്പച്ചൻ അടൂർഭാസിയുടെ
സുഹൃത്തും പേരുകേട്ട നാടകനടനുംകൂടിയായിരുന്നു. ആ വാസന
അമ്മയ്ക്കും കിട്ടിയിട്ടുണ്ട്. അമ്മയാണ് എന്നെ ആദ്യം നൃത്തത്തിന്റെ
ചുവടുകൾ പഠിപ്പിച്ചത്. സ്വത്തും സൗന്ദര്യവുമൊക്കെയുണ്ടായിരുന്ന
അമ്മയുടെ വിവാഹജീവിതം പക്ഷേ, തികച്ചും ദരിദ്രമായിരുന്നു. അതു
കൊണ്ട് അമ്മ ഒരു തീരുമാനമെടുത്തിരുന്നു; മൂത്തവൾ നന്നായി പഠി
ക്കുന്നുണ്ട്. ഒരു ജോലി സമ്പാദിച്ചിട്ടേ അവളെ പറഞ്ഞയയ്ക്കൂ. തന്റെ
അനുഭവം മക്കൾക്കുണ്ടാകരുത്. പക്ഷേ, അപ്പച്ചന്റെ തുച്ഛമായ വരുമാ

നിലമ്പൂർ പട്ടണം

നംകൊണ്ട് അഞ്ചു മക്കളെ തീറ്റിപ്പോറ്റാൻ പാടുപെടുന്നതിനിടയിൽ, എന്നെ പഠിപ്പിക്കുന്ന കാര്യം നടക്കാൻ പോണില്ലെന്ന് ഞാൻ മനസ്സിലാ ക്കി. അമ്മയ്ക്ക് പശുക്കറവയുണ്ടെങ്കിലും അതൊരു സ്ഥിരം വരുമാന മാർഗ്ഗമല്ല. ചുരുക്കിപ്പറഞ്ഞാൽ ഞാൻ തോട്ടത്തിൽ റബ്ബർക്കുരു പെറു ക്കാൻ പോകുന്നതിനു പിന്നിൽ പഠനമോഹം മാത്രമായിരുന്നു. പതിനാറാം വയസ്സിൽ വിവാഹം കഴിഞ്ഞ് ഒക്കത്ത് രണ്ട് കുട്ടികളെയുംകൊണ്ട് നട ക്കുന്ന ജീവിതത്തെക്കുറിച്ച് എനിക്കാലോചിക്കാൻപോലും പറ്റുമായിരു ന്നില്ല. അതുകൊണ്ടാണ് വൈകുന്നേരം വരെ കുനിഞ്ഞുനിന്ന് ഉൽസാ ഹത്തോടെ റബ്ബർക്കുരു പെറുക്കുന്നത്. പ്ലാസ്റ്റിക് ചാക്കിൽ പെറുക്കിക്കൂ ട്ടിയ റബ്ബർക്കുരു കവലയിലെത്തിക്കണം. ലോറിക്കാർ അത് തൂക്കിവാങ്ങി തോന്നുന്ന ഒരു തുക തരും. ഒട്ട വീണ ഒറ്റനോട്ടുകളും ചില്ലറകളും കൂട്ടിയാൽ പത്തു രൂപ തികയില്ല. മറ്റുള്ളവർ കിട്ടിയ കാശ് കുപ്പിവളയും ചാന്തും വാങ്ങാൻ ചിലവിട്ടപ്പോൾ ഞാൻ എന്റെ സമ്പാദ്യം ഒരു മൺകു ടുക്കയിൽ നിക്ഷേപിച്ചു. കോളേജിൽ ചേരാനുള്ള തുക സ്വരൂപിക്കാൻ അമ്മയും എന്നെ സഹായിച്ചിരുന്നു. വീട്ടുപണി കഴിഞ്ഞ് കിട്ടുന്ന നേരം കൊണ്ട് അമ്മ കുരു പെറുക്കിക്കൂട്ടും. വളരെ ചെറുതെങ്കിലും ആ ചില്ലി ക്കാശ് എന്റെ മൺകുടുക്കയിലാണ് വന്നുവീഴുക. റബ്ബർക്കുരു പൊട്ടി ത്തീരുമ്പോൾ ഒരാളുടെ പരമാവധി സമ്പാദ്യം നൂറു രൂപയ്ക്കു താഴെയേ വരൂ. വർഷത്തിൽ ഒരിക്കൽ മാത്രം കിട്ടുന്ന ഈ വരുമാനത്തെ കരുതിയാണ് ഞാൻ കോളേജ് പഠനം സ്വപ്നം കണ്ടത്!

ഈ സ്ഥിതി നിലനില്ക്കുമ്പോഴാണ് സേതുവിന്റെ എഴുപത്തഞ്ചു രൂപയുടെ വാഗ്ദാനം. ഒരു പ്രോഗ്രാമിന് എഴുപത്തഞ്ച് രൂപ പ്രതിഫലം

കിട്ടുമത്രെ. അതുകേട്ടപ്പോൾ ഒരു ഉദ്യോഗം കിട്ടിയ സന്തോഷമായിരുന്നു എനിക്ക്. ഇനി പഠനച്ചെലവോർത്ത് എന്തിന് ആശങ്കപ്പെടണം? എല്ലാം ശരിയായി. എന്റെ മനസ്സിൽ സന്തോഷത്തിന്റെ അലകൾ പതഞ്ഞുപൊങ്ങി. പക്ഷേ, അമ്മയുടെ മുഖത്ത് എന്തുകൊണ്ടോ ഒരു നിർവ്വികാരത. അതിന്റെ കാരണം എനിക്കു മനസ്സിലായില്ല. സമുദായം, സമൂഹം.....അമ്മ എന്നോട് അതുമിതുമൊക്കെ മുടക്കുന്യായം പറഞ്ഞുകൊണ്ടിരുന്നു. ഞാനപ്പോൾ സ്കൂളിലെ മാജിക് കലാകാരിയായ ഷൈലയെക്കുറിച്ചു പറഞ്ഞ് അമ്മയുടെ വാദങ്ങളുടെ മുനയൊടിച്ചു.

ആ കാലത്ത് വിപ്ലവഗ്രന്ഥങ്ങളുടെ വായനയിൽ മുഴുകിയ എനിക്ക് മറ്റു പെൺകുട്ടികൾക്കില്ലാത്ത ഒരു ആത്മധൈര്യം കൈവന്നിരുന്നു. ഒൻപതാം ക്ലാസിൽ പഠിക്കുമ്പോൾ അയൽക്കാരനായ അപ്പുവേട്ടൻ (അനന്തകൃഷ്ണൻ സഖാവ്) ആണ് കവളമുക്കട്ടയിലെ 'വിശ്വപ്രഭ' വായനശാലയിൽനിന്ന് എനിക്ക് പുസ്തകങ്ങൾ എത്തിച്ചുതന്നിരുന്നത്. വായിക്കുന്ന പുസ്തകങ്ങളെക്കുറിച്ച് ഞാൻ ചോദ്യങ്ങൾ ചോദിക്കുകയും വീണ്ടും വായിക്കാൻ താല്പര്യം കാണിക്കുകയും ചെയ്തതുകൊണ്ട് അപ്പുവേട്ടൻ എന്നെ പ്രോൽസാഹിപ്പിച്ചു. മാക്സിം ഗോർക്കിയുടെ 'അമ്മ'യും എ കെ ജിയുടെ 'ആത്മകഥ'യും അക്കാലത്ത് എന്നെ ഒരു പാട് ആവേശംകൊള്ളിച്ചു. എന്നും ഈ ഒഴുക്കിനൊപ്പം നീന്തിയിട്ട് കാര്യമില്ലെന്ന തിരിച്ചറിവുണ്ടാക്കിയത് ആ പുസ്തകങ്ങളാണ്. അജിതയുടെ വീടുമായുള്ള സമ്പർക്കവും ഒരുപാട് സ്വാധീനിച്ചിട്ടുണ്ട്. ദേശാഭിമാനി പത്രം ഞാൻ ആദ്യമായി വായിക്കുന്നത് സഖാവ് വി കെ ബിയുടെ വീട്ടിൽനിന്നാണ്. ആ വീട്ടിൽ പാർട്ടിക്കാര്യങ്ങൾ മാത്രമേ എല്ലാവരും സംസാരിക്കാറുള്ളൂ. ഒരു ഏപ്രിൽ 1 ന് അജിത എന്നോട് ഏപ്രിൽ ഫൂൾ പറഞ്ഞതോർക്കുന്നു. "കരുണാകരൻ മന്ത്രിസഭ താഴെ വീണു." എനിക്കൊരു എത്തും പിടിയും കിട്ടിയില്ല. മന്ത്രിസഭ താഴെ വീഴുകയോ? കസേരയുടെ കാലൊടിഞ്ഞതായിരിക്കുമോ? ഞാൻ അതുമിതുമൊക്കെ ആലോചിച്ചു നോക്കി. വെറും പന്ത്രണ്ടു വയസുള്ള ഒരു പെൺകുട്ടിയാണതു പറഞ്ഞതെന്നോർക്കണം. അവളുടെയുള്ളിൽ പാർട്ടിബോധം ചെറുതിലേ നാമ്പിട്ടിരുന്നുവെന്നർത്ഥം. ഇ എം എസും എ കെ ജിയും ഇ കെ നായനാരുമടക്കം ഒട്ടേറെ കമ്യൂണിസ്റ്റു നേതാക്കളുടെ പടങ്ങൾ പൂമുഖത്തെ ചുവരിൽ ഒട്ടിച്ചുവച്ചിട്ടുള്ള ആ കൊച്ചുവീട്ടിൽ പാർട്ടിയുടെ ബ്രാഞ്ചുകമ്മിറ്റി കൂടുമ്പോൾ പലപ്പോഴും ഞാൻ സാക്ഷിയായിട്ടുണ്ട്. പൂക്കോട്ടുംപാടം ഹൈസ്കൂളിൽ എസ് എഫ് ഐയുടെ സ്ഥാനാർത്ഥിയായി ഞാൻ മത്സരിച്ചു ജയിച്ചതിന്റെ ക്രെഡിറ്റ് ആ പാർട്ടികുടുംബത്തിനുള്ളതാണ്. അങ്ങനെ അവർ എന്നെ കമ്യൂണിസ്റ്റാക്കി.

എന്റെ നാട്ടിലെ ഗ്രാമീണപ്പെൺകുട്ടികൾക്കാർക്കും അന്നും ഇന്നും സ്വന്തമായ ഒരഭിപ്രായവുമില്ല. വീട്ടുകാരുടെ നിർദ്ദേശങ്ങൾക്കൊപ്പം ചലിക്കുന്ന പാവകൾ. അവരെപ്പോലെയാവാൻ എനിക്കാവുമായിരുന്നില്ല. അമ്മയെ പറഞ്ഞുഫലിപ്പിച്ച് എന്റെ ചേരിയിൽ കൊണ്ടുവരാൻ സാധി

ച്ചതിൽ അഭിമാനംതോന്നി. സമൂഹം എന്നെ മുന്നോട്ടു പഠിക്കാൻ സഹാ യിക്കുമോ? സമുദായം നമ്മുടെ ദാരിദ്ര്യം മാറ്റുമോ? എന്നിങ്ങനെയുള്ള എന്റെ ചോദ്യങ്ങൾക്കുമുന്നിൽ അമ്മ മൗനം പൂണ്ടു. ഞങ്ങളെക്കുറിച്ച് ഒരു ചിന്തയുമില്ലാതെ രാപ്പകൽ അദ്ധ്വാനിച്ചുനടന്ന അപ്പച്ചനെയും ഞാൻ കാര്യം പറഞ്ഞ് മനസ്സിലാക്കി.

പഠനത്തിനുപരി എന്റെ മുന്നിൽ വേറെയും ചില ലക്ഷ്യങ്ങളുണ്ട്. ഉത്തരം ചിതലെടുത്ത് നിലംപൊത്താനായി നില്ക്കുന്ന വീട് ഒരു ഭീഷ ണിയായി നില്ക്കുകയാണ്. മഴക്കാലത്ത് ചോർച്ചയുള്ളിടത്തൊക്കെ അമ്മ പാള തിരുകി വയ്ക്കുമെങ്കിലും കനത്ത മഴയും കാറ്റുംകൂടി അതിനെ പറപറത്തും. മലവാരമായതിനാൽ വർഷത്തിൽ നാലുമാസവും ഇടവിട്ടും ഇടവിടാതെയുമുള്ള മഴയാണ്. നിലയ്ക്കാതെ പെയ്യുന്ന മഴ ഞങ്ങളുടെ പഠിപ്പുമുടക്കുന്നത് പതിവായിരുന്നു. റബ്ബർമരങ്ങൾ കടപുഴകുന്ന അലർച്ചയും കുത്തിയൊലിക്കുന്ന പുഴയുടെ മുഴക്കമുള്ള ശബ്ദവും കട്ട പിടിച്ച റബ്ബറിലകളിൽ ചുറ്റിപ്പിടിക്കുന്ന കാറ്റിന്റെ ഊത്തുമെല്ലാംകൂടി മഴ ക്കാലരാത്രികളെ ഭീകരമാക്കിയിരുന്നു. ചുവരിലൂടെ മഴവെള്ളം ഒലിച്ചി റങ്ങി പായയും പുതപ്പും നനയുമ്പോൾ പ്ലാസ്റ്റിക് ചാക്കുകൾ തുന്നി ചേർത്തുണ്ടാക്കിയ ഒരു വലിയ ഷീറ്റായിരുന്നു ഞങ്ങളുടെ ആശ്രയം. അഞ്ചു മക്കളെയുംകൂടി അടുക്കിക്കിടത്തി അമ്മ ആ ഷീറ്റ് പുതപ്പിക്കും. ഈ ദുരിതങ്ങൾക്കെല്ലാം പരിഹാരം കണ്ടേ തീരൂ. ആഹാരത്തിന് വക യുണ്ടാക്കുന്നതിനപ്പുറം വീട്, പെൺമക്കളുടെ വിവാഹം-ഇതൊന്നും എന്റെ അപ്പച്ചന് നിവർത്തിക്കാനാവില്ലെന്ന് എനിക്കുറപ്പായിരുന്നു.

ഒരു രാഷ്ട്രീയകോലാഹലത്തിൽപ്പെട്ട് തന്റെ മൂന്നേക്കർ ഭൂമി ക്കൊപ്പം എല്ലാ സ്വപ്നങ്ങളും ഒലിച്ചുപോയതു നോക്കി പകച്ചുനില്ക്കുന്ന ഒരു ഹതഭാഗ്യനായിരുന്നു എന്റെ അപ്പച്ചൻ. കോഴിപ്പറയുടെ താഴ്വാര ത്തിലുള്ള കറുത്ത മണ്ണിൽ സ്വപ്നങ്ങൾ വിളയിക്കാൻ വന്ന എന്റെ കുടുംബം ഒരു സുപ്രഭാതത്തിൽ ശൂന്യതയിലേക്ക് കൂപ്പുകുത്തുകയാ യിരുന്നു. സംഘർഷഭരിതമായ ആ കഥ വഴിയേ വിവരിക്കാം.

സേതു വന്നുപോയ ദിവസം റബ്ബർക്കുരു പെറുക്കാൻ തോന്നിയില്ല. ഭാവിയിലേക്കുള്ള ചുവടുകൾ ഉറപ്പിക്കാനുള്ള ശ്രമത്തിലായിരുന്നു ഞാൻ. രണ്ടു ദിവസം കഴിഞ്ഞ് ചുമട്ടുതൊഴിലാളിയായ ഉണ്ണിനായരുടെ കൈവശം ട്രൂപ്പിൽ ചേരാൻ തീരുമാനിച്ചുകൊണ്ടുള്ള എന്റെ അറിയിപ്പ് കൊടുത്തയച്ചു. കോഴിപ്പറമലയുടെ താഴ്വാരത്തുനിന്ന് കടലുകൾക്കപ്പു റത്തേക്ക് സഞ്ചരിച്ച ഒരു കലാകാരിയുടെ അവിചാരിതമായ വഴിത്തിരി വിന് ഇവിടെ തുടക്കം.

2

സ്വർഗ്ഗഭൂമിയിലേക്ക്

തേനും പാലുമൊഴുകുന്ന കാനാൻദേശത്തേക്ക് മോശ ഇസ്രായേ ര്ജനത്തെ നയിച്ചതുപോലെ റബ്ബർപാലൊഴുകുന്ന മലബാറിലെ കറുത്ത മണ്ണിലേക്ക് മധ്യതിരുവിതാംകൂറിൽനിന്നുള്ള കുറേ കുടുംബങ്ങളെ ആരോ നയിച്ചു. 1960-70 കാലത്താണ് ആ കുടിയേറ്റമുണ്ടായത്. ഒരു വെളുപ്പാൻകാലത്ത്, കാഞ്ഞിരപ്പള്ളി, മണ്ണാർക്കയത്തെ, കുരിശുകുന്നേൽ തറവാട്ടിൽനിന്ന്, അപ്പച്ചനും അമ്മയും മൂന്നുവയസ്സുകാരിയായ ഞാന ടക്കം നാലു പൊടിക്കുഞ്ഞുങ്ങളുമായി ഒരു കുടുംബം വണ്ടികയറി. വല്യപ്പച്ചൻ കണ്ണീരിൽ കുതിർന്ന ഉമ്മ സമ്മാനിച്ചുകൊണ്ടാണ് ഞങ്ങളെ യാത്രയാക്കിയത്. കുറച്ചുദൂരം ബസിലും പിന്നെ കല്ക്കരി തിന്നുന്ന തീവ ണ്ടിയിലും യാത്ര ചെയ്ത് ഉച്ചയോടെ ഞങ്ങൾ നിലമ്പുരിലെത്തി.

വിജനമായ പാതയിലൂടെ നട്ടുച്ചയ്ക്ക് ഒരു കുടുംബം നടന്നുനീങ്ങു കയാണ്. ഇരുവശവും കാട്ടുമരങ്ങളും വള്ളിപ്പടർപ്പുകളുമുള്ള വനമേ ഖല താണ്ടിക്കഴിഞ്ഞപ്പോൾ മൊട്ടക്കുന്നുകൾക്കിടയിലൂടെ നീളുന്ന ചെങ്കൽപ്പാതയായി. സിന്ദൂരം വിതറിയപോലുള്ള ചുവന്ന പൊടിമണ്ണിൽ കാലുകൾ പുതഞ്ഞു. ആരുടെ കാലിലും ചെരുപ്പില്ല. എന്റെ കുഞ്ഞുകാ ലുകൾ പൊള്ളാൻതുടങ്ങി. അപ്പച്ചന്റെ രണ്ടു തോളിലും ഇരട്ടക്കുട്ടിക ളായ എന്റെ അനുജന്മാർ ഇരിക്കുന്നു. അമ്മയുടെ കൈയിൽ നാലു മാസം പ്രായമുള്ള അനുജത്തി. സഹായിയായി കൂടെവന്ന ചിറ്റപ്പന്റെ ശിര സ്സിലാവട്ടെ ഒരു കുടുംബത്തിന്റെ മുഴുവൻ ആസ്തിയും സൂക്ഷിച്ചിരി ക്കുന്ന ട്രങ്കുപെട്ടി. പോരാത്തതിന് കക്ഷത്തിൽ ഒരു തഴപ്പായക്കെട്ടും. അമ്മ നിസ്സഹായതയോടെ ഇടയ്ക്കിടയ്ക്ക് എന്നെ നോക്കുന്നുണ്ട്. വെയിലു തിളയ്ക്കാൻ തുടങ്ങിയപ്പോഴേക്കും പുഴിയിൽ കാലുകുത്താ നാവാതെ ഞാൻ തുള്ളിച്ചാടാൻ തുടങ്ങി. മുതിർന്ന മൂന്നുപേരെയും ഞാൻ

കോഴിപ്പറ മല

മാറിമാറി നോക്കി. ഒരു രക്ഷയുമില്ല. എന്നെ ഒന്നെടുക്കാൻ അതിൽ ഒരാ ളുടെയും കൈയ്ക്ക് ഒഴിവില്ല. മുന്നിൽ നടന്നുതീർക്കാനുള്ള വഴി നീണ്ടു നീണ്ടുകിടക്കുകയാണ്. എന്റെ കുഞ്ഞുകണ്ണുകളെ കബളിപ്പിച്ചുകൊണ്ട് ഒരു മരീചിക ഓടിയോടിപ്പോകുന്നു. ഒരുതുള്ളി കുടിനീരുപോലും എങ്ങും കിട്ടാനില്ല.

ചെങ്കുത്തായ കുന്നിൻമുകളിലേക്കാണ് ഇനി കയറേണ്ടത്. മനുഷ്യ വാസമില്ലാത്ത ആ മലമ്പാതയിലൂടെ ഞങ്ങൾ ബഹുദൂരം പിന്നിട്ടുകഴി ഞ്ഞു. പിന്നെയും അനേകം കയറ്റങ്ങളും ഇറക്കങ്ങളും. അതിനിടയിലാണ് ആ ഏഴിലംപാല കണ്ടത്. വരണ്ട ഭൂമിയിൽ വലിയൊരു പച്ചക്കുട നിവർ ത്തി ആ പാലമരം ഞങ്ങളെ എതിരേറ്റു. അപ്പച്ചനും അമ്മയും ചിറ്റപ്പനും അതിന്റെ ചുവട്ടിൽ ചുമടിറക്കിവച്ചു. ആ ഇടത്താവളം വലിയൊരാശ്വാ സമായി.

ചോക്കാടുനിന്ന് ആറു മൈൽ ദൂരം പിന്നിട്ട് ഉച്ചതിരിഞ്ഞപ്പോഴേക്ക് ഞങ്ങൾ കോട്ടപ്പുഴ കടന്നു. മൂന്നുഭാഗവും കൊടുംവനങ്ങളാൽ ചുറ്റപ്പെട്ട ഒരു ചെറിയ കുന്നിൻപുറത്ത് ഞങ്ങളെത്തി. കുംഭക്കപ്പ (കുംഭത്തിൽ വിളവെടുക്കുന്ന മരച്ചീനി) വിളഞ്ഞുനില്ക്കുന്ന വിശാലമായ പറമ്പിനു നടുവിലായി ഒരു ചെറിയ ഓലപ്പുര. അതിനകത്ത് ആകെയുള്ളത് മൂന്ന് അടുപ്പുകല്ലു മാത്രം. ഞങ്ങളെത്തിയ വിവരം ഒരു വേട്ടപ്പട്ടി ഓരിയിട്ടു കൊണ്ട് എല്ലാവരെയും അറിയിച്ചു. കുന്നിനുതാഴെയുള്ള വീട്ടിൽനിന്നും ആരോ ലൂസി എന്ന ബാലികയുടെ കൈയിൽ ഒരു പുട്ടുകുടം നിറയെ കഞ്ഞിവെള്ളം കൊടുത്തയച്ചു. ദാഹിച്ചു തൊണ്ടവരണ്ട കണ്ണങ്ങൾ ലൂസി എന്ന പെറ്റിക്കോട്ടുകാരിയെ നന്ദിയോടെ നോക്കി. പുട്ടുകുടം തിരി ച്ചുകിട്ടിയപ്പോൾ അവൾ വിട്ടിലുപോലെ വീട്ടിലേക്ക് ഒറ്റക്കുതിപ്പ്.

സന്ധ്യയായപ്പോഴേക്കും അമ്മ എങ്ങനെയോ ഒരു പാട്ടവിളക്ക് സംഘടിപ്പിച്ചു. അടുപ്പ് കത്തിച്ച് കഞ്ഞിവച്ച് കുടിച്ചു. രാത്രി കാട്ടുമൃഗങ്ങ ളുടെ ശല്യമുള്ളതിനാൽ അടച്ചുറപ്പുള്ള വീടില്ലാത്തവർ ഏറുമാടത്തിലാണ് കിടക്കുക. ഞങ്ങളുടെ ഓലപ്പുരയുടെ പിന്നിലെ മരുതുമരത്തിലും ഒരു ഏറുമാടമുണ്ടായിരുന്നു. ഏണിക്കമ്പുള്ള ഒരു മുള ചാരിവച്ച് അപ്പച്ചൻ ഏറുമാടത്തിനുള്ളിൽ കയറിപ്പറ്റി. ചുവട്ടിൽനിന്ന് അമ്മ ഓരോ കുട്ടിക ളെയും പൊക്കിയെടുത്തുകൊടുത്തു. ക്ലേശകരമായ നീണ്ട യാത്രയുടെ ക്ഷീണത്തിൽ എല്ലാവരും പെട്ടെന്നുറങ്ങി.

രാവിലെ എഴുന്നേറ്റ് പുറത്തേക്കു നോക്കിയപ്പോൾ പുതിയ ആകാ ശവും പുതിയ ഭൂമിയും! ദൂരെ കോഴിപ്പറ മലയിൽനിന്ന് കോടമഞ്ഞ് മടി ച്ചുമടിച്ചു പിൻവാങ്ങുന്നതേയുള്ളൂ. ചൂട് കപ്പപ്പുഴുക്കിന്റെ ഊർജ്ജവുമായി അപ്പച്ചൻ തുമ്പയുമേന്തി പറമ്പിലേക്കു പോയി. പിന്നാലെ ഞാനും ഓടി ക്കൂടി. പലതരം പറങ്കിമാവുകൾ അതിരിട്ട പറമ്പിൽ കന്നികായ്ക്കാറായി നിൽക്കുന്ന നെല്ലിയും മാവും പ്ലാവുമൊക്കെയുണ്ട്. മുട്ടൻ വാഴകളുടെ കൂട്ടങ്ങൾക്കിടയിലൂടെ ഒരു സാമ്രാജ്യം പിടിച്ചടക്കിയ ഭാവത്തിൽ അപ്പ ച്ചൻ നടന്നു. മണ്ണിൽ പൊന്നു വിളയിക്കാനുള്ള ആവേശം ആ നടത്ത ത്തിൽനിന്നു മനസ്സിലാക്കാം.

പറമ്പിന്റെ മൂന്നതിരുകളും ചുറ്റിക്കണ്ട് ഒടുവിൽ ചോലയരികിലെ ത്തി. കാട്ടുചോല പാദസരം കിലുക്കി ഞങ്ങളെ വരവേറ്റു. ഞാവലും ആഞ്ഞിലിയും മരുതും വീട്ടിയുമൊക്കെ നിറഞ്ഞ ഒരു ചെറുവനംപോലെ തോന്നി ആ പ്രദേശം. "ഇത് കണക്കിൽപെടാത്ത ഭൂമിയാണ്. അരമു ക്കാലേക്കർ കാണും." ആരോടെന്നില്ലാതെ അപ്പച്ചൻ പറഞ്ഞു.

കോട്ടപ്പുഴ

ചോലയ്ക്കരികിലെ ഓലിയിൽ കണ്ണുനീരുപോലുള്ള തെളിവെള്ളം. ആ പ്രദേശത്തെ എട്ടുപത്തു വീട്ടുകാരുടെ കുടിവെള്ളം ഞങ്ങളുടെ മണ്ണി ലുള്ള ആ ഓലിയാണെന്നറിഞ്ഞപ്പോൾ അമ്മ പറഞ്ഞു: "എല്ലാം അക്ക രയമ്മയുടെ അനുഗ്രഹം!"

പള്ളിയും പള്ളിക്കൂടവും റോഡും വൈദ്യുതിയും ആശുപത്രിയു മൊന്നുമില്ലെങ്കിലും അതു ഞങ്ങളുടെ സ്വർഗ്ഗഭൂമിയായിരുന്നു. ഒരുവശത്ത് കോട്ടപ്പുഴയും മറുവശത്ത് കാട്ടുചോലയും കടുത്ത വേനലിലും ആ മണ്ണിനു നനവേകി. ഏതാനും മാസങ്ങൾക്കുള്ളിൽ ഞങ്ങളുടെ കൃഷി ഭൂമി പച്ചപിടിച്ചു. കരനെല്ലും കപ്പയും ചേമ്പും ചേനയും കാച്ചിലും മധുര ക്കിഴങ്ങും വിവിധതരം പച്ചക്കറികളും തഴച്ചുവളർന്നു. നാനാതരത്തിലുള്ള പറങ്കിമാമ്പഴച്ചാർ കുടിച്ച് ഞങ്ങൾക്കു മത്തുപിടിച്ചു. ആദ്യവിളവെടുപ്പിൽ തന്നെ നാലു ലോഡ് മരച്ചീനിയാണ് അപ്പച്ചൻ പറിച്ചുവിറ്റത്. ഒരു മഴ ക്കാലത്തേക്കു കഴിക്കാനുള്ള വാട്ടുകപ്പയുടെ സംഭരണം വേറെ. ചുരു ക്കിപ്പറഞ്ഞാൽ വറ്റൽമുളകും മല്ലിയും വെളിച്ചെണ്ണയുമൊഴിച്ച് ഭക്ഷ്യവ സ്തുക്കളുടെ കാര്യത്തിൽ ഞങ്ങൾ സ്വയംപര്യാപ്തരായി.

ഈ സ്വർഗ്ഗഭൂമിയാണ് അവിചാരിതമായുണ്ടായ ഒരു രാഷ്ട്രീയപ്ര ളയത്തിൽ ഒലിച്ചുപോയത്. ഒപ്പം ഒരു ജന്മത്തെ സ്വപ്നങ്ങളും.

കേരളത്തിലെങ്ങും മഹിളാസമാജങ്ങൾ രൂപീകരിക്കുന്ന കാലമായി രുന്നു അത്. അങ്ങനെ ഞങ്ങളുടെ കുടിയേറ്റഭൂമിയിലും ഒരു സമാജം വന്നു. ആരൊക്കെയോ ചേർന്ന് നിർബ്ബന്ധിച്ച് എന്റെ അമ്മയെ സമാജ ത്തിന്റെ പ്രസിഡണ്ടാക്കി. ഭരണപക്ഷമാണോ പ്രതിപക്ഷമാണോ സമാജമുണ്ടാക്കിയതെന്ന് അമ്മയ്ക്കറിയില്ല. ഇടവകാംഗങ്ങമായ നേതാ വിന്റെ വാക്കു കേട്ട് തലവച്ചുകൊടുത്തതാണ്. അതോടെ എല്ലാം തകി ടംമറിഞ്ഞു. സഖാവ് കുഞ്ഞാലിയുടെ മണ്ണിൽ മറ്റൊരു രാഷ്ട്രീയ പ്പാർട്ടിയോ? എതിർകക്ഷികൾക്ക് രാഷ്ട്രീയക്കലിയിളകി. ഒറ്റ രാത്രി കൊണ്ട് പൊടിച്ചുവാരുക - അതായിരുന്നു അജണ്ട. ആരോ ആ രഹസ്യം അപ്പച്ചന്റെ കാതിലെത്തിച്ചു. രാത്രിയുടെ മറവിൽ കൈയിൽകിട്ടിയതും വാരിയെടുത്ത് ഒരു പലായനം. ആ പലായനത്തിന്റെ ബാക്കിപത്രമായി രുന്നു പിന്നീടുള്ള ഞങ്ങളുടെ ജീവിതം.

അതൊരു വൻചതിയായിരുന്നുവെന്ന് പിന്നീട് ആരോ പറഞ്ഞു. ആ മലയോരപ്രദേശത്തെ ഏറ്റവും കണ്ണായ സ്ഥലം, വറ്റാത്ത ഉറവയുടെ ഉത്ഭവസ്ഥാനം കൈവശപ്പെടുത്താനുള്ള നിഗൂഢനീക്കത്തിന്റെ ഭാഗമാ യിരുന്നു അത്. നഷ്ടപ്പെട്ട ആ സ്വർഗ്ഗഭൂമിയെയോർത്ത് ഇന്നും ഞാൻ നിശ്ശബ്ദമായി വിലപിക്കാറുണ്ട്. ജീവിതത്തിലെ എല്ലാ കഷ്ടനഷ്ട ങ്ങൾക്കും കാരണമായത് കൈവിട്ടുപോയ ആ മണ്ണാണല്ലോ.

3

ചോരചിന്തിയ അരങ്ങേറ്റം

നിലമ്പൂരിനപ്പുറത്തേക്കുള്ള എന്റെ ആദ്യയാത്രയായിരുന്നു അത്. രാത്രി പുറപ്പെട്ട വാൻ പുലർച്ചയ്ക്ക് മൂവാറ്റുപുഴ ടൗൺഹാളിലെത്തി. ഫൈൻ ആർട്ട്സ് സൊസൈറ്റി ഭാരവാഹികൾ ഞങ്ങളെ സ്വീകരിക്കാൻ കാത്തുനില്ക്കുന്നുണ്ടായിരുന്നു. പ്രൊഫഷണൽ ട്രൂപ്പായശേഷമുള്ള ആദ്യത്തെ പരിപാടിയായതിനാൽ ഞങ്ങളുടെ ഗുരുവിന് ആവശ്യത്തി ലേറെ ആശങ്കയുള്ളതായി തോന്നി. എത്രയും വേഗം എല്ലാവരും റെഡി യായി ഓഡിറ്റോറിയത്തിലെത്തണമെന്നും ഷോ തുടങ്ങുംമുമ്പ് നാലു തവണയെങ്കിലും റിഹേഴ്സൽ നോക്കണമെന്നും അദ്ദേഹം നിർദ്ദേശിച്ചു.

ഷൈലയും എന്റെ അനുജത്തിയുമടക്കമുള്ള മൂന്നു പെൺകുട്ടിക ളെയുംകൂടി ഗുരുവിന്റെ ചേച്ചി ഗസ്റ്റ് ഹൗസിലെ ഒരു മുറിയിൽ കൊണ്ടു ചെന്നാക്കി. തൊട്ടപ്പുറത്തുള്ള മുറികളിൽ ഓർക്കസ്ട്രക്കാരും സേതു അട ക്കമുള്ള അസിസ്റ്റന്റുമാരുമുണ്ട്. വീടുവിട്ട് അപരിചിതമായ ഒരു സ്ഥല ത്തെത്തിയതിന്റെ പരിഭ്രമവും അരങ്ങേറ്റത്തെക്കുറിച്ചുള്ള ഭയവും കാരണം കുളിയും വേഷംമാറലുമെല്ലാം ഞൊടിയിടയിൽ കഴിഞ്ഞു.

റിഹേഴ്സലിന് തയ്യാറായി വന്ന ഞങ്ങൾ സേതുവും കൂട്ടരും കർട്ടൻ കെട്ടുന്നതുനോക്കി ഓഡിറ്റോറിയത്തിനകത്തിരുന്നു. ഉച്ചയായതോടെ സ്റ്റേജ് ഒരുങ്ങി. ഷൈലയും ഗുരുവിന്റെ ചേച്ചിയും ചേർന്ന് ഉപകരണ ങ്ങളും ചമയങ്ങളുമെല്ലാം ട്രങ്കുപെട്ടിയിൽനിന്ന് പുറത്തെടുത്തു. വർണ്ണ ത്തൂവലുകളിലും തൂവാലകളിലുമൊക്കെ പാറ്റാഗുളികയുടെ മണം. ഹാളി നുള്ളിൽ ഹൊറർ മ്യൂസിക്കിന്റെ ഇടിമുഴക്കംപോലെയുള്ള ശബ്ദം മാറ്റൊലി കൊണ്ടപ്പോൾ ചങ്കിനുള്ളിൽ ഒരു കിടുകിടുപ്പ്. എനിക്കു ചെയ്യാനുള്ള തിൽ ഏറ്റവും അപകടംപിടിച്ചത് 'ഹെഡ് ചോപ്പർ' എന്ന ഇനമായിരു ന്നു. ഒരു നാടകത്തിന്റെ പശ്ചാത്തലത്തിലാണ് ആ ജാലവിദ്യയുടെ അവ

തരണം. ഒരു വേടൻ നരബലി നടത്താനായി പിടികൂടുന്ന കന്യകയെ രക്ഷപ്പെടുത്തുന്ന മാന്ത്രികനാണ് വേദിയിൽ. വേടനുവേണ്ടി ആ ബലി മാന്ത്രികൻ നടത്തിക്കൊടുക്കുന്നു. ചോരചീറ്റിയ കന്യകയുടെ കഴുത്ത് രണ്ടായി മുറിഞ്ഞെന്ന് ഉറപ്പുവരുത്തിയ വേടൻ മാന്ത്രികനോട് നന്ദി പറഞ്ഞ് മടങ്ങുന്നു. കന്യകയെ മാന്ത്രികൻ പരിക്കുകളില്ലാതെ രക്ഷപ്പെ ടുത്തുകയും ചെയ്യുന്നു. ഇതാണ് 'മാജീന്ദ്രാമ' എന്ന് പേരുള്ള ഈ ജാല വിദ്യയിൽ അവതരിപ്പിക്കേണ്ടത്.

ഹിപ്നോട്ടൈസ് ചെയ്യപ്പെട്ട പ്രാവുമായി

ജാലവിദ്യയുടെ റിഹേ ഴ്സൽ നടക്കുമ്പോൾ ഞാൻ മേലാസകലം വിറയ്ക്കുന്നു ണ്ടായിരുന്നു. ഒരു നിമിഷം ഗുരുവിന്റെ കണ്ണൊന്നു പിഴ ച്ചാൽ, മനസ്സൊന്നു പതറി യാൽ അപകടം ഉറപ്പാണ്. വാളിന് മൂർച്ചയുണ്ടെന്നു കാണിക്കാനായി എന്റെ തലയ്ക്കു പകരം ഗുരു ഒരു വെള്ള രിക്ക സ്റ്റാന്റിൽ വ യ്ക്കുകയും സ്റ്റാന്റിൽ ഘടി പ്പിച്ച വാൾ താഴോട്ടമർത്തു കയും ചെയ്തു. രണ്ടു കഷ ണങ്ങളായി തെറിച്ചുപോയ വെള്ളരിക്കയുടെ പിന്നാലെ സേതു പാഞ്ഞു. അതയാൾ പച്ചയ്ക്ക് കടിച്ചുമുറിച്ച് ശാപ്പി ടുന്നതു കണ്ട് മുന്നിലിരുന്ന ഓർക്കസ്ട്രക്കാർ കുലുങ്ങിച്ചി രിച്ചു. പക്ഷേ, എനിക്കു ചിരി ക്കാൻ തോന്നിയില്ല. ബലിക്ക ല്ലിൽ ഉറപ്പിച്ചിരിക്കുന്ന വെട്ടി ത്തിളങ്ങുന്ന വാളിലാണ് എന്റെ കണ്ണും മനസ്സും.

ഞാൻ മുട്ടുകുത്തിയി രുന്ന് ബലിക്കല്ലിൽ ഉറപ്പിച്ച സ്റ്റാന്റിലേക്ക് തല വച്ചു. കണ്ണുകൾ രണ്ടും ഇറുക്കിയ ടച്ചു. പശ്ചാത്തലത്തിൽ വേടന്റെ അലർച്ചയും കന്യ കയുടെ കരച്ചിലും ഉയർന്നു.

ഗുരു മൈക്കിലൂടെ 'വൺ, ടു, ത്രീ...' എന്ന് ഉറക്കെ വിളിച്ചു പറഞ്ഞു. എന്റെ കഴുത്തിലൂടെ അരിഞ്ഞിറങ്ങിയ വാൾ, സ്റ്റാന്റിന്റെ രണ്ടാംതട്ടിൽ ഘടിപ്പിച്ച ക്യാരറ്റിനെ രണ്ടായി പകുത്ത്, താഴേയ്ക്കിറങ്ങുന്ന ശബ്ദം മാത്രം എനിക്കു കേൾക്കാം. വാൾ സ്റ്റാന്റിന്റെ അടിപ്പലകയിൽ തട്ടുന്ന ശബ്ദം കേട്ടപ്പോൾ കശാപ്പ് തീർന്നതായി എനിക്കു മനസ്സിലായി. ഞാൻ കണ്ണുതുറന്നുനോക്കി. ഫ്ളാഷ് ലൈറ്റ് മിന്നിക്കൊണ്ടിരിക്കുന്നു. എനിക്കു തലചുറ്റുംപോലെ തോന്നി. നിലമ്പൂരിലെ റിഹേഴ്സൽ ക്യാമ്പിൽനിന്ന് പരിശീലനം നടത്തിയപ്പോൾ ശബ്ദത്തിന്റെയും വെളിച്ചത്തിന്റെയും ഇഫക്ട് ഉണ്ടായിരുന്നില്ല. എന്നാൽ ഈ സ്റ്റേജ്റിഹേഴ്സലിൽ ഫ്ളാഷ് ലൈറ്റിട്ട് മിന്നിക്കുകയും ഇരുട്ടാക്കുകയുമൊക്കെ ചെയ്യുന്നത് പുതുമ യായി.

വേടന്റെ അട്ടഹാസം എനിക്കു കേൾക്കാം. കാൽത്തളയുടെ കി ലുക്കം അകന്നകന്നു പോകുന്നതു കേട്ടപ്പോൾ ഗുരു വാൾ ഊരിയെടു ക്കുന്ന സമയമായെന്ന് മനസ്സിലായി. ഞാൻ ഗുരുവിന്റെ ഓരോ ചലന ങ്ങളും സസൂക്ഷ്മം ശ്രവിച്ചുകൊണ്ടിരുന്നു. ഒടുവിൽ സ്റ്റാന്റിൽനിന്ന് തല വലിക്കാനുള്ള സിഗ്നൽ കിട്ടി. എഴുന്നേറ്റ് ഗുരുവിനെ നമിച്ച്, ജീവൻ തിരി ച്ചുകിട്ടിയ സന്തോഷത്തോടെ (കഥാപാത്രത്തിന്റെയും എന്റെയും) വേദി യുടെ പിന്നിലേക്ക് നടന്നു. സേതു അടക്കമുള്ളവർ എനിക്ക് ഹസ്ത ദാനം തന്നു. നല്ല പെർഫോർമൻസായിരുന്നുവെന്ന അഭിനന്ദനം കിട്ടി യെങ്കിലും എന്റെ മനസ്സ് കോളുകൊണ്ട കടലുപോലെ ഇരമ്പുകയായി രുന്നു. രാത്രി ആയിരക്കണക്കിന് കാഴ്ചക്കാരുടെ മുമ്പിലാണ് ഇനി ഇത് അവതരിപ്പിക്കേണ്ടത്. റിഹേഴ്സലിനിടെ എന്തെങ്കിലും സാങ്കേതികത്ത കരാർ സംഭവിച്ചാൽ അവിടെ നിർത്തുകയും ആ കുഴപ്പം തീർത്തശേഷം തുടരുകയും ചെയ്യാം. പക്ഷേ, കാണികളുടെ മുമ്പിൽവച്ച് എന്തെങ്കിലും പിഴച്ചാൽ, അതാരും കണ്ടില്ലെങ്കിൽ, എന്റെ ശബ്ദം പശ്ചാത്തലസംഗീ തത്തിനിടയിൽ ആരും കേട്ടില്ലെങ്കിൽ എന്തായിരിക്കും സംഭവിക്കുക. ഒന്നും സംഭവിക്കില്ലെന്നും എല്ലാം ട്രിക്കുകൾ മാത്രമാണെന്നും പറഞ്ഞ് പേടിയകറ്റാൻ ഗുരു പരമാവധി ശ്രമിച്ചിരുന്നു. പക്ഷേ, വാളിന് മൂർച്ചയു ള്ളതാണെന്നതും ശ്രദ്ധ തെറ്റിയാൽ അപകടം സംഭവിക്കുമെന്നുള്ളതും വാസ്തവമാണല്ലോ.

വൈകിട്ട് ആറു മണിക്ക് സൈറൺ മുഴങ്ങി. പശ്ചാത്തലത്തിൽ മുഴ ങ്ങുന്ന ശബ്ദത്തിൽ അനൗൺസറുടെ വാക്കുകൾ. തുടർന്ന് കർട്ടൻ മെല്ലെമെല്ലെ ഉയർന്നു. വേദിയിൽ വർണ്ണവെളിച്ചം നൃത്തമാടി. ഓഡിറ്റോ റിയം നടുങ്ങുമാറുച്ചത്തിൽ ഒരു വെടിപൊട്ടി. അതോടൊപ്പം സ്റ്റേജിൽ ഒരു പൂത്തിരിയും കത്തി. ആ തീപ്പൊരികൾക്കിടയിൽനിന്ന് ഗുരു പ്രത്യ ക്ഷപ്പെട്ടു. കർട്ടന്റെ വിടവിലൂടെ എല്ലാം നോക്കിക്കൊണ്ട് ഊഴവും കാത്തുനില്ക്കുന്ന എന്നെ ചേച്ചി തോണ്ടി വിളിച്ചു. അടുത്തത് 'ഡോവ് വാനിഷിങ്' ആണ്, റെഡിയായി നില്ക്കണം. വീണ്ടും എന്റെ നെഞ്ചു മിടിക്കാൻ തുടങ്ങി. നൃത്തം ചെയ്യാൻ എത്രയോ തവണ സ്റ്റേജിൽ കയ

റിയിട്ടുള്ള എനിക്ക് എന്താണിത്ര പരിഭ്രമമെന്ന് മനസ്സിലായില്ല.

ഒരു പ്രാവിനെ അപ്രത്യക്ഷമാക്കുന്ന വിദ്യയാണ് 'ഡോവ് വാനി ഷിങ്'. തൂവാലയിൽ പൊതിഞ്ഞ പ്രാവിനെ മുകളിലേക്കെറിയുമ്പോൾ തൂവാല നിലത്തുവീഴുകയും പ്രാവ് അപ്രത്യക്ഷമാവുകയും ചെയ്യണം. ഗുരു പ്രാവിനെ ഉള്ളംകൈയിൽ മലർത്തിക്കിടത്തി ഹിപ്പ്നോട്ടൈസ് ചെയ്തു മയക്കി. വിറങ്ങലിച്ച് കിടന്ന പ്രാവിനെ ഞാൻ മേടിച്ചുപിടിച്ചു. കൈ അനങ്ങിയാൽ പ്രാവുണരും. സൂക്ഷിച്ചു പിടിക്കണം. പക്ഷേ, കൈ വിറച്ചതുകൊണ്ട് പ്രാവ് പെട്ടെന്ന് മോഹനിദ്രയിൽനിന്നുണർന്നു. എന്റെ കൈയിലിരുന്ന് പ്രാവ് പിടയ്ക്കുകയും ചിറകടിക്കുകയും ചെയ്തു. അതിന്റെ കൂർത്ത നഖം കൈയിലമർന്നപ്പോൾ ഞാൻ പെട്ടെന്ന് പിടി വിട്ടു. പറന്നുയർന്ന പ്രാവ് ഓഡിറ്റോറിയത്തിൽ കറങ്ങിക്കൊണ്ടിരുന്ന ഫാനിൽ ചെന്നിടിക്കുകയും നിലത്തേക്ക് വീഴുന്നതും നോക്കി ഞാൻ നിസ്സ ഹായയായി വേദിയിൽ നിന്നു. കാണികൾ പക്ഷേ, ഇതൊന്നും കാണു ന്നുണ്ടായിരുന്നില്ല. കാരണം പ്രാവ് അപ്രത്യക്ഷമായതായി വരുത്തി ത്തീർക്കാൻ ഗുരു ഇതിനിടയിൽ ഒരു മറുവിദ്യ കാണിച്ച് കാണികളെ മിസ്ഡയറക്ട് ചെയ്തു.

മൂന്നു മണിക്കൂർ സമയത്തെ പരിപാടി അവസാനിച്ച് കർട്ടൻ വീണ പ്പോൾ ഞാൻ ഇറങ്ങിയോടിയത് പ്രാവ് വീണ സ്ഥലത്തേക്കായിരുന്നു. സീറ്റിനടിയിൽ ചുരുട്ടിയിട്ട വെള്ളത്തൂവാലപോലെ ചേതനയറ്റുകിടക്കുന്ന പ്രാവിനെ കണ്ടപ്പോൾ എനിക്കു പൊട്ടിക്കരയാൻ തോന്നി. ഞാൻ സൂക്ഷി ച്ചുനോക്കി. പാവം വെള്ളരിപ്രാവ് ശിരസ്സറ്റ് ചോരയിൽ കുളിച്ച് കിടക്കു ന്നു. ഈ പാവം പ്രാണിയോട് എന്തു ക്രൂരതയാണ് താൻ ചെയ്തതെന്ന കുറ്റബോധത്താൽ തളർന്നിരുന്നുപോയി.

എന്നാൽ, പ്രാവിന്റെ രക്തസാക്ഷിത്വം ട്രൂപ്പിൽ ആരും അത്ര ഗൗനി ച്ചില്ല. ഗുരുവും കൂട്ടരും എന്റെയും അനുജത്തിയുടെയും പെർഫോർമൻ സിനെക്കുറിച്ച് പ്രശംസിക്കാൻ വന്നു. മുമ്പൊന്നും കിട്ടാത്ത കൈയടി യുടെ പ്രവാഹമായിരുന്നു ആ ഷോയ്ക്ക് കിട്ടിയതെന്ന് സേതുവും അഭി പ്രായപ്പെട്ടു. ഗുരു ആകെ ത്രില്ലടിച്ചിരിക്കുന്നതായി ഞാൻ മനസ്സിലാക്കി.

ചോരയിൽ തുടങ്ങിയ എന്റെ കലാജീവിതം പതറാതെ, പിഴ യ്ക്കാതെ തുടർന്നു. ഞാൻ ട്രൂപ്പിലെ മെയിൻ ആർട്ടിസ്റ്റായി. മലയാളസി നിമയിൽ പുതിയ താരോദയമുണ്ടാകുമ്പോൾ അവർക്കായി കഥകൾ പിറ ക്കുന്നതുപോലെ എനിക്കായി ജാലവിദ്യകളൊരുങ്ങി. നിരവധി ഉടുപ്പു കൾ തുന്നിക്കപ്പെട്ടു. എന്റെ കലാബോധം പരമാവധി ഉണർന്നു പ്രവർത്തി ക്കാൻ തുടങ്ങിയെന്നു പറയാം. അവതരണത്തിൽ പുതിയ രീതികൾ പരീ ക്ഷിക്കാൻ ഞാനും എന്റേതായ സംഭാവനകൾ നല്കി. അസിസ്റ്റന്റ് എന്ന തിലപ്പുറം ഇന്ദ്രജാലത്തിന്റെ രഹസ്യങ്ങളിലേക്കും കൈയടക്കത്തി ലേക്കും പ്രവേശിച്ചു. അങ്ങനെ, സ്ത്രീകൾ കൈവച്ചിട്ടില്ലാത്ത മാന്ത്രിക കലയിൽ ഒരു വർണ്ണത്തൂവൽ വിരിയിക്കാനാകുമെന്ന് ഞാൻ സ്വപ്നം കണ്ടു.

4

രഹസ്യങ്ങളുടെ കാവല്ക്കാർ

മാജിക് രഹസ്യങ്ങളുടെ കലയാണെന്ന് എല്ലാവർക്കും അറിയാം. എങ്കിലും പെൺകുട്ടിയെ വാൾമുനയിൽ കിടത്തുമ്പോൾ, ഉടൽ രണ്ടായി ചേദിക്കുമ്പോൾ, അഗ്നിക്കിരയാക്കുമ്പോൾ കാണികളിൽ ഭയവും സംഘർഷവും കലർന്ന ഭാവമാണുണ്ടാവുക. ചില ഭീകരജാലവിദ്യകൾ അവതരിപ്പിക്കുമ്പോൾ കുട്ടികളും ഗർഭിണികളും കണ്ണുപൊത്തിയിരിക്ക ണമെന്ന് നിർദ്ദേശിക്കാറുണ്ട്. അവതരണത്തിന്റെ ശക്തി കൂട്ടാനാണ് ഇത്തരം ഭീകരാന്തരീക്ഷം സൃഷ്ടിക്കുന്നത്. ചിലർ മോഹാലസ്യപ്പെട്ടു വീഴുന്നതും ചിലർ വാവിട്ടു നിലവിളിക്കുന്നതും ഞങ്ങൾ കണ്ടിട്ടുണ്ട്. അപ്പോൾ ഞങ്ങൾ പറയും; "സംഗതി ഏറ്റു."

കാണികളെ അമ്പരപ്പിക്കുകയും അതിലൂടെ ആനന്ദിപ്പിക്കുകയു മാണ് മാജിക് എന്ന കലയുടെ ആത്യന്തികലക്ഷ്യം. അതിനുവേണ്ടിയുള്ള പശ്ചാത്തലം സൃഷ്ടിക്കലാണ് മേൽപ്പറഞ്ഞ രീതിയിലുള്ള ഹൊറർ രംഗ ങ്ങളുടെ ആവിഷ്കാരത്തിലൂടെ ഉദ്ദേശിക്കുന്നത്. കഥകളിയിൽ ആട്ടക്കാ രൻ നവരസങ്ങൾ മുഖത്ത് പ്രതിഫലിപ്പിക്കുകയാണെങ്കിൽ ജാലവിദ്യ ക്കാരൻ അത് ശബ്ദത്തിന്റെയും ലൈറ്റിന്റെയും രംഗപടത്തിന്റെയും സഹായത്തോടെ ചില പശ്ചാത്തലരംഗങ്ങൾ ഒരുക്കി നവരസങ്ങൾക്ക് വേദിയൊരുക്കുന്നു. കാണികൾ ആ അന്തരീക്ഷവുമായി താദാത്മ്യം പ്രാപിക്കുമ്പോൾ മാന്ത്രികൻ വിജയിക്കുന്നു. ഹൃദയത്തെ പിടിച്ചുല യ്ക്കുന്ന സംഘർഷരംഗങ്ങൾക്കൊടുവിൽ ശുഭാന്തമുണ്ടാക്കിക്കൊണ്ട് കാണികളെ പൊട്ടിച്ചിരിപ്പിക്കുന്നതോടെ ആസ്വാദനത്തിന്റെ എല്ലാ തലങ്ങ ളിലൂടെയും കയറിയിറങ്ങിയ ഒരു പ്രതീതി സംജാതമാകുന്നു.

ഇന്ദ്രജാലം എന്ന നിഗൂഢകലയുടെ ആസ്വാദനത്തെക്കുറിച്ച് ആമു ഖമായി ഞാൻ ഇത്രയും പറഞ്ഞത് ഒരു സംഭവത്തെക്കുറിച്ച് പറയാനാണ്.

റോക് ഇല്യൂഷൻ

എന്റെ ഗ്രാമത്തിനടുത്ത് പൂക്കോട്ടുംപാടത്താണ് അന്നത്തെ പരിപാടി. സ്വന്തം നാട്ടിൽ ഒരു പരിപാടി നടത്താൻ സാഹചര്യം ഒത്തുവന്നതിൽ ഞങ്ങളെല്ലാവരും വളരെയേറെ സന്തോഷിച്ചു. വീട്ടുകാരും നാട്ടുകാരും അദ്ധ്യാപകരും സഹപാഠികളുമൊക്കെ അവതരണം കണ്ട് അമ്പരക്കുന്ന രംഗം മനസ്സിൽ കണ്ടുകൊണ്ടാണ് അന്ന് അരങ്ങേറ്റം നടത്തിയത്. വിശാലമായ ഒരു മൈതാനത്ത് തുറന്ന വേദിയിലാണ് പരിപാടി നടക്കുന്നത്. ഓരോ ഇനവും കഴിയുമ്പോൾ മഴ പെയ്യുമ്പോലുള്ള കൈയടി കിട്ടിക്കൊണ്ടിരുന്നു. കാണികൾക്കിടയിൽ പരിചിതരും അപരിചിതരുമുണ്ടായിരുന്നു. ആരുടെയും മുഖം വ്യക്തമല്ല. കാരണം കാണികളിരിക്കുന്നിടം പൂർണ്ണമായും ഇരുട്ടാണ്. ഉയർന്ന വോൾട്ടേജിൽ പ്രകാശിക്കുന്ന പലതരം ലൈറ്റുകളുടെ വെളിച്ചത്തിലാണ് ഞങ്ങൾ. സ്വന്തം വീട്ടുകാർ ഏതു ഭാഗത്താണ് വന്ന് ഇരുന്നിട്ടുള്ളതെന്ന് ഒരു പിടിയുമില്ല. ഈ കൈയടി കേൾക്കുമ്പോൾ വീട്ടുകാർ അഭിമാനിക്കുന്നുണ്ടാവുമെന്ന് ഞാൻ കരുതി. ഞങ്ങളുടെ ആവേശത്തിന് അതിരില്ലായിരുന്നു.

പരിപാടി അവസാനിച്ചപ്പോൾ ഗ്രീൻറൂമിൽ വേഷം മാറുകയായിരുന്നു ഞങ്ങൾ. അതിനിടയിൽ എന്നെയും അനുജത്തിയേയും പുറത്ത് അന്വേഷിക്കുന്നതായി വിവരം കിട്ടി. ചെന്നുനോക്കിയപ്പോൾ അനിയന്മാരാണ്. അമ്മ ചെല്ലാൻ പറഞ്ഞയച്ചതനുസരിച്ച് ഞങ്ങൾ ആളൊഴിഞ്ഞ മൈതാനത്തിന്റെ ഒരു മൂലയിലേക്കു പോയി. തളർന്ന് അവശയായ അമ്മ ഒരു മരക്കുറ്റിയിൽ ചാരിയിരിക്കുന്നു. അമ്മയ്ക്കെന്തോ വയ്യായ്കയാണെന്ന് ഞാൻ കരുതി. "വാ മക്കളെ, നമുക്കു വീട്ടിൽ പോകാം" അവർ പറഞ്ഞു. പരിപാടി കഴിഞ്ഞാൽ മൂന്നു മണിക്കൂറെങ്കിലുമെടുക്കും പാക്കിങ്ങിനും ലോഡിങ്ങിനും. അതും കഴിഞ്ഞ് ഭക്ഷണവും കഴിക്കാതെ ഞങ്ങൾക്ക് പോകാൻ പറ്റില്ല. പക്ഷേ, അമ്മയ്ക്കതൊന്നുമറിയണ്ട, പോകണമെന്ന് ഒറ്റ നിർബ്ബന്ധമാണ്. അപ്പോഴാണ് അപ്പച്ചൻ വിശദമാക്കിയത്. എന്റെ തലയിൽ കഠാര കുത്തിക്കയറ്റുന്ന ജാലവിദ്യകണ്ട് തലകറങ്ങി വീണ അമ്മ പരിപാടി കഴിയുംവരെ കരഞ്ഞുകൊണ്ടിരിക്കുകയായി

രുന്നത്രേ. എനിക്ക് ചിരിയാണ് വന്നത്. "അയ്യേ, അത് വെറും ട്രിക്കല്ലേ, അതെന്റെ തലയിലൊന്നും തട്ടില്ല." ഞാൻ അത്രയും പറഞ്ഞപ്പോഴേക്കും മഹാവികൃതിക്കാരിയായ എന്റെ അനുജത്തി ചാടിപ്പറഞ്ഞു. "ചേച്ചി മാജി ക്കിന്റെ രഹസ്യം ചോർത്തിയെന്ന് ഞാൻ പറഞ്ഞുകൊടുക്കും." സത്യ ത്തിൽ അമ്മയുടെ അവസ്ഥ കണ്ടിട്ടുള്ള സംഭ്രമത്തിനിടയിൽ മാജിക് സീക്രട്ട് പുറത്തു പറയില്ലെന്ന് സത്യപ്രതിജ്ഞ ചെയ്ത കാര്യം മറന്നു പോയതാണ്. അനുജത്തിയെ അനുനയിപ്പിക്കാൻ ആവതു ശ്രമിച്ചു. പക്ഷേ, അവൾക്കത് എന്നെ തോല്പിക്കാൻ വീണുകിട്ടിയ അവസരമാ യിരുന്നു. വികൃതിക്കാരിയായ അവളെ എപ്പോഴും ശകാരിക്കാറുണ്ട്. അതിന് പ്രതികാരം ചെയ്യാൻ അവൾ ഈ അവസരം ഉപയോഗിക്കുമെന്ന് ഉറപ്പായി.

പൊതുവെ മനക്കരുത്തുള്ള അമ്മയുടെ മുഖം നന്നേ വാടിയിരുന്നു. അവരുടെ ഹൃദയത്തിലേക്കാണ് ആ കടാര കുത്തിയിറങ്ങിയതെന്ന് എനിക്കു മനസ്സിലായി. അതുകൊണ്ട് ഞാൻ പറയുന്ന ന്യായമൊന്നും ചെവിക്കൊള്ളാൻ അവർ തയ്യാറായില്ല. എല്ലാം ഇന്നത്തോടെ മതിയാക്ക ണമെന്നും കുട്ടികളെയുംകൂട്ടി എത്രയും വേഗം വീട്ടിലെത്തണമെന്നും മാത്രമായിരുന്നു ആ മനസ്സിൽ.

രാത്രി കവളമുക്കട്ടയിലേക്കു പോകാൻ വാഹനങ്ങളൊന്നും കിട്ടില്ല. തെരുവുവിളക്കുകൾ പോലുമില്ലാത്ത ദുർഘടംപിടിച്ച വഴിയിലൂടെ ആറു കിലോമീറ്ററോളം നടന്നുവേണം വീട്ടിൽ പോകാൻ. ഇരുവശവും റബ്ബർത്തോട്ടങ്ങൾ നിലാവെളിച്ചത്തെ തടഞ്ഞുനിർത്തിയിരിക്കുന്നതു കൊണ്ട് കട്ടപിടിച്ച ഇരുട്ടാണ് വഴിയിലങ്ങോളം. അതുകൊണ്ട് മൂന്നു മണി ക്കൂർ കഴിഞ്ഞാലും ഞങ്ങളെത്തിയശേഷമേ നടന്നുപോകുന്നവർ വീട്ടി ലെത്തു. ഇക്കാര്യം പറഞ്ഞ് അമ്മയെ സമാധാനിപ്പിച്ച് പറഞ്ഞയച്ചു. "നീ തുടരാനാണ് ഉദ്ദേശമെങ്കിൽ തലയിൽ കത്തികയറ്റുന്ന ഐറ്റത്തിന് വേറെ ആരെയെങ്കിലും ആക്കണമെന്ന് പറയണം." പോകുംവഴി തിരിഞ്ഞുനിന്ന് അമ്മ കർശനമായി പറഞ്ഞു.

അമ്മയോട് എന്താണ് പറയേണ്ടതെന്ന് എനിക്കറിയില്ലായിരുന്നു. വളരെ നിസ്സാരമായൊരു സൂത്രപ്പണിയാണ് ആ വിദ്യയ്ക്കു പിന്നിലുള്ള തെന്നും അത് ഇന്നതാണെന്നും അമ്മയോട് പറയണമെന്നുണ്ട്. പറയാ തിരുന്നാൽ ട്രൂപ്പിൽ തുടരാൻ അമ്മ അനുവദിക്കുകയില്ല. സമൂഹത്തിന്റെ കടുത്ത വിമർശനങ്ങളെ നിരന്തരം നേരിടുന്ന അമ്മ ഞങ്ങളുടെ പോക്ക് അവസാനിപ്പിക്കാൻ ഒരു ഹേതു തിരഞ്ഞ് നടക്കുകയായിരുന്നു. ഇതൊ ക്കെയാണെങ്കിലും എനിക്ക് സത്യാവസ്ഥ വെളിപ്പെടുത്താൻ പറ്റാത്ത അവസ്ഥയാണ്. അനിയത്തി എന്ന ഭീഷണിയും മനഃസാക്ഷിക്കുത്തും കൂടി എന്നെ ആശയക്കുഴപ്പത്തിലാക്കി.

അമ്മയുടെ ഹൃദയത്തിൽ തുളഞ്ഞുകയറിയ ആ കടാര സത്യത്തിൽ മൂർച്ചയുള്ളതുതന്നെയായിരുന്നു. മലപ്പുറംകത്തിപോലെ അറ്റം വളഞ്ഞു കൂർത്ത് പിച്ചളച്ചുറ്റുള്ള പിടിയുമായി പതിനെട്ട് കടാരകളാണ് തലയിൽ

കുത്തിക്കയറ്റുക. സ്റ്റൂളിൽ ഇരിക്കുന്ന എന്റെ തലയിൽ ഒരു ചതുരപ്പെട്ടി ഇറക്കിവച്ചശേഷം പെട്ടിയുടെ മുന്നിലെ പാളി തുറക്കും. അപ്പോൾ എന്റെ മുഖം കാണികൾക്ക് വ്യക്തമായി കാണാം. പിന്നെ മുന്നിലെ പാളി അടച്ച് കഠാരകൾ ഓരോന്നായി പെട്ടിയുടെ നാലു ഭാഗത്തുനിന്നും കുത്തി ക്കയറ്റും. കഠാരയുടെ മറുതല പെട്ടി തുളച്ച് പുറത്തേക്കു വരുന്നതും കാണികൾക്ക് കാണാം. ഒടുവിലത്തെ കഠാര ശിരസ്സിന്റെ ഒത്ത നടു ക്കാണ് കുത്തിയിറക്കുക. തടിമില്ലിൽ ഈർച്ചവാൾ പ്രവർത്തിക്കുന്നതു പോലുള്ള ഒരു ഭീകരശബ്ദമാണ് അപ്പോൾ പശ്ചാത്തലത്തിൽ.

എല്ലാ കത്തികളും കുത്തിക്കയറ്റിയ ശേഷം മുന്നിലെ പാളി തുറന്ന് കാണിക്കും. അതിനുമുമ്പ് "എന്റെ ശിഷ്യയുടെ തല നിങ്ങൾക്ക് കാണാൻ സാധിക്കില്ല....." എന്ന് ഗുരു പ്രഖ്യാപിക്കും. ശരിയാണ് പെട്ടിക്കുള്ളിൽ തലങ്ങും വിലങ്ങും കഠാരകൾ മാത്രമേ കാണികൾക്ക് കാണാനാവൂ. പെട്ടി തുറക്കുമ്പോൾ മൊട്ടുസൂചി നിലത്തുവീണാൽ കേൾക്കുന്ന നിശ്ശ ബ്ദതയായിരിക്കും. ശ്വാസംപിടിച്ചിരിക്കുന്ന കാണികൾ സത്യത്തിൽ കൈയടിക്കാൻ മറക്കുകയാണപ്പോൾ. അന്യരായ കാഴ്ചക്കാരുടെ മാന സികസ്ഥിതി ഇതാവുമ്പോൾ പെറ്റ വയറിന്റെ നോവ് എന്തായിരിക്കണം. പാവം അമ്മ ആ കാഴ്ച ഒരുനോക്കു മാത്രമേ കണ്ടുള്ളൂ. തലചുറ്റി, കണ്ണിൽ ഇരുട്ടുകയറി തളർന്നുവീണുപോയി. ഒന്നും സംഭവിക്കരുതേ യെന്ന് കൊരട്ടി മാതാവിനെ വിളിച്ച് പ്രാർത്ഥിച്ചുകൊണ്ടിരിക്കുകയായി രുന്നത്രെ അമ്മ.

5

ഗുരുവായൂരപ്പന്റെ സന്നിധിയിൽ

ആദ്യഘട്ടത്തിൽ മാജിക്ഷോയ്ക്ക് ലൈവ് ഓർക്കസ്ട്രയാണുണ്ടാ യിരുന്നത്. അതിന് ഒരു പ്രത്യേക രസമുണ്ടായിരുന്നു. ആർട്ടിസ്റ്റുകളുടെ അപ്പപ്പോഴത്തെ ഭാവപ്രകടനങ്ങൾക്കും താളത്തിനുമൊപ്പം സംഗീതോ പകരണങ്ങൾ അണിചേരുന്നതിന്റെ രസം. നിലമ്പൂർ സീനത്തിന്റെ അനു ജനടക്കം എട്ടുപേർ അടങ്ങുന്ന ഓർക്കസ്ട്ര ടീം ആയിരുന്നു പശ്ചാത്ത ലസംഗീതം ഒരുക്കിയിരുന്നത്. ഇവർ നിലമ്പൂരിലെ പ്രശസ്ത ഗാനമേള ട്രൂപ്പിലെ അംഗങ്ങളായിരുന്നു. വേനൽക്കാലമായാൽ ഇവർക്ക് മിക്ക ദിവ സവും ഗാനമേളയുണ്ടാകും. വല്ലപ്പോഴും നടക്കാറുള്ള മാജിക് ഷോയ്ക്ക് ഇവരെ കൂട്ടിക്കൊണ്ടുപോകാൻ പെടുന്ന പാട് ചില്ലറയല്ല. ഗിറ്റാറിസ്റ്റ് രാമ നാട്ടുകര വിജയന്റെ കൂടെയാണെങ്കിൽ വയലിനിസ്റ്റ് വിളയിൽ വൽസല യുടെ പരിപാടിക്കു പോയതാവും. തവളയെ പിടിച്ച് തുലാസിൽ വയ്ക്കുന്നതുപോലെയാണ് ഓർക്കസ്ട്രക്കാരെ വാനിലേക്ക് എത്തിക്കു ന്നത്. എല്ലാവരുമെത്തുമ്പോൾ അസീസിന്റെ ജാസ് മഞ്ചേരിയങ്ങാടി യിലെ പീടികമുറിക്കുള്ളിലായിരിക്കും. തലേന്നു രാത്രിയിലെ ഗാന മേളയ്ക്ക് വേറെയാരോ വാടകയ്ക്കെടുത്തുകൊണ്ടുപോയ ജാസ് വാനിൽ കയറ്റാൻ അസീസിനെയുംകൊണ്ട് വാൻ മഞ്ചേരിയിലെത്തണം.

കീബോർഡു വായിക്കുന്ന ബാപ്പുട്ടി വലിയ തമാശക്കാരനാണ്. ശ്വാസം വിടുമ്പോലെയാണ് ബാപ്പുട്ടി തമാശ പറയുക. എന്തു കണ്ടാലും അതിൽ ചിരിയുടെ മേമ്പൊടി ചേർക്കാൻ ബാപ്പുട്ടിക്കറിയാം. പിശുക്ക നായ ട്രൂപ്പ് ലീഡർക്ക് കൊള്ളുന്ന തരത്തിൽ ഒരു ദിവസം ബാപ്പുട്ടി തമാശ കാണിച്ചു. ഓഡിറ്റോറിയത്തിലെ ഗ്രീൻറൂമിൽ കഴുകിയിട്ടിട്ടുപോയ ഗുരു വിന്റെ സോക്സിനു മുകളിൽ ബാപ്പുട്ടി ഒരു സ്ലിപ്പ് എഴുതി പിൻചെയ്തി ട്ടു. 100% കിഴിവ് എന്നായിരുന്നു ആ സ്ലിപ്പിൽ എഴുതിയിരുന്നത്. തിരിച്ചു

വന്ന ഗുരു നൂറുകണക്കിന് ഒട്ടകൾ വീണ ആ സോക്സിലേക്കു നോക്കി കണ്ണുമിഴിച്ചു നിന്നപ്പോൾ ഞങ്ങൾക്ക് ചിരിയടക്കാനായില്ല.

ഇങ്ങനെയെല്ലാം ട്രൂപ്പിനെ സജീവമാക്കി പോന്നിരുന്ന ഓർക്കസ്ട്ര ടീമിന് ഒരു ദുഃശീലമുണ്ടായിരുന്നു. അവരിൽ ചിലർ മദ്യപിക്കും. പ്രോഗ്രാം സ്ഥലത്തും വാനിലും മദ്യപിച്ചു വരാൻ പാടില്ലെന്ന കർശന നിർദ്ദേശമുണ്ടെങ്കിലും തലേ ദിവസത്തെ ഗാനമേള 'വിരുന്നി'ന്റെ ലഹരിയിറങ്ങാത്തവർ കിറുങ്ങിക്കിറുങ്ങി നടക്കുന്നതു കാണാം. ഞങ്ങൾക്കവരെ പേടിയായിരുന്നു. അവരുടെ ചുവന്നു കലങ്ങിയ കണ്ണുകളും കുഴഞ്ഞ സംസാരവും കൗമാരപ്രായക്കാരിയായ എന്റെ മനസ്സിൽ വല്ലാത്ത ഭീതിയുണർത്തിയിരുന്നു. അവരെ ശ്രദ്ധിക്കാതെ നടന്നാൽ മതിയെന്നു മാത്രമേ ഗുരുവിന് പറയാനാവൂ. ഓർക്കസ്ട്രയ്ക്ക് ഒരു ബദലില്ലെന്ന വസ്തുതയാണ് അവരുടെ അഹങ്കാരം വർദ്ധിപ്പിച്ചതെന്നു തോന്നുന്നു. അവരിൽ ഒരാൾ പോയാൽ പരിപാടി നടക്കില്ലെന്ന സ്ഥിതിയായിരുന്നു അന്ന്. അതുകൊണ്ട് കൂടുതൽ കാർക്കശ്യം കാണിക്കാൻ ഗുരുവിനും ഭയമായിരുന്നു.

അന്ന് ഗുരുവായൂർ ക്ഷേത്രത്തിനടുത്തായിരുന്നു പരിപാടി. ഒരു സ്റ്റേജിൽ രണ്ടു ദിവസത്തെ പരിപാടി. സംഘാടകർ ഗുരുവായൂർ ദേവസ്വമായിരുന്നോയെന്ന് നല്ല ഓർമ്മയില്ല. താമസം 'കൗസ്തുഭ'ത്തിലായിരുന്നു. ആദ്യദിവസത്തെ ഷോ കഴിഞ്ഞ് ഞങ്ങൾ കൗസ്തുഭത്തിലാണ് കിടന്നത്. രാത്രി രണ്ടു മണിയായിക്കാണും മുറിയിലെത്തിയപ്പോൾ. അഞ്ചു മണിക്ക് ക്ഷേത്രത്തിൽ വാകച്ചാർത്തിന് പോകാൻ പരിപാടിയിട്ടിരുന്നതിനാൽ രണ്ടു മണിക്കൂർ മാത്രം ഉറങ്ങി നാലു മണിക്കെഴുന്നേറ്റ്

ഗുരുവായൂർ ക്ഷേത്രം

ഓരോരുത്തരായി കുളി തുടങ്ങി. അവസാനത്തെയാളുടെ കുളി കഴിയും വരെ ഒരു ഉറക്കംകൂടി കിട്ടുമെന്നതുകൊണ്ട് കുളി കഴിഞ്ഞവർ വീണ്ടും കിടന്നുറങ്ങി. കൃത്യം അഞ്ചു മണിക്ക് ക്ഷേത്രത്തിൽനിന്ന് നീണ്ട ശംഖു വിളിയുയർന്നു. മുല്ലപ്പൂക്കളുടെ സുഗന്ധമുയരുന്ന അമ്പലനടയിലൂടെ കടന്ന് ഞങ്ങൾ ക്യൂവിനു പിന്നിൽ ചെന്നു നിന്നു. ശരീരം നന്നായി കുളിർന്നു വിറയ്ക്കുന്നുണ്ടായിരുന്നു. എങ്കിലും ചന്ദനത്തിന്റെയും കുന്തി രിക്കത്തിന്റെയും മറ്റും സുഗന്ധം നിറഞ്ഞ ഭക്തിനിർഭരമായ അന്തരീ ക്ഷത്തിൽ നിന്നപ്പോൾ മനസ്സിന് എന്തെന്നില്ലാത്ത ഒരു അനുഭൂതിയു ണ്ടായി. പക്ഷേ, അലോസരത്തിന്റേതായ നിമിഷങ്ങളും അതിനു പിന്നാലെ കടന്നുവന്നു. കസവുമുണ്ടുടുത്ത് നെറ്റിയിൽ ചന്ദനം ചാർത്തി ഗുരുവായൂരപ്പനെ കാണാൻ കൈകൂപ്പി നില്ക്കുന്ന ചില യുവഭക്തന്മാരെ പെൺകുട്ടികളുടെ സാന്നിദ്ധ്യം വീർപ്പുമുട്ടിച്ചെന്നു തോന്നുന്നു. ഇരുവശ ങ്ങളിലുമായി വരിയിൽ നില്ക്കുന്നവരുടെ കാലിൽ ചവിട്ടലും ഞോണ്ടലും സഹിച്ച് പ്രതികരിക്കാൻ നിവൃത്തിയില്ലാതെ ഞങ്ങൾ മണിക്കൂറുകളോളം ആ ക്യൂവിൽ നിന്നു. ഒടുവിൽ ആയിരം നെയ്ത്തിരികളുടെ പ്രഭാവലയ ത്തിൽ ഗുരുവായൂരപ്പൻ പ്രത്യക്ഷപ്പെട്ടപ്പോഴാണ് യുവഭക്തന്മാരുടെ അസു ഖത്തിന് വിരാമമായത്.

പിറ്റേന്നു രാവിലെ റെസ്റ്റോറന്റിൽ വച്ച് കണ്ടുമുട്ടിയപ്പോൾ ബാപ്പുട്ടി തമാശകളുടെ പടക്കത്തിന് തീകൊളുത്തി. നസ്രാണിയും ഇസ്ലാമും ക്ഷേത്രത്തിൽ പ്രവേശിച്ചത് പറഞ്ഞായിരുന്നു ബാപ്പുട്ടിയുടെ വെടിക്കെട്ട്. 'അഹിന്ദുക്കൾക്ക് പ്രവേശനമില്ല' എന്നെഴുതിയ ബോർഡ് തിരക്കിനിട യിൽ ഞങ്ങളാരും കണ്ടില്ല. അങ്ങനെയൊരു സംഗതിയുള്ളതായി ഞങ്ങ ളോടാരും പറഞ്ഞതുമില്ല. ഉൽസവപരിപാടികൾക്കു പോകുമ്പോൾ ക്ഷേത്രങ്ങൾ സന്ദർശിക്കാറുള്ളതുകൊണ്ട് ഗുരുവായൂർ പ്രവേശനത്തിന്റെ കാര്യത്തിലും പ്രത്യേകതയൊന്നും തോന്നിയിരുന്നില്ല.

അതിനിടയിൽ ബാപ്പുട്ടിയുടെ തമാശകൾ ക്യൂവിൽനിന്ന കൃഷ്ണ ഭക്തന്മാരിലേക്ക് ചെന്നെത്തി. ഓരോന്ന് പറഞ്ഞ് മറ്റുള്ളവരെ പൊട്ടിച്ചി രിപ്പിക്കുന്നതിനിടയിൽ കൈ കഴുകി വന്ന ഗിറ്റാറിസ്റ്റ് നനഞ്ഞ കൈപ്പ ത്തി എന്റെ മുഖത്ത് ഒപ്പി. ആ സെക്കന്റിൽ എല്ലാ നിയന്ത്രണവും വിട്ട ഞാൻ എഴുന്നേറ്റുനിന്ന് അയാളുടെ മുഖമടച്ച് ഒന്ന് പൊട്ടിച്ചു. അയാ ളുടെ കണ്ണുകൾ തൽക്ഷണം കലങ്ങി. ഞാൻ അടിമുടി വിറയ്ക്കുകയാ യിരുന്നു. റെസ്റ്റോറന്റ് പെട്ടെന്ന് നിശ്ശബ്ദമായി. കുറേ നേരത്തേക്ക് ആരും ഒന്നും മിണ്ടിയില്ല. കുറച്ചു കഴിഞ്ഞപ്പോഴേക്കും ഓർക്കസ്ട്രാ ടീമിലെ മറ്റ് അംഗങ്ങൾ ഗിറ്റാറിസ്റ്റിന് വക്കാലത്തു പിടിക്കാൻ വന്നു തുടങ്ങി. ഞാൻ ആരുടെയും മുഖത്തേക്കു നോക്കാതെ കുനിഞ്ഞിരുന്നു. എന്താ യാലും ഇത് കുറച്ച് കടന്ന കൈയായിപ്പോയെന്ന് ബാപ്പുട്ടിയടക്കമുള്ള വർ പറഞ്ഞപ്പോൾ എനിക്ക് കരച്ചിൽ വന്നു. എനിക്കുവേണ്ടി ഒരു വാക്കു പറയാൻ ആരുമുണ്ടായില്ല. പ്രശ്നം ഒത്തുതീർക്കേണ്ട ട്രൂപ്പ് ലീഡർ സംഭ വസ്ഥലത്തുണ്ടായിരുന്നില്ല. സംരക്ഷകയായി കൂടെയുണ്ടായിരുന്ന ചേട

ത്തിയമ്മയ്ക്കും എന്റെ നടപടി രസിച്ചില്ലെന്നുറപ്പ്. ഞാൻ ഒറ്റപ്പെടുകയാ
യിരുന്നു. ഗുരു വരുമ്പോൾ എന്താവും സംഭവിക്കാൻ പോവുക
എന്നോർത്ത് ഞാൻ പേടിച്ചു. ആ ഗിറ്റാറിസ്റ്റ് പ്രായംകൊണ്ട് എന്നേക്കാൾ
ഇരുപതു വയസ്സെങ്കിലും മൂപ്പുള്ളയാളാണ്. എനിക്കും കനത്ത കുറ്റബോ
ധമുണ്ടായി. അവർ കൂട്ടംചേർന്ന് എന്നോട് പ്രതികാരം ചെയ്യുമോയെ
ന്നുപോലും ഞാൻ ഭയന്നു.

ഉച്ചതിരിഞ്ഞ് ഗുരു സ്ഥലത്തെത്തിയപ്പോൾ ഞാൻ കിടുകിടെ വിറ
യ്ക്കുകയായിരുന്നു. ഞാൻ ഓഡിറ്റോറിയത്തിനു പുറത്തുള്ള പാർക്കിൽ
പോയി ഒളിച്ചിരുന്നു. കുറച്ചു കഴിഞ്ഞപ്പോൾ അനുജത്തി വന്ന് എന്നെ
വിളിച്ചുകൊണ്ടുപോയി. ഏതു ശിക്ഷയും ഏറ്റുവാങ്ങാനുള്ള ധൈര്യം
സംഭരിച്ച് ഞാൻ ധീരയായി ഗ്രീൻറൂമിലേക്കു പ്രവേശിച്ചു. കോപംകൊണ്ട്
ജ്വലിക്കുന്ന ഗുരുവിനെയായിരുന്നു ഞാനവിടെ പ്രതീക്ഷിച്ചിരുന്നത്.
എന്നാൽ വളരെ സൗമ്യമായ ഒരു പ്രതികരണമായിരുന്നു ഗുരുവിൽനി
ന്നുണ്ടായത്. അദ്ദേഹം ഗിറ്റാറിസ്റ്റിന്റെ പ്രവൃത്തി ന്യായീകരിക്കുകയോ
എന്നെ കുറ്റപ്പെടുത്തുകയോ ചെയ്തില്ല. ഇനി ഇങ്ങനെ എന്തെങ്കിലും
സംഭവിച്ചാൽ എന്നോടു പറഞ്ഞാൽ മതിയെന്ന് അദ്ദേഹം ഒരു മുന്നറി
യിപ്പ് തന്നുവെന്നു മാത്രം. എനിക്കു ശ്വാസം നേരെ വീണു. ലോകം
വെട്ടിപ്പിടിച്ച സന്തോഷമായിരുന്നു എനിക്കപ്പോൾ.

മാജിക് ഡ്രാമയിൽനിന്ന്

ഈ സംഭവത്തെ തു
ടർന്ന് ഓർക്കസ്ട്രക്കാർക്ക്
എന്നോടുണ്ടായിരുന്ന സമീപ
നത്തിന് മാറ്റം വന്നു. ലൈംഗി
കച്ചുവയുള്ള വർത്തമാനങ്ങൾ
വാനിലിരുന്ന് തുറന്നടിച്ചിരുന്ന
വർ അത് നിർത്തി. ആ ഗിറ്റാ
റിസ്റ്റിന്റെ മുഖത്തേക്ക് പിന്നീ
ടൊരിക്കലും ഞാൻ നോക്കിയി
ട്ടില്ല. കാർമേഘം മൂടിയ ഈ
അന്തരീക്ഷത്തിന് താമസി
യാതെ വിരാമമായി. ലൈവ്
ഓർക്കസ്ട്രയ്ക്കു പകരം
റെക്കോർഡ് ചെയ്ത മ്യൂസിക്
ആക്കാമെന്ന ഗുരുവിന്റെ തീരു
മാനത്തോടെയായിരുന്നു അത്.
രാമനാട്ടുകര വിജയൻ സംവി
ധാനം ചെയ്ത പശ്ചാത്തല
സംഗീതം ഒരാഴ്ചത്തെ റിഹേ
ഴ്സലിനൊടുവിൽ റെക്കോർഡ്
ചെയ്തു. വാദ്യമേളക്കാർ

പോയപ്പോൾ അംഗസംഖ്യ കുറഞ്ഞതിന്റെ പേരിൽ ട്രൂപ്പിന് ചിട്ടയും ഒതുക്കവും കൈവന്നു. ഒരു കുടുംബംപോലെ അച്ചടക്കമുള്ള വിനയവും ബഹുമാനവുമുള്ള ഒരു ട്രൂപ്പായിത്തീർന്നു. പക്ഷേ, പുതിയ പശ്ചാത്തല സംഗീതവുമായി പൊരുത്തപ്പെടാൻ ഞങ്ങൾക്ക് ഏറെനാൾ വേണ്ടിവന്നു. ആദ്യമുണ്ടായിരുന്നത് ആർട്ടിസ്റ്റുകളുടെ ചലനത്തിനൊപ്പം സംഗീതം പിന്നാലെയെത്തുകയായിരുന്നു. ഇപ്പോൾ സംഗീതത്തിനു പുറകേ ആർട്ടി സ്റ്റുകൾ ചലിക്കേണ്ട സ്ഥിതിയിലേക്കു മാറി. കലാനിലയമുൾപ്പെടെയുള്ള നാടകക്കമ്പനികളും ബാലേസംഘങ്ങളുമൊക്കെ ഏതാണ്ട് ഇക്കാലത്ത് റെക്കോർഡ് ഓർക്കസ്ട്രയിലേക്കു മാറിയിരുന്നു. ചെലവു കുറയ്ക്കാനും ട്രൂപ്പിനെ അനായാസം കൈകാര്യം ചെയ്യാനും സാധിക്കുന്ന ഈ മാറ്റം കലാസംഘങ്ങൾക്ക് ആശ്വാസമായെന്ന് ചുരുക്കം.

ഗുരുവായൂരപ്പന്റെ അനുഗ്രഹത്തിന് ജാതിയുടെ വിവേചനമില്ലെന്ന് അന്നത്തെ സംഭവത്തോടെ എനിക്കു മനസ്സിലായി. മാജിക്ട്രൂപ്പിൽ ഞാൻ നേരിട്ടുകൊണ്ടിരുന്ന ഒരു സ്വകാര്യ മാനസികസംഘർഷത്തിന് അവസാ നമുണ്ടായത് ഗുരുവായൂരപ്പന്റെ സന്നിധിയിൽവച്ചാണല്ലോ. വേദോപനി ഷത്തുക്കൾ സ്വായത്തമാക്കിയ ഒരു ബ്രാഹ്മണൻ എന്റെ കഴുത്തിൽ താലി ചാർത്തിയതും ഗുരുവായൂരപ്പന്റെ സമീപത്തുവച്ചായിരുന്നു. അല്ലെ ങ്കിലും ദൈവങ്ങൾക്ക് ജാതിയും മതവുമില്ലല്ലോ.

6

തൊണ്ട പൊള്ളിച്ച ഐസ്ക്രീം

'**അ**ക്ഷരജാല'ത്തിനു മുമ്പ് തിരുവനന്തപുരത്ത് ഒരു തവണ ഞങ്ങൾ എത്തിയിയിരുന്നു. ബാങ്ക് എംപ്ലോയീസിന്റെ സാംസ്കാരിക സംഘടനയായ 'തരംഗ'ത്തിന്റെ ക്ഷണമനുസരിച്ചാണ് ആദ്യമായി ഞങ്ങൾ തലസ്ഥാന നഗരിയിലെത്തിയത്. അപരിചിതമായ സ്ഥലമായ തിനാൽ തലേദിവസംതന്നെ ട്രൂപ്പ് തലസ്ഥാനത്തെത്തി. പഴമയുടെയും രാജഭരണത്തിന്റെയും അവശേഷിപ്പുകൾ സൂക്ഷിച്ചിട്ടുള്ള കിഴക്കേ ക്കോട്ടയിലായിരുന്നു ഞങ്ങളുടെ താവളം. പത്മനാഭസ്വാമിക്ഷേത്രവും കുളവും ബഹളമില്ലാത്ത തെരുവും മുല്ലപ്പൂചൂടിയ സ്ത്രീകളുമെല്ലാം

കിഴക്കേക്കോട്ടയിൽനിന്ന്

ഞങ്ങൾക്ക് രസമുള്ള കാഴ്ചകളായിരുന്നു.

നഗരത്തിൽ എനിക്ക് ഏറ്റവുമധികം കൗതുകം തോന്നിയത് കെ എസ് ആർ ടി സിയുടെ ഡബിൾഡക്കർ ബസും മൃഗശാലയുമായിരുന്നു. കിഴക്കേക്കോട്ട-ശാസ്തമംഗലം എന്ന ബോർഡുവച്ച ഡബിൾഡക്കറിൽ കയറിയാണ് ഞങ്ങൾ മൃഗശാല കാണാൻ പോയത്. കുടിയേറ്റ ഭൂമിയിൽ കാട്ടുമൃഗങ്ങളെ ഭയന്ന് ജീവിച്ച എനിക്ക് കൂട്ടിലിട്ട വന്യമൃഗങ്ങളെ കണ്ട പ്പോൾ സഹതാപം തോന്നി. ശൗര്യവും അരിശവും കടിച്ചമർത്തി മനു ഷ്യൻ ഒരുക്കിയ കുരുക്കിനുള്ളിൽ ജീവിതം വലിച്ചിഴയ്ക്കുകയാണ് ആ മിണ്ടാപ്രാണികൾ. ആർക്കൊക്കെയോ സന്തോഷിക്കാൻവേണ്ടി കഴിഞ്ഞു കൂടുന്ന, പ്രതീക്ഷകളുടെ മുനയൊടിഞ്ഞ, മരവിച്ച ജീവിതം. സ്വന്തം ജീവി തഗതിയെക്കുറിച്ച് ഒരു നിമിഷം അവിടെവെച്ച് ഞാൻ ഓർത്തുപോയി.

ജീവിതത്തിൽ ആദ്യമായി ഐസ്ക്രീമിന്റെ രുചിയെന്തെന്നറിഞ്ഞത് അവിടെവെച്ചായിരുന്നു. ഉച്ചവെയിലിൽ നടന്നു ക്ഷീണിച്ചതുകൊണ്ട് നല്ല ദാഹവും വിശപ്പുമുണ്ടായിരുന്നു. അതുകൊണ്ട് ഒരു പത്ത് ഐസ്ക്രീം കഴിക്കാനുള്ള മോഹമുണ്ടായി. പക്ഷേ, ഒരു കപ്പ് ഐസ്ക്രീമിന് 3 രൂപ 50 പൈസ വിലയാണെന്നറിഞ്ഞപ്പോൾ ആ മോഹം ഉള്ളിലൊതുക്കി. ഒരു പ്രോഗ്രാമിന് കിട്ടുന്ന പ്രതിഫലം 25 രൂപയാണ്. തിരുവനന്തപുരത്ത് ഒരു ഷോ നടത്താൻ മൂന്നു ദിവസത്തെ മെനക്കേടാണ്. അങ്ങനെ രണ്ടു ദിവസത്തെ യാത്രാക്ഷീണവും ഉറക്കക്ഷീണവുമടക്കം മൂന്നു ദിവസത്തെ പ്രയത്നത്തിനു കിട്ടുന്ന കൂലിയാണ് ഈ ഇരുപത്തഞ്ചു രൂപ. അത് ചെല വാക്കാൻ എങ്ങനെ മനസ്സുവരും? എന്തായാലും ആദ്യത്തെ ഐസ്ക്രീം കഴിപ്പും മൃഗശാല കാണലും കമ്പനിവക ഞങ്ങൾക്കു കിട്ടിയ ഔദാ ര്യമാണെന്ന ധാരണയിൽ ആഹ്ലാദത്തോടെ ഞങ്ങൾ നഗരക്കാഴ്ചകൾ കണ്ട് നടന്നു.

'തരംഗ'ത്തിന്റെ പരിപാടി കഴിഞ്ഞ് ഞങ്ങൾ പിറ്റേന്ന് ഉച്ചയോടടു പ്പിച്ച് നാട്ടിലെത്തി. ട്രൂപ്പംഗങ്ങളിൽ കുറച്ചുപേർ നിലമ്പൂർ ടൗണിൽ ഇറ ങ്ങി. ബസിന്റെ സീറ്റിലിരുന്നുകൊണ്ട് വരവും ചെലവും കുറിച്ച തുണ്ടു കടലാസും ഫീസിന്റെ ബാക്കി തുകയും ട്രൂപ്പ്ലീഡർ അവർക്കു കൊടു ത്തു. ഇനി ഞങ്ങൾ അവരെ കാണുക അടുത്ത യാത്രയിലായിരിക്കും. അര മണിക്കൂറിനു ശേഷം ഞങ്ങളുടെ കണക്കും കുറിച്ചുതന്നു. കാശിന്റെ കണക്കു പറയുന്നതും ചോദിക്കുന്നതും അന്നും ഇന്നും എനിക്ക് കഴി യാത്ത കാര്യമാണ്. അനിയത്തി പിന്നിലും ഞാൻ മുന്നിലുമായി പാടവ രമ്പിലൂടെ നടക്കുംവഴി ആരുമില്ലാത്ത സ്ഥലത്തെത്തിയപ്പോൾ കയ്യിൽ ചുരുട്ടിപ്പിടിച്ച തുണ്ടുകടലാസ് തുറന്നു നോക്കി. ഞങ്ങളുടെ രണ്ടുപേരു ടെയുംകൂടിയുള്ള 50 രൂപ ഫീസിൽനിന്ന് ഐസ്ക്രീമിന്റെ ഏഴു (രണ്ടു കപ്പിന്റെ വില) രൂപ, മൃഗശാല ടിക്കറ്റിന്റെ രണ്ടു രൂപ, ഓട്ടോറിക്ഷാ ചാർജ് എന്നിങ്ങനെയുള്ള ചിലവുകൾ കഴിച്ച് ബാക്കിയുള്ളത് ഫീസിന്റെ പകുതി തുക മാത്രം. എനിക്കപ്പോൾ പൊട്ടിക്കരയാൻ തോന്നി. കാരണം, കഴിഞ്ഞ ഏതാനും പരിപാടികളുടെ ഫീസ് വീട്ടിലേക്ക് അരി വാങ്ങാൻപോലും

കൊടുക്കാതെ ഭദ്രമായി സൂക്ഷിച്ചുവച്ചിരിക്കുകയായിരുന്നു. ഇത്തവണ ത്തെ ഫീസുംകൂടി ചേർത്താൽ ഞങ്ങൾ മൂന്നു പെൺമക്കളിൽ ഒരാൾക്ക് ഒരു കുഞ്ഞു മൊട്ടുകമ്മൽ സ്വന്തമാക്കാം. അപ്പച്ചനെക്കൊണ്ട് അതു വാങ്ങിത്തരാനുള്ള കഴിവില്ലെന്ന് മനസ്സിലാക്കിയ മൂന്നു പേരും ഒരു വെള്ളിക്കൊലുസിനുപോലും ആ മനുഷ്യനെ ബുദ്ധിമുട്ടിച്ചിട്ടില്ല. വീട്ടിലെ ദാരിദ്ര്യത്തിനിടയിൽ അധികദിവസം ഞങ്ങളുടെ സമ്പാദ്യം സൂക്ഷിച്ചു വയ്ക്കാനാവില്ല. ആർക്കെങ്കിലും ഒരസുഖം വന്നാൽ മൊട്ടുകമ്മൽ എന്ന സ്വപ്നം വെള്ളത്തിലാവും. ഈ സ്ഥിതിയിലാണ് ഫീസിൽനിന്ന് പകുതി തുക വെട്ടിപ്പിടിച്ചിരിക്കുന്നത്. ചുരുക്കിപ്പറഞ്ഞാൽ ആ ഐസ്ക്രീം എന്റെ തൊണ്ട പൊള്ളിച്ചു.

വർഷങ്ങൾക്കുശേഷം ഒരു അറേബ്യൻ പ്രോഗ്രാമിനു പോയപ്പോൾ ഹോട്ടൽ മുറിയിൽ കൊണ്ടുവച്ച പല നിറത്തിലുള്ള ഐസ്ക്രീം കണ്ട പ്പോൾ എനിക്ക് വീണ്ടും കരച്ചിൽ വന്നു. പച്ചവെള്ളം കൊടുക്കുന്ന ലാഘവ ത്തോടെയാണ് വലിയ സ്ഫടികപ്പാത്രങ്ങളിൽ വിവിധ തരം

ഐസ്ക്രീമുകൾ നിരത്തിവച്ചിരിക്കുന്നത്. ഞങ്ങളോടൊപ്പമില്ലാത്ത മറ്റൊരു അനിയത്തിയും അനിയന്മാരും അപ്പോഴും ഐസ്ക്രീമിന്റെ രുചി യറിഞ്ഞിട്ടുണ്ടായിരുന്നില്ല. ആ ചിന്ത എന്നെ നീറ്റിക്കൊണ്ടിരുന്നു.

ആർഭാടമായ തീൻമേശയ്ക്കരികിൽ പലപ്പോഴും ഞങ്ങൾ ആഗ്ര ഹമടക്കിവച്ച് ആഹാരം കഴിച്ചിട്ടുണ്ട്. പ്രധാനികളായ സംഘാടകർക്കൊപ്പം ഭക്ഷണം കഴിക്കേണ്ടി വരുമ്പോഴാണത്. ആർത്തിയുള്ളവരാണെന്ന്

തോന്നാത്ത വിധത്തിൽ മിതമായി ഭക്ഷിക്കണമെന്ന താക്കീതുണ്ടായിരു
ന്നു. അന്തസ്സ് പുലർത്താൻവേണ്ടി അരപ്പട്ടിണിയിൽ കഴിഞ്ഞിട്ടുണ്ടെന്ന്
ചുരുക്കം. ധനികന്മാരായ സംഘാടകർ വളരെ കുറച്ചു ഭക്ഷണം മാത്രം
വിളമ്പി കഴിക്കുമ്പോൾ ദരിദ്രവാസികളായ ഞങ്ങൾ തീൻപാത്രത്തിൽ
കൂമ്പാരം വിളമ്പുന്നത് നാണക്കേടല്ലേ.

തിരുവനന്തപുരത്ത് ക്യാമ്പ് ചെയ്യുമ്പോൾ, പരിപാടിയില്ലാത്ത ദിവ
സങ്ങളിൽ എം എൽ എ ഹോസ്റ്റലിലെ കഞ്ഞിയായിരുന്നു ഞങ്ങളുടെ
ആശ്രയം. രാവിലെ കിഴക്കേക്കോട്ടയിലെ തട്ടുകടയിൽനിന്ന് ഒരു പഴം
പുഴുങ്ങിയതും ഒരു ഗ്ലാസ് പാലും. ഉച്ചയ്ക്ക് ഓട്ടോറിക്ഷക്കാരും മറ്റും
ഊണു കഴിക്കുന്ന ചെറിയൊരു ഹോട്ടലിൽനിന്ന് എട്ടു രൂപയുടെ ഊണ്.
വൈകിട്ട് കിഴക്കേക്കോട്ടയിൽനിന്ന് പാളയം വരെ നടന്നുപോയി
കഞ്ഞിയും പയറും കഴിച്ച് മടങ്ങും. ഒരാൾക്ക് പരമാവധി ഒരു ദിവസം
ഭക്ഷണത്തിന് അനുവദിക്കപ്പെട്ട തുക ഇരുപത്തഞ്ച് രൂപയാണ്. പുരു
ഷന്മാരായ ആർട്ടിസ്റ്റുകൾ ഇതേച്ചൊല്ലി കലഹിക്കുന്നത് പതിവായിരു
ന്നു. അവർ ട്രൂപ്പ്മാനേജരിൽനിന്നും കുറച്ചു ചില്ലറകൂടി എങ്ങനെ
യെങ്കിലും കൈക്കലാക്കും. അതെല്ലാം ബാലൻസ് ചെയ്യുന്നത് പെൺകു
ട്ടികളുടെ ഭക്ഷണച്ചെലവിൽനിന്നാണെന്ന് സംശയം തോന്നിയിട്ടുണ്ട്.

പതിനഞ്ച്-ഇരുപതു വർഷം മുമ്പ് കേരളത്തിലെ സ്ത്രീകൾ തട്ടു
കടയിൽനിന്നും ഭക്ഷണം കഴിക്കുന്നത് അപൂർവ്വ സംഭവമായിരുന്നു.
രാത്രി, അരണ്ട വെളിച്ചത്തിൽ തെരുവോരത്തെ ബഞ്ചുകളിലിരുന്ന്
ആഹാരം കഴിക്കുമ്പോൾ ആളുകൾ ഞങ്ങളെ തുറിച്ചുനോക്കാറുള്ളത്
ഞെട്ടലോടെ ഇന്നും ഓർക്കുന്നു. ജാള്യതകൊണ്ട് മുഖംകുനിച്ചിരുന്ന്
സങ്കടം ഉള്ളിലൊതുക്കി വിശപ്പടക്കിയ കാലം. ഇന്ന് കേരളത്തിലെ
സ്ത്രീകൾ റോഡരുകിൽ തട്ടുകട നടത്തുന്നതു കാണുമ്പോൾ അഭി
മാനം തോന്നുന്നു. സ്ത്രീശാക്തീകരണം സ്ത്രീക്കു നല്കിയ മനക്കരു
ത്തിന്റെ സാക്ഷ്യപത്രങ്ങളാണിത്. ഇവിടെ ഒരു കാര്യം അടിവരയിട്ടു പറ
യാനുണ്ട്; തട്ടുകട നടത്തുന്ന സ്ത്രീയോടുള്ള കാഴ്ചപ്പാടല്ല സമൂഹത്തിന്
കലാകാരിയോടുള്ളത്. അവൾക്കിന്നും ദേവദാസിയുടെ വിലയാണ്
കല്പിച്ചിരിക്കുന്നത്. (സിനിമയുടെ തട്ടകത്തിൽ തിളങ്ങാനും താരമൂല്യം
നേടാനും ഭാഗ്യം ലഭിച്ച ചുരുക്കം ചില കലാകാരികളെ മാറ്റിനിർത്തി
യാണ് ഈ അഭിപ്രായം) നാടകരംഗത്തും ഇതര കലാവേദികളിലും
നില്ക്കുന്ന സ്ത്രീയുടെ വ്യക്തിത്വത്തെ സംശയദൃഷ്ടിയോടെയാണ്
സമൂഹം നോക്കുന്നത്.

7

അക്ഷരജാലം

നായനാർ ഗവൺമെന്റ് സാക്ഷരതാവർഷമായി പ്രഖ്യാപിച്ച 1990. കേരളം സമ്പൂർണ്ണ സാക്ഷരത കൈവരിക്കുന്നതിനായുള്ള പ്രയത്ന ത്തിന്റെ ഭാഗമായി നഗരങ്ങളും നാട്ടിൻപുറങ്ങളും അർപ്പണബോധ ത്തോടെ ഉണർന്നു പ്രവർത്തിച്ച സമയം.

ഒരു വർഷം നീളുന്ന സാക്ഷരതായജ്ഞം സജീവമായപ്പോൾ ഞങ്ങ ളുടെ മാജിക് ട്രൂപ്പ് 'അക്ഷരജാലം' എന്ന പേരിൽ സന്ദേശജാലവിദ്യക ളൊരുക്കി തലസ്ഥാനത്തെത്തി. അന്നത്തെ ജില്ലാ കളക്ടറായിരുന്ന നളിനി നേറ്റോ ജില്ലാ സാക്ഷരതാ മിഷന്റെ ആഭിമുഖ്യത്തിൽ ഒരുക്കിയ വേദിയിൽ ആദ്യപരിപാടി അരങ്ങേറി. ശൂന്യതയിൽനിന്ന് അക്ഷരപ്പൂക്കൾ വരുത്തുന്നതും കാലിയായ ബാസ്കറ്റിൽനിന്ന് അക്ഷരമാല പ്രത്യക്ഷ പ്പെടുത്തുന്നതും ഒന്നുമെഴുതാത്ത സ്ലേറ്റിൽ 'സാക്ഷരകേരളം സുന്ദര കേരളം' എന്ന വാക്യം പ്രത്യക്ഷപ്പെടുത്തുന്നതുമടക്കം അമ്പതോളം ജാല വിദ്യകളാണ് ഈ പരിപാടിയിൽ ഉൾക്കൊള്ളിച്ചിരുന്നത്. വർണ്ണക്കടലാ സുകൊണ്ടു വെട്ടിയുണ്ടാക്കിയ അക്ഷരങ്ങൾ കഴുത്തിൽ തൂക്കി ശൂന്യ മായ പെട്ടിയിൽനിന്ന് പറന്നുയരുന്ന വെള്ളരിപ്രാവ് സമാധാനത്തിന്റെയും സാക്ഷരതയുടെയും പ്രതീകമായി. 'കൊടുക്കുംതോറുമേറിടും വിദ്യതൻ മഹാധനം' എന്ന ആപ്തവാക്യത്തെ മുൻനിർത്തി ശൂന്യമായ ഗ്ലാസിൽ വീണ്ടും വീണ്ടും നിറയുന്ന 'എവർ ഫില്ലിങ് ഗ്ലാസ്' എന്ന ജാലവിദ്യയാ യിരുന്നു അക്കൂട്ടത്തിൽ ഏറ്റവും കൂടുതൽ 'ക്ലിക്' ചെയ്ത ഇനം.

ഈ വിദ്യകളെല്ലാംതന്നെ സാധാരണ സ്റ്റേജുകളിൽ അവതരിപ്പിച്ചു കൊണ്ടിരുന്നതാണ്. അവയെ സാക്ഷരതയുടെ സന്ദേശവുമായി കോർത്തി ണക്കി അവതരിപ്പിച്ചപ്പോൾ വളരെപ്പെട്ടെന്ന് ആശയങ്ങൾ വിനിമയം ചെയ്യാനാവുമെന്ന് കണ്ടു. ഇതു മനസ്സിലാക്കിയ കളക്ടർ തിരുവന്തപുരം

1990-ലെ സാക്ഷരതായജ്ഞ ക്യാമ്പിൽ അക്ഷരം പഠിക്കുന്നവർ

ജില്ലയിലെ എല്ലാ സ്കൂളുകളിലും 'അക്ഷരജാലം' അവതരിപ്പിക്കാനായി സാക്ഷരതാ മിഷൻ നിർദ്ദേശം നല്കി. ബാനറുകൾ കെട്ടിയ ജീപ്പൊരുങ്ങി. അകമ്പടിയായി ഉദ്യോഗസ്ഥരും പൊലീസുകാരുമടങ്ങുന്ന ഒരു സംഘം ഞങ്ങൾക്കൊപ്പം ചേർന്നു.

സ്കൂളുകളിൽനിന്ന് സ്കൂളുകളിലേക്ക് അക്ഷരജാലപ്രയാണം തുടങ്ങി. ഏഷ്യയിൽ ഏറ്റവും കൂടുതൽ പെൺകുട്ടികൾ പഠിക്കുന്ന കോട്ടൻ ഹിൽ സ്കൂൾ ഞങ്ങളെ അമ്പരപ്പിച്ചു. പച്ചപ്പാവാടയണിഞ്ഞ പെൺകുട്ടികൾ ഗ്രൗണ്ടിൽ അണിനിരന്നപ്പോൾ സ്കൂൾ അങ്കണം ഒരു പച്ചക്കടലായി മാറി. "സാക്ഷരതാ യജ്ഞം നാടിൻ മോചനത്തിന്നുവേണ്ടി...." എന്ന് തുടങ്ങുന്ന സാക്ഷരതാഗാനത്തോടെയാണ് കർട്ടൻ ഉയരുക. പാട്ടു തുടങ്ങിയതോടെ കുട്ടികളുടെ ആരവമുയർന്നു. ഒരേ താളത്തിൽ കൈയ ടിച്ചുകൊണ്ട് അവർ ആവേശത്തോടെ ആ റെക്കോർഡിനൊപ്പം പാടി.

തലയിൽ ചുവന്ന റിബൺകെട്ടി, പൊരിവെയിലിൽ ഗ്രൗണ്ടിലിരി ക്കുന്ന ബാലികമാരുടെ വിയർപ്പുതുള്ളികൾ പൊടിഞ്ഞ ആയിരക്കണ ക്കിനു മുഖങ്ങൾ ഞങ്ങളെ ആവേശം കൊള്ളിച്ചു. വെയിലും ചൂടും മറന്ന് അവർ വേദിയിലേക്ക് ഉറ്റുനോക്കി. എനിക്കവരെ കണ്ടപ്പോൾ കരച്ചിൽ വന്നു. കാരണം, പഠിപ്പു മുടക്കിയാണ് ഞാനും അനിയത്തിയും ഒരു മാസം നീളുന്ന സാക്ഷരതാപരിപാടിക്കായി പോന്നിരിക്കുന്നത്. സഹപാഠി കളെക്കുറിച്ചും ക്ലാസിൽ പാഠങ്ങൾ നീങ്ങുന്നതിനെക്കുറിച്ചും ഭീതിയോടെ ഒരുനിമിഷം ചിന്തിച്ചുപോയി. എം ഇ എസ് മമ്പാട് കോളേജിൽ ഡിഗ്രി (സാമ്പത്തികശാസ്ത്രം) ഫൈനൽ ഇയർ വിദ്യാർത്ഥിയായിരുന്നു ഞാൻ

അപ്പോൾ. അനിയത്തി പൂക്കോടുംപാടം ഹൈസ്കൂളിലും. ട്രൂപ്പിലെ മറ്റൊരു കലാകാരിയായ ദേവിയും അന്ന് ഹൈസ്കൂൾ വിദ്യാർത്ഥിനിയാ യിരുന്നു.

ഒഴിവുസമയത്ത് പഠിക്കാനുള്ള പുസ്തകങ്ങളുമായിട്ടാണ് വീട്ടിൽനിന്ന് പുറപ്പെട്ടതെങ്കിലും ആഴ്ചകൾ പിന്നിട്ടിട്ടും പുസ്തകം തുറന്നു നോക്കാൻപോലും കഴിഞ്ഞില്ല. ഒരു മണിക്കൂർ ദൈർഘ്യമുള്ള പരിപാടി മൂന്നും നാലും സ്കൂളുകളിൽ ദിവസവും അവതരിപ്പിക്കേ ണ്ടതുണ്ടായിരുന്നു. നൂറു കണക്കിനു സ്കൂളുകളുള്ള ജില്ലയിൽ ഒരു മാസംകൊണ്ട് എല്ലാ സ്കൂളിലും എത്തേണ്ടതുണ്ട്. ഒരു മണിക്കൂർ ഒരു ക്കങ്ങൾക്കും ഒരു മണിക്കൂർ പാക്കിങ്ങിനും വേണം. പരിപാടിയുടെ സമ യമുൾപ്പെടെ മൂന്നു മണിക്കൂറാണ് ഒരു സ്കൂളിൽ വേണ്ട സമയം. രാവിലെ മേക്കപ്പിട്ടാൽ വൈകിട്ടേ മുഖം കഴുകാൻ സമയമുള്ളൂ. ഉച്ചയൂണ് മിക്ക വാറും വൈകിട്ട് നാലു മണിക്കാണ്. പത്തു മുതൽ നാലു വരെയുള്ള സമയത്തിനിടയ്ക്ക് സംഘാടകർ കണക്കാക്കുന്നത്ര സ്കൂളുകളിൽ എത്താൻ ഒറ്റ ദിവസംപോലും കഴിയാറില്ല. ഇതേച്ചൊല്ലി സംഘാടകരു മായുള്ള ഞങ്ങളുടെ ഏറ്റുമുട്ടൽ പതിവായി.

സാക്ഷരതാപരിപാടിക്ക് ട്രൂപ്പിലെ എല്ലാം അംഗങ്ങളും പങ്കെടുക്കു ന്നില്ല. ഓർക്കസ്ട്രക്കാരുമില്ല. ചെറിയ ബജറ്റിൽ നിർത്തണമെന്നുള്ളതു കൊണ്ടും വാഹനസൗകര്യത്തിന്റെ പരിമിതിയുള്ളതുകൊണ്ടും ഗുരുവടക്കം ഞങ്ങൾ ഏഴു പേർ മാത്രമേ 'അക്ഷരജാലം' അവതരിപ്പി ക്കാനായി പോന്നിട്ടുള്ളൂ. അതിൽ രണ്ടു പേർ കർട്ടൻ കെട്ടാനും ഒരാൾ ലൈറ്റും സൗണ്ടും സെറ്റു ചെയ്യാനും പോയാൽ എല്ലാ ഉപകരണങ്ങളും സെറ്റു ചെയ്യാനുള്ളത് ഞാനും അനുജത്തിയും ദേവിയുമടക്കം മൂന്നു പെൺകുട്ടികൾ മാത്രം. ഞങ്ങൾ വിയർത്തൊലിച്ച് സാധനങ്ങൾ വണ്ടി യിൽനിന്ന് ഇറക്കുകയും കയറ്റുകയും ചെയ്യുമ്പോൾ കൂടെ വന്ന സംഘ ത്തിലെ വെള്ളക്കോളർ ഉദ്യോഗസ്ഥർ കൈയുംകെട്ടി നോക്കി നില്ക്കും. ഒരു പെട്ടിയെടുത്ത് ഗ്രീൻറൂമിലേക്ക് വെയ്ക്കാൻ ഇവർക്ക് സഹായിച്ചു കൂടേയെന്ന് ഞാൻ മനസ്സിൽ ചോദിക്കും. സാക്ഷരതാ മിഷൻ എന്ന് പേര്. സന്ദേശം പ്രചരിപ്പിക്കാൻ വെയിലത്ത് വിയർത്തൊഴുകുന്നത് പഠനം ഒഴി വാക്കി വന്നിരിക്കുന്ന ഞങ്ങൾ. സർക്കാർ അനുവദിച്ച തുകയിൽനിന്ന് പരിപാടി ഒന്നിന് ഞങ്ങൾക്ക് കിട്ടുന്നത് മുപ്പതു രൂപ വീതമാണ്. കൈയും കെട്ടി നോക്കി നില്ക്കുന്നവർ എണ്ണിവാങ്ങുന്നത് ആയിരങ്ങൾ. രാവിലെ കുളിച്ചൊരുങ്ങി പൗഡറുമിട്ട് ഞങ്ങളോടൊപ്പം വണ്ടിയിൽ കയറുന്ന ആ ഉദ്യോഗസ്ഥരെ കാണുമ്പോൾ എനിക്ക് ശുണ്ഠി വരും. മുഖവും വീർപ്പിച്ച് ആരോടും മിണ്ടാതെ ജീപ്പിനുള്ളിൽ കുനിഞ്ഞിരിക്കുന്ന എന്നെ അവർ തമാശകൾ പറഞ്ഞ് അനുനയിപ്പിക്കാൻ ശ്രമിച്ചതോർക്കുന്നു.

ഒരു മാസത്തെ പര്യടനത്തിന്നൊടുവിൽ കാർത്തിക തിരുനാൾ തിയേറ്ററിൽ വച്ച് സമാപനപരിപാടി നടന്നു. കവി ഒ എൻ വി കുറുപ്പിന്റെ അദ്ധ്യക്ഷതയിലായിരുന്നു സമ്മേളനം. "......വെള്ളത്താളിൽ വിടരുന്ന

അക്ഷരങ്ങൾ കവിതയായി മാറുന്നതും ഒരു വിസ്മയമാണ്. ആ വിസ്മ യത്തിന്റെ രഹസ്യം ഞാൻ പറയില്ല. അതുപോലെ ശൂന്യതയിൽ അക്ഷ രപ്പൂക്കൾ വിടർത്തുന്ന ഈ ജാലവിദ്യകളുടെ രഹസ്യവും മാന്ത്രികൻ പുറത്തു പറയില്ല.......” ഒ എൻ വി സാറിന്റെ പ്രസംഗം പിന്നണിയിൽ നിന്നുകൊണ്ട് ഞാൻ ശ്രദ്ധിച്ചുകേട്ടു. റേഡിയോയിൽ ചലച്ചിത്രഗാനം കേൾക്കുമ്പോൾ 'ഗാനരചന-ഒ എൻ വി' എന്ന് പലവട്ടം കേൾക്കാറു ണ്ട്. കേട്ടുകേട്ടു പരിചയിച്ച ആ പേരിന്റെ ഉടമയെ ജീവനോടെ കണ്ട പ്പോൾ ക്ലാസിൽ സാറിന്റെ കവിത ചൊല്ലിപ്പഠിപ്പിച്ച സരസ്വതിടീച്ചർക്കും ആ കവിത കാണാതെ പഠിച്ച എന്റെ സഹപാഠികൾക്കും ഈ ഭാഗ്യം കിട്ടിയില്ലല്ലോ എന്നു ഞാനോർത്തു. പത്രത്തിൽ മാത്രം കണ്ടിട്ടുള്ള പല പ്രമുഖ വ്യക്തികളും അക്കൂട്ടത്തിലുണ്ടായിരുന്നു.

ആദ്യമായിട്ടാണ് വീട്ടുകാരെ പിരിഞ്ഞ് ഒരു മാസം ജീവിച്ചത്. എന്റെ ഗ്രാമത്തിൽ 90 ലും ടെലഫോൺ കണക്ഷൻ എത്തിയിട്ടില്ല. തിരുവനന്ത പുരത്ത് കിഴക്കേക്കോട്ടയിൽ പ്രവർത്തിച്ചിരുന്ന സാക്ഷരതാമിഷന്റെ സംസ്ഥാന ഓഫീസിന്റെ വിലാസത്തിൽ വീട്ടിൽനിന്ന് വരുന്ന കത്തു കളും പ്രതീക്ഷിച്ചാണ് ഞങ്ങൾ ദിവസങ്ങൾ തള്ളിനീക്കിയത്. രണ്ടു ദിവ സംകൂടുമ്പോൾ നാട്ടിലേക്ക് പോസ്റ്റ് കാർഡിൽ കത്തയയ്ക്കും. ഓരോ ദിവസത്തെയും റിപ്പോർട്ടുകൾ നല്കിക്കൊണ്ടിരുന്നു. സമാപനപരിപാ ടിയുടെ പിറ്റേന്ന് നാട്ടിലേക്കു പോകാനുള്ള ആവേശവുമായി ഞങ്ങൾ ചാല മാർക്കറ്റിൽ പ്രവേശിച്ചു. അതുമിതുമെല്ലാം വാങ്ങിക്കൂട്ടി ബാഗു നിറച്ചു. രാത്രിയിലെ കണ്ണൂർ എക്സ്പ്രസിനാണ് പോകേണ്ടത്. സമയം ഇഴഞ്ഞുനീങ്ങുകയാണെന്ന് തോന്നി.

പക്ഷേ, പ്രതീക്ഷിച്ചതുപോലെ ഞങ്ങൾക്കന്ന് യാത്ര തിരിക്കാനാ യില്ല. മുഖ്യമന്ത്രി 'അക്ഷരജാലം' കാണാൻ ആഗ്രഹം പ്രകടിപ്പിച്ചതനു സരിച്ച് വൈകിട്ട് സെക്രട്ടേറിയറ്റിൽ ചെല്ലണമെന്ന് ഗുരു അറിയിച്ചു. ഞങ്ങ ളുടെ കണ്ണുകൾ നിറഞ്ഞു. വീട്ടുകാർ കാത്തിരിക്കുകയായിരിക്കുമെന്ന റിയാം.അവരെ ഇക്കാര്യം എങ്ങനെ അറിയിക്കുമെന്നതായി അടുത്ത പ്രശ്നം. ഒടുവിൽ നിലമ്പൂരിലുള്ള ഗുരുവിന്റെ ബന്ധുവീട്ടിൽ വിവരമറി യിച്ചു. നിലമ്പൂരിൽനിന്ന് കവളമുക്കട്ടയിലേക്കു പോകുന്ന ബസ്ഡ്രൈ വർവശം അവർ വിവരം അറിയിച്ചേക്കുമെന്ന പ്രതീക്ഷയിൽ ആശ്വസിക്കാൻ ശ്രമിച്ചു.

ഒന്നുമെഴുതാത്ത സ്ലേറ്റിൽ സാക്ഷരതാമിഷന്റെ മുദ്ര പ്രത്യക്ഷപ്പെ ടുന്ന വിദ്യ കണ്ട് മുഖ്യമന്ത്രി അമ്പരന്നു. ഞങ്ങളോരോരുത്തരും ഓരോ നുറുങ്ങുവിദ്യകൾ കാണിച്ചു. മുഖ്യമന്ത്രി അഭിനന്ദിക്കുക മാത്രമല്ല ചെയ്തത്, കേരളം മുഴുവൻ ഈ പരിപാടി അവതരിപ്പിക്കേണ്ടതാണെന്ന് അഭിപ്രായപ്പെടുകയും ചെയ്തു.

ഒരു മാസത്തെ ജീപ്പുയാത്ര ഞങ്ങളെ തളർത്തിയിരുന്നു. ഉൾനാടൻ പ്രദേശങ്ങളിലെ സ്കൂളുകളിലേക്കുള്ള റോഡുകൾ ദുർഘടം പിടിച്ച താണ്. കിലോമീറ്ററുകളോളം ദൂരം ജീപ്പിലിരുന്ന് കുത്തിക്കുലുങ്ങിയതു

കൊണ്ട് ശരീരമാകെ കൊത്തിനുറുക്കിയതുപോലുള്ള വേദനയുണ്ടായി രുന്നു. പതിനാലു ജില്ലകളിൽ ഇതുപോലെ സഞ്ചരിക്കുകയെന്ന കാര്യം ഓർക്കാൻപോലും പറ്റുന്നതായിരുന്നില്ല. പക്ഷേ, ആ ഗതികേട് അനുഭ വിക്കാനിടവരുത്താതെ ഒരു ഗൾഫ് പ്രോഗ്രാം ഞങ്ങളെ രക്ഷിച്ചു. നേരത്തെ ധാരണയിലെത്തിയ മലപ്പുറം ജില്ലയിലെ ഒരു മാസത്തെ പരി പാടി കഴിഞ്ഞാൽ ഞങ്ങൾക്ക് മസ്കറ്റിലേക്കു പറക്കാമെന്നുറപ്പായി.

8

മോയീനേ നിനക്കു നന്ദി

മലപ്പുറം ജില്ലയിലെ സ്കൂളുകളിലേക്ക് 'അക്ഷരജാലപ്രയാണം' കടന്നു ചെന്നപ്പോൾ വമ്പിച്ച സ്വീകരണമാണ് ലഭിച്ചത്. ഉൾനാടൻ ഗ്രാമ ത്തിലുള്ള ഒരു മാപ്പിളസ്കൂളിൽനിന്നായിരുന്നു തുടക്കം. ഞങ്ങൾ ജീപ്പിൽനിന്നിറങ്ങിയതോടെ പ്രധാന അദ്ധ്യാപകൻ മുന്നോട്ടുവന്ന് ഗുരു വിന്റെ കഴുത്തിൽ നോട്ടുമാലയണിയിച്ചു. ഒറ്റയുടെയും രണ്ടിന്റെയും പഴകിയ നോട്ടുകൾ കൊരുത്തുണ്ടാക്കിയ നോട്ടുമാല. റോഡിന്റെ ഇരു വശവും വെള്ളത്തൊപ്പിവച്ച് വെള്ളമുണ്ടും വെള്ളക്കുപ്പായവുമണിഞ്ഞ മാപ്പിളക്കുട്ടികൾ ദഫുമുട്ടി പാട്ടുപാടാൻ തുടങ്ങി.

"സ്വാഗതം സ്വാഗതം ......

അക്ഷരമായാജാലത്തിന്ന്

ഹാർദ്ദമായ സ്വാഗതം..."

ഞങ്ങൾ ആ പാട്ടിന്റെ താളത്തിനൊത്ത് മെല്ലെ നടന്നുനീങ്ങി. അതിനു മുമ്പിലായി പെൺകുട്ടികളുടെ ഒപ്പന നീങ്ങുന്നുണ്ട്. അതിനു മുമ്പിൽ വില്ലടിച്ചാൻ പാട്ടുകാർ. ഇത് ഞങ്ങൾക്കൊരു പുതിയ അനുഭവ മായിരുന്നു.

കർട്ടനുയരുന്നതും നോക്കി കുട്ടികൾ ഗ്രൗണ്ടിൽ വെയിലത്തിരിക്കു മ്പോൾ ഞങ്ങൾ അണിയറയിൽ ധൃതിപിടിച്ച ഒരുക്കങ്ങൾ നടത്തി. സാധാരണ ഒരുക്കങ്ങളെല്ലാം കഴിഞ്ഞിട്ടേ കുട്ടികളെ ഗ്രൗണ്ടിലെത്തിക്കൂ. ഇവിടെയിപ്പോൾ ഘോഷയാത്രയായിട്ടെത്തിയ കുട്ടികളെ അദ്ധ്യാപകർ ഗ്രൗണ്ടിൽ പിടിച്ചിരുത്തി. ആ കുരുന്നുകൾ വെയിലുകൊള്ളുന്നതുകണ്ട പ്പോൾ എത്രയുംവേഗം പരിപാടി നടത്താൻ ഞങ്ങൾ പരമാവധി ശ്രമി ച്ചു. മുക്കാൽ മണിക്കൂറിനുള്ളിൽ കർട്ടനുയർന്നു. ആയിരം ചീവീടുകൾ ഒരുമിച്ച് അലയ്ക്കുംപോലെ കുട്ടികളുടെ കൂക്കുവിളി. അതോടെ അവർ

വെയിലും ചൂടും മറന്നു. കൈയടിയുടെ പെരുമഴയിൽ ഞങ്ങൾ കോരി ത്തരിച്ചു.

അടുത്ത ഒരു ജാലവിദ്യക്കുവേണ്ടി ഗുരു കുട്ടികളിൽനിന്ന് ഒരാളെ വേദിയിലേക്കു ക്ഷണിച്ചു. ഒരു വെള്ളത്തൊപ്പിക്കാരൻ പാഞ്ഞെത്തി. മൂക്കൊലിക്കുന്ന അവന്റെ പല്ലിൽ മഞ്ഞച്ച കറയുണ്ടായിരുന്നു. ഒരു കൂസ ലുമില്ലാതെ അവൻ ഞെളിഞ്ഞു നിന്നു. "കുട്ടിയുടെ പേരെന്താണ്?" ഗുരു ചോദിച്ചു. "മോയീൻ" അവന്റെ മറുപടി മൈക്ക് പിടിച്ചെടുത്തു. "ഏതു ക്ലാസിലാണ് മോയീൻ പഠിക്കുന്നത്?" "ഏയില്" മലപ്പുറം ഭാഷയിലുള്ള അവന്റെ മറുപടിയിൽ ഞങ്ങൾക്ക് പുതുമയൊന്നും തോന്നിയില്ല. കാര ണം, ഞങ്ങൾ കേട്ടുതഴമ്പിച്ചതാണ് ഈ ഭാഷ. അടുത്ത ജാലവിദ്യയി ലേക്കു പ്രവേശിക്കുന്നതിനായി ഗുരു മോയീനോട് ചോദിച്ചു:

"എന്റെ കൈയിൽ മോയീന് എന്താണ് കാണാൻ സാധിക്കുന്നത്?"

"ബട്ടത്തിലുള്ളൊരു മരക്കണ്ടത്തിമ്മല് ചിത്രം ബരച്ചിക്ക്."

അതുകേട്ട് ഗുരു പരിസരം മറന്ന് പൊട്ടിച്ചിരിച്ചു. പിന്നണിയിൽനിന്ന ഞങ്ങൾക്കും ചിരിയടക്കാനായില്ല. ഇത് മലപ്പുറം ജില്ലയിലെ നാട്ടുഭാഷ യാണ്. എഴുതുമ്പോഴോ പൊതുവേദികളിൽ പ്രസംഗിക്കുമ്പോഴോ ആരും (രാഷ്ട്രീയക്കാർ ഒഴികെ) ഈ നാട്ടുമൊഴി ഉപയോഗിക്കാറില്ല. വേദിയുടെ ഔപചാരികതയെക്കുറിച്ച് യാതൊരു ബോധവുമില്ലാത്ത മോയീൻ മൈക്കിൽക്കൂടി ഇങ്ങനെ പറഞ്ഞത് അക്ഷരാർത്ഥത്തിൽ ഞങ്ങളെ യെല്ലാം ചിരിപ്പിച്ചുകളഞ്ഞു. ചിത്രങ്ങളുള്ള വൃത്താകൃതിയിലുള്ള ഒരു മരപ്പലകയാണ് ഗുരുവിന്റെ കൈയിലുള്ളത്. അതിനുമുകളിൽ ഒരു ഗ്ലാസ് വയ്ക്കുകയും ഹിപ്പ്നോട്ടിക് വിദ്യയിലൂടെ ആ ഗ്ലാസിന് 'പവർ' കൊടുത്തശേഷം ഗ്ലാസ് പ്രതലത്തിൽ ഒട്ടിപ്പിടിച്ചപോലെയുള്ള അത്ഭുതം സൃഷ്ടിക്കുകയുമാണ് ഈ വിദ്യയിലൂടെ അവതരിപ്പിക്കുക. "ആദ്യം പല കപ്പുറത്തു വച്ച ഗ്ലാസ് അനായാസം എടുക്കാൻ മോയീനു സാധിച്ചു. പക്ഷേ, ഇനി അത്ര എളുപ്പത്തിൽ ഈ ഗ്ലാസ് എടുക്കാനാവില്ല. "ശ്രമിച്ചു നോക്കൂ." ഗുരുവിന്റെ 'ഹിപ്പ്നോട്ടിക് സജഷൻസ്' പ്രതിദ്ധ്വനിയു യർത്തുന്ന ശബ്ദനിയന്ത്രണസം വിധാനത്തിലൂടെ പുറത്തുവരു മ്പോൾ സാധാരണഗതിയിൽ വേദിയിൽ നില്ക്കുന്ന കുട്ടി നിർദ്ദേ ശങ്ങൾക്കു കീഴ്പ്പെടുന്ന അവസ്ഥ യിലേക്കു മാറും. കുട്ടിയുടെ മനസ്സ് പൂർണ്ണമായും മാന്ത്രികനു വഴ ങ്ങുന്ന ഒരവസ്ഥ സംജാതമാകു ന്നതോടെ ജാലവിദ്യയുടെ അത്ഭു തത്തിന് മാറ്റു കൂടുകയായി. കാരണം തങ്ങളുടെ പ്രതിനിധി യായി ഒരാളുടെ സാന്നിധ്യത്തിൽ

എവർ ഫില്ലിങ് ഗ്ലാസ്

അത്ഭുതം സംഭവിക്കുമ്പോൾ തങ്ങളും അതിൽ പങ്കാളിയായി എന്ന് കാണി കൾക്ക് തോന്നുന്നു. അപ്പോൾ കൂടുതൽ വിശ്വാസ്യതയും കൈവരുന്നു. "നോക്കൂ, മോയീൻ....ഗ്ലാസ് പ്രതലത്തിൽ ഒട്ടിപ്പിടി ച്ചതുപോലെ തോന്നുന്നില്ലേ, ശക്തിയായി വലിച്ചുനോക്കിക്കൊള്ളൂ, ഗ്ലാസെടുക്കാൻ സാധിക്കില്ല....." മോയീൻ പക്ഷേ, ഒരു കൂസലുമില്ലാതെ നില്ക്കുകയായിരുന്നു. നിർദ്ദേശത്തിനിടയിൽ മോയീൻ ഗ്ലാസിൽ പിടിച്ചു. ഒറ്റപ്പൊക്ക്; ഗ്ലാസ് മോയീന്റെ കൈയിൽ.

ഹിപ്നോട്ടിസം ജാലവിദ്യയിൽ സമ ന്വയിപ്പിക്കുന്നത് സാധാരണമാണ്. അസാധാരണ വ്യക്തിത്വമുള്ളവർ മാത്രമേ ഹിപ്നോട്ടിസത്തിന്റെ വരുതിയിൽ വീഴാതിരിക്കൂ. മോയീൻ എന്ന കുട്ടിക്ക് അസാധാരണവ്യക്തിത്വമുണ്ടെന്നു പറയാനാവില്ലല്ലോ. പിന്നെ, ഇതെങ്ങനെ സംഭവിച്ചു? ഗുരു സൈഡ്കർട്ടനരികിലേക്ക് വന്ന് കർട്ടൻ വലിക്കുന്നയാളോടു കുശുകുശുത്തു. "അടുത്ത ഐറ്റം വേഗം റെഡി യാക്കാൻ പറയൂ."

കൊടുക്കുംതോറും വർദ്ധിച്ചുവരുന്ന വിദ്യയെ ഉദാഹരണമാക്കിക്കൊ ണ്ടുള്ളഎവർ ഫില്ലിങ് ഗ്ലാസിന്റെ വിദ്യയായിരുന്നു അത്. ഞാനാണ് അസി സ്റ്റന്റായി എത്തേണ്ടത്. പാൽ നിറച്ചുവച്ച ഗ്ലാസ് വെപ്രാളത്തിൽ എടുത്ത് ട്രേയിലേക്കു വച്ചപ്പോൾ ഗ്ലാസ് തട്ടിമറിയുകയും പാൽ ഒരു തുള്ളിപോ ലുമില്ലാതെ പോവുകയും ചെയ്തു. ഞാൻ വിറച്ചുപോയി. ഇനി എന്തു ചെയ്യും? മുന്നിൽ ഒരുപായവും കാണുന്നില്ല. പഞ്ചസാരയെ മുട്ടായിയാക്കി മോയീൻ കൊടുക്കാനുള്ള ജാലവിദ്യയുമായി ഗുരു ഡയലോഗ് വലിച്ചു നീട്ടുകയാണ്. അടുത്ത ഐറ്റം തയ്യാറാവാനുള്ള സമയം കിട്ടുന്നതിനാണ് അങ്ങനെ നീട്ടിപ്പറയുന്നത്. ഞാൻ ചുറ്റും പരതി. കണ്ണിൽപ്പെട്ടത് ഒരു പോസ്റ്റർ കളർ കുപ്പിയാണ്. ഗ്ലാസിൽ വെള്ളം നിറച്ച് ഒരു തുള്ളി പോസ്റ്റർ കളർ അതിൽ ഒഴിച്ചു. സംഗതി ഭേഷ്! പാൽ അല്ലെന്ന് ആരും പറയില്ല. തൽക്കാലം രക്ഷപ്പെട്ടു. ഞാൻ പാൽഗ്ലാസുമായി വേദിയിലേക്കോടി യെത്തി.

വേദിയിലെത്തിച്ച പാൽ കാണി കൾക്കുവേണ്ടി പരീക്ഷിച്ചുനോക്കാ നായി ഗുരു മോയീന്റെ ചുണ്ടോടടുപ്പി ച്ചു. ചുണ്ടു നനയാൻമാത്രമുള്ള പാൽ

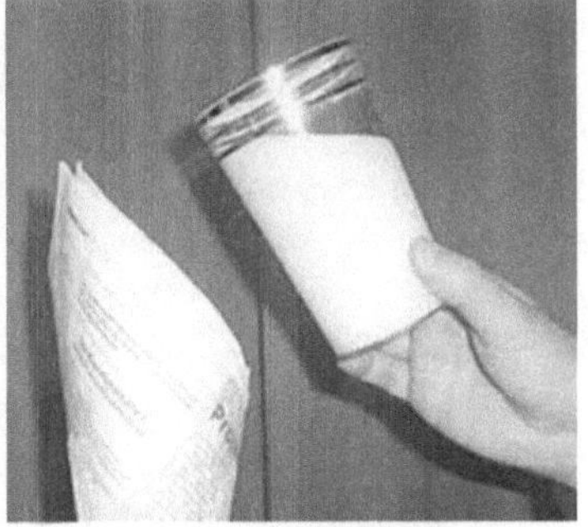

കടലാസുകുമ്പിളിലേക്ക്
പാൽ ഒഴിച്ച് കാണാതാക്കുന്നു

കൊടുത്തശേഷം ഗ്ലാസ് പിൻവലിക്കുകയാണ് പതിവ്. പക്ഷേ, ചില വേദി കളിൽ കുട്ടികൾ ഒരു കവിൾ പാൽ കുടിച്ചിറക്കിയിട്ടുള്ള അനുഭവമുണ്ട്. മോയീൻ അങ്ങനെ ചെയ്തില്ലെങ്കിലേ അത്ഭുതമുള്ളൂ. പോസ്റ്റർ കളർ കെമിക്കൽ ചേർന്നതാണല്ലോ. അത് മോയീന്റെ വയറ്റിലെത്തിയാൽ പിന്നത്തെ സ്ഥിതി എന്തായിരിക്കുമെന്നോർത്ത് ഞാൻ അസ്വസ്ഥയായി. ഗുരുവിന്റെ ചെവിയിൽ സ്വകാര്യമായി പറയാമെന്നുവച്ചാൽ മൈക്ക് തൊട്ടു മുമ്പിൽത്തന്നെയുണ്ട്. പിന്നെ എന്തോ കള്ളക്കളിയുണ്ടെന്ന് കാണികൾ മനസ്സിലാക്കുകയും ചെയ്യും.

ഒടുവിൽ ധൈര്യം സംഭരിച്ച് ഒന്നുമറിയാത്ത മട്ടിൽ ഞാൻ നിന്നു. യഥാർഥ പാലുതന്നെയാണെന്ന് ഉറപ്പുവരുത്താനുള്ള മോയീന്റെ ഊഴ മായി. ഒറ്റവലിക്ക് മുഴുവൻ അകത്താക്കുമെന്നു തോന്നും അവന്റെ മട്ടു കണ്ടാൽ. എനിക്കങ്ങോട്ടു നോക്കാൻ ധൈര്യം വന്നില്ല. ട്രേയും പിടിച്ച് കുനിഞ്ഞുനിന്നു. മൈക്കിലൂടെ ഒരു നീണ്ട ഏമ്പക്കം കേട്ട് ഞാൻ ഞെട്ടി. മോയീൻ പാൽ മുഴുവൻ അകത്താക്കിയിരിക്കുന്നു. ഇനി എന്തും സംഭ വിക്കാം. പരിപാടി പകുതിപോലുമായിട്ടില്ല. മോയീന് വയറിളക്കം വരും മുമ്പ് ഇവിടെനിന്ന് രക്ഷപ്പെട്ടാൽ മതിയെന്ന വിചാരമായി എനിക്ക്. ഞാൻ ഗ്ലാസിൽ പോസ്റ്റർകളറാണ് കലക്കിയൊഴിച്ചതെന്ന സത്യം മറ്റാർക്കുമറി യില്ല. ആരും അറിയാനും പോകുന്നില്ല. പാൽ തട്ടിമറിഞ്ഞ് ജാലവിദ്യ നടക്കാതെപോയാൽ അതിനു കിട്ടുന്ന ശിക്ഷയോർത്താണ് ഞാൻ ഇത് ചെയ്തത്. എന്തായാലും സംഗതി വഷളായ സ്ഥിതിക്ക് ഇനി എന്തും വരട്ടെയെന്ന് ഞാൻ കരുതി.

"പോസ്റ്റർകളർ അകത്തു ചെന്നാൽ എന്തു സംഭവിക്കും?" പരിപാടി കഴിഞ്ഞ് പാക്കിങ് നടക്കുന്നതിനിടയിൽ ഞാൻ കൂടെയുള്ളവരോടെല്ലാം സ്വകാര്യമായി ചോദിച്ചു. വയറിളക്കവും ഛർദ്ദിയും വരുമെന്ന് ഏതാണ്ട് ഉറപ്പായി. അത് കൂടുതലായാൽ മരണം തന്നെ സംഭവിച്ചേക്കാം. പിന്നെ അന്വേഷണമുണ്ടാവും. പൊലീസ് നായ, കോടതി, ജയിൽ....എല്ലാം ഒരു നിമിഷം എന്റെ മനസ്സിലൂടെ മിന്നിമറഞ്ഞു. സത്യം ഉടൻതന്നെ തുറന്നു പറയുന്നതാണ് ബുദ്ധിയെന്ന് തോന്നി. അപകടം സംഭവിക്കുംമുമ്പ് മോയീനെ ആശുപത്രിയിലെത്തിക്കുകയെങ്കിലും ചെയ്യാമല്ലോ.

ഗ്രീൻറൂമിൽനിന്ന് വേഷം മാറി വന്നപ്പോൾ ട്രൂപ്പംഗങ്ങൾ മോയീ നെക്കുറിച്ചുള്ള ചൂടുപിടിച്ച ചർച്ചയിലായിരുന്നു. അവന്റെ മലപ്പുറം ഭാഷയും ശരീരഭാഷയുമാണ് ഞങ്ങൾക്കിടയിൽ ചിരിയുടെ അമിട്ടു പൊട്ടിച്ച രണ്ട് ഘടകങ്ങൾ. അതിനിടയിൽ ഗുരു കയറിവന്നു. ഞാൻ വിറയ്ക്കാൻ തുടങ്ങി. മോയീൻ പാലു കുടിച്ചതിനെപ്പറ്റി ഗുരു ഇപ്പോൾ പറയും. ആ സമയത്തുതന്നെ നടന്ന കാര്യം പറഞ്ഞ് മാപ്പു ചോദിക്കാം. ഞാൻ ധൈര്യം സംഭരിച്ചു നിന്നു. പക്ഷേ, മോയീൻ അതിനുള്ള അവ സരമുണ്ടാക്കിയില്ല.അവൻ മറുമായാജാലം കാണിച്ച് മാന്ത്രികനെ വെല്ലു വിളിച്ചിരിക്കുന്നു. പാൽ കുടിച്ചതായി അഭിനയിക്കുകയും ഏമ്പക്കമുണ്ടാ ക്കിയതുമായിരുന്നുവത്രെ! രഹസ്യങ്ങൾക്കുള്ളിലെ മറ്റൊരു രഹസ്യമായി ഞാനത് സൂക്ഷിച്ചുപോന്നു. മോയീനേ നിനക്കു നന്ദി.

9

ആനമയിലൊട്ടകം

മാജിക് വേദികളിൽ മനുഷ്യകഥാപാത്രങ്ങൾക്കൊപ്പം പ്രാധാന്യ മുള്ള ജീവികളാണ് പ്രാവുകളും മുയലുകളും. കലാജീവിതത്തിനിടയിൽ എന്നെ സദാ അസ്വസ്ഥമാക്കിയ ഒരു കാര്യം ഇവയെക്കുറിച്ചുള്ള ചിന്ത കളായിരുന്നു. വേദിയിൽ ഞങ്ങളോടൊപ്പംതന്നെ കൈയടി നേടുന്നവ രാണ് ഈ മൂകകഥാപാത്രങ്ങളെങ്കിലും ഞങ്ങൾക്കു കിട്ടുന്ന നേട്ടങ്ങ ളൊന്നും ഇവറ്റയ്ക്കനുഭവിക്കാനാവില്ല. ഒരു ഷോയിൽ രണ്ടുതവണയാണ് അവയുടെ അരങ്ങേറ്റം. പിന്നെയും വേദിക്കു പിന്നിലെ കൊച്ചു കമ്പിക്കൂ ട്ടിലേക്ക് പ്രവേശിക്കുകയായി. പിറ്റേന്ന് വൈകിട്ട് അതേ സമയം വരും വരെ ഒരേ കാത്തിരിപ്പാണ്; കൂടിനുവെളിയിൽ ഒരു നിമിഷം തല കാണി ക്കുക എന്ന സ്വപ്നവുമായി.

മാജിക് ട്രൂപ്പ് യാത്രയിലാവുമ്പോൾ ബസിന്റെ സീറ്റിനടിയിലാണ് അവരുടെ ജീവിതം. ഞങ്ങൾ പുതിയ സ്ഥലങ്ങൾ കണ്ട് ആസ്വദിക്കു മ്പോൾ ഇടുങ്ങിയ ഇരുമ്പുകൂട്ടിൽ തങ്ങൾ ഏതു ലോകത്താണെന്നുപോ ലുമറിയാതെ അവ തൂങ്ങിയിരിക്കും. റോഡ് ചൂടാവുമ്പോൾ ടയർ തണു ക്കാനായി ഡ്രൈവർ മരച്ചുവട്ടിൽ ബസ് നിർത്തിയിടും. ബസിന്റെ ഇരുമ്പുബോഡി ചൂടുകൊണ്ട് പഴുക്കുന്നതിനാൽ വണ്ടി നിർത്തിയാലു ടൻ ഞങ്ങൾ പുറത്തു ചാടും. പക്ഷേ, ആ ജീവികൾ അപ്പോഴും സീറ്റിന ടിയിൽ ചൂടുകൊണ്ട് വീർപ്പുമുട്ടുകയാവും. ഞങ്ങൾ ഹോട്ടലിൽനിന്ന് ഭക്ഷണം കഴിക്കുമ്പോൾ അവർ കൂട്ടിൽ കിടക്കുന്ന കാഷ്ഠം പുരണ്ട തീറ്റ മടിച്ചുമടിച്ചു തിന്നും. കൂട്ടിനുള്ളിൽ കുടിക്കാനുള്ള വെള്ളവും വയ്ക്കും. പക്ഷേ, ബസ് കുലുങ്ങുമ്പോൾ വെള്ളം മറിഞ്ഞ് കൂടു നന യും. തീറ്റയും മൂത്രവും കാഷ്ഠവും കൂടിക്കുഴയും. ഇതൊന്നും യാത്ര യ്ക്കിടയിൽ കഴുകിവൃത്തിയാക്കാൻ നിർവ്വാഹമില്ല. അവരുടെ ദയനീയ സ്ഥിതിയിൽ വേദനിക്കാൻ ഞാൻ മാത്രം.

ഈ ജീവികളെ തീറ്റിപ്പോറ്റുക, കൂട് വൃത്തിയാക്കുക തുടങ്ങിയ കാര്യ
ങ്ങൾ എന്റെ ഉത്തരവാദിത്വമായിരുന്നു. അനുകമ്പയും സ്നേഹവുംമൂലം
ഞാൻ അവരോട് മാനസികമായി വളരെയേറെ അടുത്തു എന്നത് സത്യം.
അവരെക്കുറിച്ചോർത്ത് ഉൽക്കണ്ഠപ്പെടുമ്പോൾ കൂടെയുള്ളവർ കളിയാ
ക്കിച്ചിരിക്കുമായിരുന്നു. ആ കൂട് എടുക്കുകയും വെയ്ക്കുകയും ചെയ്യു
മ്പോൾ 'കുറത്തി', 'ആദിവാസി' തുടങ്ങിയ പേരുകൾ വിളിച്ച് പരിഹസി
ക്കും. പരിപാടിയില്ലാത്ത ദിവസം എന്റെ വീട്ടിലാണ് പ്രാവുകളും മുയലും
താമസിക്കാറ്. രണ്ട് വെള്ളപ്രാവും ഒരു വെള്ളമുയലുമായിരുന്നു ആദ്യം.
പിന്നീട് രണ്ടു വിദേശപ്രാവുകൾക്കൂടി വന്നുചേർന്നു. ഭംഗിയുള്ള അവയ്ക്ക്
തീരെ ഭാരമുണ്ടായിരുന്നില്ല. വേദിയിൽ, മാന്ത്രികന്റെ കോട്ടിനുള്ളിൽ ശല്യ
മുണ്ടാക്കാതെ ഒതുങ്ങിയിരിക്കാൻ ഇവറ്റയ്ക്ക് ഒരു പ്രത്യേക കഴിവുണ്ട്.
എന്തെങ്കിലും പരിശീലിപ്പിച്ചാൽ അതുപോലെ ചെയ്യുകയും ചെയ്യും.
അതുകൊണ്ടുതന്നെ മാന്ത്രികർക്ക് ഈ കുഞ്ഞരിപ്രാവുകളെ വലിയ
ഇഷ്ടമാണ്.

വെള്ളമുയൽ തിന്നുകൊഴുത്ത് പെട്ടിയിലൊതുങ്ങാതെ വന്നപ്പോ
ഴാണ് ചെമ്മൺനിറക്കാരനായ ഒരു കൊച്ചു മുയലച്ചാരെ തേടിപ്പിടിച്ചത്.
ഞങ്ങളവനെ 'ചെമ്പൻ' എന്ന് പേരിട്ടു വിളിച്ചു. വെള്ളമുയലുകളോടാണ്
പൊതുവെ മാന്ത്രികർക്ക് പ്രിയം. ഇവൻ ചുവപ്പനായിപ്പോയതുകൊണ്ട്
തുടക്കം മുതലേ അവഗണനയായിരുന്നു എല്ലാവരിൽനിന്നും. പരി
പാടിയില്ലാത്തപ്പോൾ ഇവനുവേണ്ടി മുരിക്കിന്റെ ഇലയും അന്വേഷിച്ച് നട
ക്കുന്ന എന്നെ അമ്മ കണക്കിന് വഴക്കു പറഞ്ഞിട്ടുണ്ട്. "അവിടെ വേറാ
രുമില്ലേ ഇവറ്റയെ നോക്കാൻ?"
അമ്മയ്ക്ക് മറുപടി കൊടുക്കാൻ
കഴിയാതെ ഞാൻ നില്ക്കും.
മാസത്തിൽ മൂന്നോ നാലോ
പരിപാടികളേ അക്കാലത്ത് തര
പ്പെടാറുള്ളൂ. വീട്ടിലെത്തിയാൽ
കൈയും കാലും നീട്ടാൻ മുയ
ലിനും ചിറകു വിടർത്താൻ
പ്രാവുകൾക്കും അല്പം വിശാ
ലമായ കൂടുണ്ടായാൽ നന്നായി
രുന്നു എന്നെനിക്കു തോന്നി.
സിൽക്ക് സാരി വാങ്ങിക്കൊടു
ക്കാമെന്ന വാഗ്ദാനം നല്കി
അമ്മയെ പാട്ടിലാക്കിയപ്പോൾ,
അമ്മ മണ്ണുകുഴച്ച് ഒരു വലിയ
കൂടു പണിതു. ഒരു കുഞ്ഞു
വാതിലുള്ള ആ കൂടിന് രണ്ട്
കൊച്ചു ദ്വാരവും ഇട്ടുകൊടു

പ്രാചീനജാലവിദ്യ ചിത്രകാരന്റെ ഭാവന

ത്തു; ശ്വാസം കിട്ടാൻവേണ്ടി. പക്ഷേ, വെളിച്ചം ലവലേശമില്ല. എങ്കിലും ഇരുമ്പുകൂടിനെക്കാൾ എത്രയോ മെച്ചപ്പെട്ട സ്ഥിതിയാണെന്ന് സമാധാ നിക്കാം. പ്രാവുകൾക്കായി അനിയന്മാർ മുള കീറി അലകുകൊണ്ട് വലി യൊരു കൂടും ഉണ്ടാക്കിത്തന്നു. വീടിന്റെ ഇറയത്ത് അത് തൂക്കിയിട്ടു. അങ്ങനെ അവരും എന്റെ വീട്ടിലെ അന്തേവാസികളായി. ഉത്തരവാദിത്വ ബോധമാണ് മറ്റൊരു കലാകാരിക്കുമില്ലാത്ത ഇത്തരം ജോലികൾ എന്റെ തലയിൽ ചാർത്തിക്കിട്ടാനിടയാക്കിയത്. അതിന് ആരെയും പഴിപറയാ നാവില്ല. ആരോടെങ്കിലുമുള്ള അമർഷം തീർക്കാൻ മിണ്ടാപ്രാണികളെ ദ്രോഹിക്കാനൊട്ട് മനസ്സും വന്നില്ല. അങ്ങനെ വർഷങ്ങളോളം ഞാൻ ആ ജീവികളുടെ കാവല്ക്കാരിയും സംരക്ഷകയുമായി.

എന്റെ പ്രായത്തിലുള്ള ഒരു പെൺകുട്ടിക്കു പറ്റിയതല്ല ഈ ഏർപ്പാ ടെന്ന് മനസ്സ് പറയുന്നുണ്ടെങ്കിലും അതിൽനിന്നൊരു മോചനോപാധി മുന്നിലെത്തിയില്ല. പരിപാടി കഴിഞ്ഞ് ഒരു കൈയിൽ ബാഗും മറ്റേക്കൈ യിൽ മുയൽക്കൂടുമായി (പ്രാവിന്റെ കൂട് അനുജത്തിയുടെ കൈയിലു ണ്ടാവും) വരുമ്പോൾ വഴിയിൽ അബുക്കാക്കയുണ്ടാവരുതേയെന്ന് ഞാൻ പ്രാർത്ഥിക്കുമായിരുന്നു. ഞങ്ങളുടെ തല കണ്ടാലുടൻ ചായപ്പീടികയിൽ കൂടിയിരിക്കുന്ന ആണുങ്ങൾ കേൾക്കെ അയാൾ ഉച്ചത്തിൽ വിളിച്ചു പറയും -'ആനമയിലൊട്ടകം' എന്ന്. അനുജത്തിക്ക് നാണം അറിയാനുള്ള പ്രായമായിട്ടില്ലാത്തതിനാൽ അവൾ കൂസലില്ലാതെ നടന്നു പോകും. പക്ഷേ, എന്റെ സ്ഥിതി അങ്ങനെയല്ല, ഇത്തരം കമന്റുകൾ കുറേ നാള ത്തേക്ക് എന്റെ ഉറക്കം കെടുത്തിക്കളയും. ട്രൂപ്പിന്റെ ബസ് ഒരു കിലോ മീറ്റർ അപ്പുറത്തുള്ള എന്റെ വീടുവരെ വരുന്നപക്ഷം ഈ നാണ ക്കേടിൽനിന്ന് രക്ഷപ്പെടാവുന്നതേയുള്ളൂ. പക്ഷേ, എന്തു ചെയ്യാം? തല പോകുമെന്ന് പറഞ്ഞാലും നടക്കുന്ന കാര്യമല്ലത്. കവളമുക്കട്ടയിൽ ഹാൾട്ടാകുന്ന ബസിൽനിന്ന് പുലർച്ചയ്ക്കായാലും വെയിലത്തായാലും പെരുമഴയത്തായാലും ഇറങ്ങി നടക്കുകയേ വഴിയുള്ളൂ. ഈ മാടമ്പിത്ത രത്തോട് പ്രതിഷേധിക്കാനൊന്നും ഞങ്ങൾക്കാവുമായിരുന്നില്ല.

ഒരു ദിവസം സന്ധ്യയോടെയാണ് ഞങ്ങൾ കവളമുക്കട്ടയിലെത്തി യത്. കൂട്ടിക്കൊണ്ടുപോകാൻ അപ്പച്ചൻ കാത്തുനിന്നിരുന്നു. കവലയ്ക്ക ലെത്തിയപ്പോൾ പതിവുപോലെ അബുക്കാക്ക വിളിച്ചു പറഞ്ഞു -,"ആന മയിലൊട്ടകം" എന്ന്. പൊതുവെ പാവത്താനായ എന്റെ അപ്പച്ചൻ കലി കൊണ്ടു വിറച്ചു. നല്ല തെക്കൻതിരുവിതാംകൂർ ശൈലിയിലുള്ള നാല് വാക്കങ്ങോട്ട് കാച്ചിക്കൊടുത്തു ആശാൻ. പക്ഷേ, അതവിടംകൊണ്ട് അവ സാനിച്ചില്ല. "ഇനി മേലിൽ നീ ഈ മുയലുംകൊട്ടയും തൂക്കി പോകാൻ ഞാൻ സമ്മതിക്കുകേല." അപ്പച്ചൻ എന്തോ തീരുമാനിച്ചുറച്ചതായി ഞാൻ മനസ്സിലാക്കി.

അന്നു രാത്രി അരകല്ലിന്റെ വക്കിൽ കത്തി രാകുന്ന ശബ്ദംകേട്ട് ഞാൻ ചാടിയെഴുന്നേറ്റു. രാത്രി കൂട്ടിൽ കയറിയ കോഴിയെ പിടിച്ച് കൊല്ലാറില്ല. പിന്നെന്തിനാണത്? അനിയന്മാർ ശിങ്കിടികളായി അപ്പ

ച്ചന്റെ പിന്നിലുണ്ട്. അവരുടെ മുഖത്ത് ഒരു കള്ളച്ചിരിയും. സംഗതി ഞാൻ വൈകാതെ മണത്തറിഞ്ഞു. ചെമ്പന്റെ കഥ കഴിക്കാൻ പോവുകയാണ്! അമ്മ ഓട്ടുചട്ടിയിൽ മല്ലിയും മുളകും വറക്കാൻ തുടങ്ങിയിരിക്കുന്നു. എന്റെ ഉള്ളൊന്നു നടുങ്ങി. ഇനി ഗുരുവിന്റെ മുന്നിൽ ചെല്ലുന്നതിലും ഭേദം മരിക്കുന്നതാണെന്ന് തോന്നി. അതവർക്കാർക്കും പറഞ്ഞാൽ മന സ്സിലാവില്ല. സുപ്രീംകോടതിയിൽ ചീഫ്ജസ്റ്റിസ് ചോദിക്കുംപോലെയുള്ള ചോദ്യങ്ങൾക്കെല്ലാം മറുപടി പറയേണ്ടത് ഞാൻ മാത്രമാണല്ലോ.

നിസ്സാര കാര്യങ്ങൾക്കുപോലും ചോദ്യങ്ങൾക്കൊണ്ട് മുട്ടുകുത്തിക്കുകയും കരയിപ്പിക്കുകയുമൊക്കെ ചെയ്യുന്നത് ട്രൂപ്പിലെ പതിവുസംഭവമാണ്. ഇന്ന് മേക്കപ്പ് കുറഞ്ഞതിനാണെങ്കിൽ നാളെ കൂടിപ്പോയതിന്. കാരണങ്ങൾക്ക് യാതൊരു പഞ്ഞവുമില്ല. ചിലപ്പോൾ തോന്നും ഞങ്ങളുടെ കണ്ണുനീരു കാണുന്നത് ഗുരുവിനൊരു വിനോദമാണെന്ന്. ക്രൂരവിനോദങ്ങൾ ആസ്വദിക്കുന്ന വിചിത്രസ്വഭാവക്കാരായ ചില മനുഷ്യർ നമുക്കിടയിലുണ്ടല്ലോ. പക്ഷേ, ഇതിപ്പോൾ ഗുരുതരമായ സംഗതിയാണ്. ഞങ്ങൾക്കൊപ്പം വേദിയിൽ സ്റ്റാറ്റസുള്ള ഒരു കഥാപാത്രത്തിന്റെ കൊല പാതകം. തീറ്റിപ്പോറ്റുന്നത് തങ്ങളാണെങ്കിലും ഉടമസ്ഥൻ വേറെയാണല്ലോ. ഞാൻ ബഹളമുണ്ടാക്കി. കൊല്ലാൻ സമ്മതിക്കില്ലെന്ന് ശക്തമായി പറഞ്ഞു. നൊന്തു പെറ്റ വയറിന് എന്റെ കണ്ണീര് കണ്ടാൽ നെഞ്ചുരുകുമല്ലോ. അമ്മ സമവായത്തിനെത്തി. അടുപ്പത്തു വച്ച ചട്ടി വാങ്ങിവച്ചു.

അടുത്ത മഴക്കാലമെത്തി. ഇനി മൂന്നു മാസക്കാലം പരിപാടിയില്ല. എങ്കിലും റിഹേഴ്സലിനായി എന്നും ഷെഡ്ഡിലെത്തണം. മുയലിനും പ്രാവുകൾക്കും പൂർണ്ണ വിശ്രമം. മൂന്നു മാസംകൊണ്ട് ചെമ്പൻ തടിച്ചുചീർത്തു. പെട്ടിയിൽ കൊള്ളാതായതോടെ പഴയ വെള്ളമുയലിനെയെന്നപോലെ ചെമ്പനും ഉപയോഗശൂന്യമായി. മറ്റൊന്നിനുവേണ്ടിയുള്ള അന്വേഷണമാരംഭിച്ചപ്പോഴാണ് അപ്പച്ചൻ വീണ്ടും കത്തി രാകിയത്; ഞാനറിയാതെ. ഇത്തവണ ചട്ടിയിലായിട്ട് അവളറിഞ്ഞാൽ മതിയെന്ന തീരുമാനമായിരുന്നു അനുജത്തിയടക്കം വീട്ടിലെല്ലാവർക്കും.

ഞാൻ വീട്ടിലില്ലാത്ത തക്കം നോക്കി അവർ ചെമ്പനെ കൊന്ന് അടുപ്പത്തുകയറ്റി. വീട്ടിൽ വളർത്തുന്ന കോഴിയെ കൊന്നാൽപോലും കഴിക്കാത്ത എനിക്ക് ചെമ്പന്റെ ഇറച്ചി തിന്നുന്ന കാര്യം ആലോചിക്കാൻപോലും വയ്യായിരുന്നു. അതിലുപരി ഗുരുവിനോട് അനുമതി തേടാതെയാണ് ചെമ്പനെ കൊന്നിരിക്കുന്നത്. അതിന്റെ പേരിൽ ഇനി എന്തു

സംഭവിക്കുമെന്ന ഉൾക്കണ്ഠ എന്നെ തളർത്തി. കാര്യമറിഞ്ഞയുടനെ ഞാൻ കവളമുക്കട്ടയിലേക്കോടി. "ഞാൻ അറിയാതെ അപ്പച്ചൻ മുയലിനെ കൊന്നു. ഞാൻ കഴിച്ചിട്ടൊന്നുമില്ല...." ഗുരുവിനോട് വിക്കിവിക്കി അത്രയും പറഞ്ഞു. കനത്ത മൗനമായിരുന്നു മറുപടി. കല്ലിച്ച നിമിഷങ്ങൾ മനസ്സിനെ ഞെരിച്ചുകൊണ്ടിരിക്കെ അനുജത്തി ഒരു തൂക്കുപാത്രവുമായി പിന്നാലെയെത്തി. ചെമ്പന്റെ ഇറച്ചി ഗുരുവിനുവേണ്ടി അമ്മ കൊടുത്തയച്ചിരിക്കുന്നു. ഞാൻ വിളറിപ്പോയി. ഒന്നും മിണ്ടാതെ ഗുരു അവിടെനിന്ന് പോയി. തൂക്കുപാത്രവുംകൊണ്ട് ഞങ്ങൾ വീട്ടിലേക്കു മടങ്ങി. ഒരു കോളിളക്കത്തിനൊടുവിൽ കടൽ ശാന്തമായപോലെ വീട്ടിലാകെ മൗനം. അന്നു മുതൽ ഞങ്ങൾക്ക് പ്രാവുകളെയും മുയലുകളെയും ചുമക്കേണ്ടി വന്നില്ല. അബുക്കാക്കയ്ക്ക് 'ആനമയിലൊട്ടകം' എന്നു വിളിക്കേണ്ടിയും വന്നില്ല. ആ ഡ്യൂട്ടിയിൽനിന്ന് ഞാൻ മോചിതയായി. പ്രാവുകൾക്കും മുയലുകൾക്കുമായി ഗുരുവിന്റെ വീട്ടിൽ കൂടുകളൊരുങ്ങി. യുവതിയായ എന്നെ അപമാനത്തിൽനിന്നു രക്ഷിച്ചുകൊണ്ട് രക്തസാക്ഷിത്വം വരിച്ച ആ പാവം ചെമ്പൻമുയലിനെക്കുറിച്ചോർക്കുമ്പോൾ ഇന്നും കണ്ണു നിറയുന്നു.

10

ഹൂദിനിപ്പെട്ടിക്കുള്ളിൽ
ശ്വാസംമുട്ടിയ നിമിഷങ്ങൾ

അന്ന് ചങ്ങനാശ്ശേരി എസ് ബി കോളേജിലായിരുന്നു മാജിക് ഷോ. കോളേജ് ഡേയോടനുബന്ധിച്ചുള്ള പരിപാടിയാണെന്നാണ് ഓർമ്മ. പക ലത്തെ പരിപാടിയായിരുന്നതിനാൽ ഞങ്ങൾ അതിരാവിലെതന്നെ ഓഡി റ്റോറിയത്തിലെത്തി ഒരുക്കങ്ങൾ ആരംഭിച്ചു. ജനലുകളിലെല്ലാം കറുത്ത തുണി വലിച്ചുകെട്ടിയാണ് ഹാളിനകം ഇരുട്ടാക്കുന്നത്. ചില ജാലവിദ്യ കൾ അവതരിപ്പിക്കുന്നത് അൾട്രാവയലറ്റ് ലൈറ്റിന്റെ സഹായത്തോടെ യായായതിനാൽ ഇരുട്ട് മാജിക്ഷോയുടെ അവശ്യഘടകമാണ്. പകലിനെ രാത്രിയാക്കുന്ന പണി പലപ്പോഴും ശ്രമകരമാവാറുണ്ട്.

കോളേജിൽ ഷോ തുടങ്ങിയപ്പോൾ മുതൽത്തന്നെ ഓഡിറ്റോറിയം തകർന്നുവീഴുമാറുച്ചത്തിൽ വിദ്യാർത്ഥികളുടെ കൂവലുയർന്നു. മാന്ത്രി കൻ മൈക്കിലൂടെ എന്തെങ്കിലും പറയാൻ ശ്രമിക്കുമ്പോഴേക്കും കൂവലും വിസിലടിയും കമന്റുകളുമുയരും. കോളേജുകാമ്പസുകളിൽ അതിനു മുമ്പും പരിപാടികൾ നടത്തിയിട്ടുണ്ട്. അവിടെയെല്ലാം ഇത്തരം കൂക്കു വിളികൾ ഉയരാറുമുണ്ട്. ഞങ്ങൾ പെൺകുട്ടികൾ വേദിയിലെത്തുന്നതോ ടെയാണ് കൂവലിന്റെ ആരംഭം. സത്യത്തിൽ ഞങ്ങളുടെ വിരസമായ മാജി ക്ജീവിതത്തിൽ ഈ കൂവലും ബഹളവും ഒരു രസമായിരുന്നു. മടുപ്പറി യാതെ ഷോ നടത്താൻ പറ്റുന്നത് അത്തരം വേദികളിലാണ്. അന്ന് ഞങ്ങൾ ഉൽസാഹത്തോടെ വേദിയിൽ പെർഫോം ചെയ്യും. പക്ഷേ, ഗുരു വിനെ സംബന്ധിച്ച് ഇതൊരു ശല്യംപിടിച്ച കാര്യംതന്നെയാണ്. 'തെറ്റി ദ്ധരിപ്പിക്കൽ' (misdirection) ഉപയോഗിച്ചു ചെയ്യുന്ന വിദ്യകൾ ഫലിപ്പി ക്കാനാവാത്തതാണ് കാരണം. കാണികളുടെ ശ്രദ്ധ അവരറിയാതെ മറ്റൊരു ദിശയിലേക്ക് കൊണ്ടുപോകുന്ന മാന്ത്രികൻ വളരെ വിദഗ്ധ മായി തന്റെ സൂത്രപ്പണി ഒപ്പിച്ചെടുക്കുന്നു. ഈ ശ്രദ്ധതിരിക്കലിന് വാചക

ക്കസർത്താണ് ആവശ്യം. 'കണ്ണൊരിടത്തെങ്കിൽ മനസ്സൊരിടത്ത്' എന്ന വാക്യം മാന്ത്രികകലയുടെ പ്രത്യേകതയാണ്. മാന്ത്രികൻ ദൃഷ്ടിയൂന്നി യിടത്തേക്കാവും കാണികളും നോക്കുക. പക്ഷേ, മാന്ത്രികന്റെ മനസ്സ് പ്രവർത്തിക്കുന്നത് മറ്റൊരു ദിശയിലായിരിക്കും. ഇത് കാഴ്ചക്കാരന് ഒരി ക്കലും പിടികിട്ടുകയുമില്ല. ഇനി ഈ തിരിച്ചറിവോടെ ആരെങ്കിലും ജാല വിദ്യകൾ കാണുന്നുവെന്നിരിക്കട്ടെ. മാന്ത്രികന്റെ ആകർഷണവലയ ത്തിൽനിന്ന് അയാൾക്ക് മോചനമുണ്ടാകില്ല. കാരണം ഈ തെറ്റിദ്ധരിപ്പി ക്കൽ എപ്പോൾ, എങ്ങനെ നടക്കുന്നുവെന്ന് കാണികൾ അറിയില്ല. ഇവി ടെയാണ് മാന്ത്രികന്റെ വിജയവും മാജിക് എന്ന കലയുടെ വിജയവും.

മാജിക് ഷോയിൽ ഏറ്റവും ഒടുവിൽ അവതരിപ്പിക്കുന്ന മാസ്റ്റർപീസ് ഇനമാണ് ഹൂദിനിബോക്സ്. 'എസ്കേപ്പ് ' വിദ്യകളുടെ രാജാവായ ഹാരീഹൂദിനി (Harry Houdini) യുടെ ഓർമ്മയ്ക്കായി അവതരിപ്പിക്കുന്ന ഈ വിദ്യ വളരെ സൂക്ഷ്മതയോടെ കൈകാര്യം ചെയ്യേണ്ട ഒന്നാണ്. മിസ്ഡയറക്ഷൻ ഈ വിദ്യയുടെ ഒരു പ്രധാന ഘടകമാണ്. ചമ്രം പടി ഞ്ഞിരിക്കുന്ന ഒരാളെ കൃത്യമായി കൊള്ളുന്ന ചതുരപ്പെട്ടിയാണ് വിദ്യ യുടെ പ്രധാന ഉപകരണം. കൈയാമംവച്ച്, ശരീരമാകെ ചങ്ങലകൊണ്ട് വരിഞ്ഞുചുറ്റി, ഇരുപതോളം താഴുകളിട്ടു പൂട്ടിയശേഷം ചാക്കിനക ത്താക്കി കെട്ടുന്ന മാന്ത്രികനെ ആ പെട്ടിക്കുള്ളിലേക്ക് സഹായികൾ എടു ത്തുവയ്ക്കുന്നു. കാണികളിൽനിന്നും വേദിയിലെത്തിയിട്ടുള്ള പ്രതിനിധി

ഹാരി ഹൂദിനീ

പെട്ടിയുടെ അടപ്പ് അടച്ചശേഷം താഴിട്ട് പൂട്ടി താക്കോലുകൾ സ്വന്തം കീശയിൽ സൂക്ഷിക്കു ന്നു. ഒടുവിൽ വലിയ വടമുപയോ ഗിച്ച് പെട്ടി മൊത്തമായി തലങ്ങും വിലങ്ങും വരിഞ്ഞുകെ ട്ടും. പെട്ടിയുടെ പിന്നിൽ ഒരു കസേരയിൽ പ്രതിനിധിയെ ഇരു ത്തുകയും ചെയ്യും. ഇനി മാന്ത്രി കൻ എങ്ങനെ രക്ഷപ്പെടാൻ?

പക്ഷേ, പ്രതിനിധി പെട്ടി യുടെ മൂടി അടച്ച് താഴിട്ടു പൂട്ടുന്ന സമയംകൊണ്ട് ട്രാപ്പ്ഡോറി ലൂടെ മാന്ത്രികൻ രക്ഷപ്പെട്ടിരി ക്കും. അതേ സെക്കന്റിൽ മാന്ത്രി കനിരുന്ന സ്ഥാനത്തേക്ക് ഞാൻ കയറുകയും ചെയ്യും. വടം കൊണ്ട് കെട്ടാനായി പെട്ടിയുടെ നാലു മൂലയ്ക്കലും പിടിച്ച് പൊക്കുമ്പോൾ പ്രതിനിധിയും

ഹൂദിനിപ്പെട്ടി

ഒരു തലയ്ക്കൽ പിടിച്ചി രിക്കും. അതിനുള്ളിൽ ഒരാളുടെ ഭാരം ബോ ദ്ധ്യപ്പെടുന്നതുകൊണ്ട് മാന്ത്രികൻ രക്ഷപ്പെട്ട കാര്യം അയാൾ ഒരു കാരണവശാലും അറിയി ല്ല. പെട്ടിയിലും പശ്ചാ ത്തലത്തിലും ഉപയോ ഗിക്കുന്ന സാങ്കേതികവി ദ്യകളെക്കുറിച്ച് ഇവിടെ വെളിപ്പെടുത്താൻ നിർവ്വാഹമില്ല. സൂത്രപ്പ ണികൾ ഉപയോഗി ച്ചാണ് മാജിക് ചെയ്യുന്ന തെന്ന് കാണികളോട് മാന്ത്രികൻതന്നെ പറയു

ന്നുണ്ടെങ്കിലും ഈ സൂത്രങ്ങൾ കണ്ടുപിടിക്കാൻ കാഴ്ചക്കാരന് സാധി ക്കില്ല. മനുഷ്യന്റെ സാധാരണ ബോധമണ്ഡലത്തിലേക്കു കടന്നുവരാത്ത വളരെ നിസ്സാരമായ ട്രിക്കുകളായിരിക്കും അതിനു പിന്നിൽ. എന്നാൽ ചിന്തിക്കുംതോറും പിടികിട്ടാത്ത അവസ്ഥയുണ്ടാവുകയും ചെയ്യും. പല ശാസ്ത്രശാഖകളുടെയും സമന്വയമാണ് മാജിക് എന്ന കലയിൽ സംഭ വിക്കുന്നത്. രക്ഷപ്പെടൽ വിദ്യകളിൽ സാങ്കേതികവിദ്യകൾക്കൊപ്പംതന്നെ മനഃശാസ്ത്രത്തിനും പ്രാധാന്യമുണ്ട്. നേരത്തേ പറഞ്ഞ മിസ്ഡയറക്ഷൻ വിദഗ്ദ്ധമായി പ്രയോഗിച്ചില്ലെങ്കിൽ ഈ വിദ്യ പാളിപ്പോകും.

മാന്ത്രികനെ പൂട്ടിയ താക്കോലുകളുമായി പ്രതിനിധി വേദിയിൽ ഞെളിഞ്ഞിരിക്കുമ്പോൾ പെട്ടെന്ന് കാണികളുടെ പിന്നിൽനിന്ന് മണി യടിശബ്ദം കേൾക്കും. എല്ലാവരും ശബ്ദംകേട്ട സ്ഥലത്തേക്ക് തിരിഞ്ഞു നോക്കുമ്പോൾ ഒരു സ്പോട്ട്ലൈറ്റിൽ വേഷംമാറിയെത്തിയ മാന്ത്രികൻ! പെട്ടിക്കുള്ളിൽനിന്നും രക്ഷപ്പെട്ട മാന്ത്രികൻ നിമിഷങ്ങൾക്കുള്ളിൽ പുറ ത്തുവന്നതുകണ്ട് കാണികൾ അമ്പരക്കുന്നു. കാണികൾക്ക് മാന്ത്രികനെ തൊട്ടുനോക്കാനുള്ള തോന്നലുണ്ടാവുന്നത് സ്വാഭാവികമാണ്. യഥാർത്ഥ മാന്ത്രികൻതന്നെയല്ലേ. ഡ്യൂപ്ലിക്കേറ്റായിരിക്കുമോ?....അങ്ങനെ പല സംശ യങ്ങളുമുണ്ടാവുന്നു. എന്നാൽ എസ് ബി കോളേജിൽ സംഭവിച്ചത് ഞങ്ങൾ ഒട്ടും പ്രതീക്ഷിക്കാത്ത ഒന്നായിരുന്നു. വിദ്യാർത്ഥികൾ സംഘം ചേർന്ന് ഗുരുവിനെ പിടിച്ചുവച്ചു. അവർ അദ്ദേഹത്തിന്റെ കവിളിൽ നുള്ളു കയും തൊപ്പിയെടുത്ത് അങ്ങോട്ടുമിങ്ങോട്ടും തട്ടിക്കളിക്കുകയും ചെയ്തു. പൊലീസ് പാഞ്ഞെത്തിയപ്പോൾ കുട്ടികൾ ഇങ്ങനെ പറഞ്ഞുവത്രേ: "ഇഷ്ടംകൊണ്ടല്ലേ സാറേ.." ഓഡിയൻസ് ഇഷ്ടം പ്രകടിപ്പിക്കുമ്പോൾ,

അഭിനന്ദനമറിയിക്കുമ്പോൾ പൊലീസ് അടിക്കുന്നത് ശരിയല്ലല്ലോ.

പക്ഷേ, പെട്ടിക്കുള്ളിലെ ചാക്കിനുള്ളിൽ കൂനിക്കൂടിയിരിക്കുന്ന ഞാൻ കഥയൊന്നുമറിഞ്ഞില്ല. ഏറിപ്പോയാൽ അഞ്ചു മിനിട്ടാണ് മണി കിലുക്കം കേൾക്കാൻ എടുക്കുന്ന സമയം. പിന്നെ ഗുരുവിന് വേദിയി ലേക്കെത്താൻ രണ്ടു മിനിട്ടും. അങ്ങനെ മൊത്തം പത്തു മിനിട്ടാണ് ഹൂദിനിബോക്സ് എന്ന ജാലവിദ്യയുടെ സമയം. എന്നാൽ മണികിലുക്കം കേട്ട് പത്തു മിനിട്ടായിട്ടും ഗുരു വേദിയിലെത്തിയില്ല. പുറത്തെ ആരവം എനിക്ക് വ്യക്തമായി കേൾക്കാം. സെക്കന്റുകൾക്കുള്ളിൽ ഓഡിറ്റോറി യത്തിന്റെ പിൻവാതിലിൽ പ്രത്യക്ഷപ്പെടാനായി വേദിയുടെ പിൻവാതി ലിലൂടെ പുറത്തിറങ്ങിയോടുന്നത് മിക്കവാറും ഇരുട്ടിലൂടെയായിരിക്കും. അതും ഒരിക്കലും കാണികൾ സംശയിക്കാനിടയില്ലാത്ത ഭാഗത്തുകൂടെ. ആ ഓട്ടത്തിനിടെ മിക്കപ്പോഴും അപകടം പറ്റാറുണ്ട്. ചിലപ്പോൾ കുഴി യിൽ വീഴും. കോണിപ്പടിയിൽ കാൽതെറ്റുകയോ മിനുസമുള്ള തറ യിൽ ഷൂ വഴുതുകയോ ഒക്കെ സാധാരണമാണ്. എന്നാൽ ഷൂട്ടിങ്ങി നിടെ സിനിമാതാരങ്ങൾ അപകടത്തിൽപ്പെടുന്നതുപോലെ മാന്ത്രികന്റെ അപകടം പുറത്തറിയാറില്ല. അറിയിക്കാറില്ലെന്നതാണ് വാസ്തവം. മാന്ത്രികന് അസുഖം വരുന്നതിനെക്കുറിച്ചോ അപകടം സംഭവിക്കുന്ന തിനെക്കുറിച്ചോ സമൂഹത്തിന് ചിന്തിക്കാൻ പറ്റില്ല. എല്ലാത്തിനും അതീ തനാണ് മജീഷ്യൻ എന്ന ഒരു മിഥ്യാധാരണയാണ് കാരണം. മാജിക്കിന്റെ ചരിത്രത്തിൽ അപകടം സംഭവിച്ച് മരിച്ചിട്ടുള്ള മാന്ത്രികരുണ്ട്. അടുത്ത കാലത്ത് 'ഫയർ എസ്കേപ്പ് ആക്ട്' നടത്തി പൊള്ളലേറ്റ് കേരളത്തിൽ ഒരു മജീഷ്യൻ മരണപ്പെട്ടത് പത്രത്തിൽ വന്നിരുന്നു. വളരെപ്പെട്ടെന്ന് പ്രശസ്തി നേടാനാവുന്നു എന്നതാണ് ഇത്തരം ആക്ടുകളുടെ പ്രത്യേ കത. ഒരിടയ്ക്ക് ഇത്തരം 'പബ്ലിക് ആക്ടു'കളുടെ ഒരു തരംഗം കേരള ത്തിൽ ഉണ്ടായെങ്കിലും പ്രസ്തുത മജീഷ്യന്റെ അപകടമരണത്തിനു ശേഷം അത് വളരെ കുറഞ്ഞിട്ടുണ്ട്. മറ്റൊന്ന് ചാനൽപ്രളയത്തിന്റെ പ്രശ്നമാണ്. കാമറക്കണ്ണുകളും മാന്ത്രികനും ഒരു വണ്ടിക്ക് പോകുന്ന വരല്ല. അല്ലെങ്കിൽ ക്യാമറ മാന്ത്രികന്റെ വരുതിയിലായിരിക്കണം.

മണികിലുക്കം കേട്ട സ്ഥിതിക്ക് ഗുരു ഓഡിറ്റോറിയത്തിൽ എത്തി ക്കഴിഞ്ഞെന്ന് എനിക്കറിയാം. ആരവവും കൂവലുമുയരുമ്പോൾ ഗുരുവിന്റെ സാന്നിദ്ധ്യം ഓഡിറ്റോറിയത്തിലുണ്ടെന്നും മനസ്സിലാവും. എന്നിട്ടും പെട്ടി തുറക്കാൻ വൈകുന്നതെന്താണ്? ആരും ഒരു സിഗ്നലും എനിക്കു തരു ന്നില്ല. എന്റെ ശബ്ദം പുറത്തു കേൾക്കില്ലെന്നുറപ്പുള്ളതുകൊണ്ട് ആരെയും വിളിച്ചിട്ട് കാര്യമില്ല. കറുത്ത തുണികൊണ്ടുള്ള ചാക്കിനുള്ളിൽ കഷ്ടിച്ച് അഞ്ചു മിനിട്ടേ ഇരിക്കാനാകൂ. ചൂടും പൊടിയുംകൂടി ശ്വാസം മുട്ടിക്കുന്ന അന്തരീക്ഷമാണതിനുള്ളിൽ. ആസ്ബറ്റോസിട്ട റൂഫാണ് ഓഡിറ്റോറിയത്തിന്. സൂര്യൻ ശക്തിയായി കത്തുന്ന സമയവും. വണ്ടി ക്കുള്ളിൽ കയറ്റുമ്പോൾ ഹൂദിനിപ്പെട്ടിയിൽ കയറും ചാക്കുമൊക്കെയിട്ട് നിറയ്ക്കും. അതിന്റെയെല്ലാം പൊടി ശ്വാസകോശത്തിൽ കയറുന്നതു

കൊണ്ട് ഇടയ്ക്കിടെ ജലദോഷം വരുമായിരുന്നു.

എനിക്കു കരച്ചിൽ വരാൻ തുടങ്ങി. ശ്വാസംമുട്ടി ഞാൻ മരിച്ചുപോ കുമോ എന്നുവരെ തോന്നി. ഒടുവിൽ ഏതാണ്ട് പതിഞ്ചു മിനിട്ടു കഴി ഞ്ഞപ്പോഴാണ് മണികിലുക്കം വേദിയിലെത്തിയത്. എന്റെ അവസ്ഥയറി യുന്ന ഗുരു മൈക്കിലൂടെ ഹുദിനിയെക്കുറിച്ച് പരാമർശിക്കുന്ന ഭാഗ മൊക്കെ ഒഴിവാക്കി പെട്ടെന്ന് പെട്ടി തുറക്കാൻ നിർദ്ദേശം നല്കി. കോളേജ് വിദ്യാർത്ഥികൾ നല്കിയ എല്ലാ ആവേശവും കെട്ട്, വിയർത്തു തളർന്ന ഞാൻ വേച്ചുവേച്ച് പെട്ടിയിൽനിന്ന് പുറത്തിറങ്ങി. ദേഷ്യവും സങ്കടവും കടിച്ചുപിടിച്ച് ഗുരുവിനെ രൂക്ഷമായി നോക്കി. ആ മുഖം വല്ലാതെ ചുവന്ന് തടിച്ചിരിക്കുന്നു. വിയർപ്പ് ഒലിച്ചിറങ്ങുന്നുമുണ്ട്. സഹാ യികളും ജാള്യഭാവത്തിലാണ്. ഞാൻ കാണികളെ അഭിവാദ്യം ചെയ്തെന്നു വരുത്തി അണിയറയിലേക്കു ചെന്നു. തിരശ്ശീല വീണപ്പോൾ സോഡക്കുപ്പിയുമായി എല്ലാവരും എന്റെയടുത്തേക്ക് ഓടിയെത്തി. ഞാൻ തളർന്നിട്ടുണ്ടെന്ന് എല്ലാവർക്കുമറിയാമായിരുന്നു. പക്ഷേ, ആർക്കും ഒന്നും ചെയ്യാനാവാത്ത സ്ഥിതിയാണല്ലോ. ആരോടാണ് ദേഷ്യപ്പെടേണ്ട തെന്ന് എനിക്കറിയില്ല. അന്നു സാധനങ്ങൾ പാക്ക് ചെയ്യാനും വണ്ടി യിൽ ലോഡു ചെയ്യാനും ഞാൻ കൂടിയില്ല. ആരും ശകാരിച്ചതുമില്ല. പിറ്റേന്ന് അന്തരീക്ഷം തെളിഞ്ഞു എന്നറിഞ്ഞപ്പോഴാണ് സഹപ്ര വർത്തകർ നടന്ന കാര്യമെല്ലാം എന്നെ ധരിപ്പിച്ചത്. വിദ്യാർത്ഥികൾ മാന്ത്രികത്തൊപ്പികൊണ്ട് അമ്മാനമാടിയതും ഗുരുവിനെ പിടിച്ചുവച്ച് 'മധു രമായി'പീഡിപ്പിച്ചതുമൊക്കെ അറിഞ്ഞപ്പോൾ എനിക്കു ചിരിയാണ് വന്ന ത്. നൂറുക്കണക്കിനു വേദികൾ പിന്നിട്ട മാജിക്ട്രൂപ്പിന് അത് ഒരു പുതിയ അനുഭവമായിരുന്നു.

11

ഭസ്മത്തിൽ 'വീണ' ടി ടി ആർ

കൽക്കരിഖനികളുടെ നാടായ മധ്യപ്രദേശിലെ ജയന്തിൽ, മലയാളി അസോസിയേഷൻ ഒരുക്കിയ വേദികൾ എന്തുകൊണ്ടും ഞങ്ങൾക്ക് പുതിയ അനുഭവങ്ങളുടെ ആവേശം പകരുന്നതായിരുന്നു. വടക്കേ ഇന്ത്യ യിലേക്കുള്ള ഞങ്ങളുടെ ആദ്യത്തെ പര്യടനവുംകൂടിയായിരുന്നു അത്. പാട്ടവിലയ്ക്ക് വില്ക്കാനായ ട്രൂപ്പിന്റെ തല്ലിപ്പൊളിവണ്ടിയിലുള്ള യാത്ര യിൽനിന്ന് ഒരു മോചനവുമായി ആ യാത്ര. കുർള എക്സ്പ്രസിന്റെ സെക്കന്റ് ക്ലാസ് സ്ലീപ്പർ കോച്ചിൽ സംഘാടകർ ഇരുപത്തഞ്ചംഗ ട്രൂപ്പിനുള്ള ടിക്കറ്റ് ബുക്കുചെയ്തു. മാജിക്കുപകരണങ്ങളും കർട്ടൻ സെറ്റുകളും മറ്റും ലഗേജ് ബോഗിയിലും.

പാലക്കാട് ജങ്ഷനിൽനിന്നായിരുന്നു ഞങ്ങളുടെ യാത്ര പുറപ്പെ ട്ടത്.ലഗേജെല്ലാം റെയിൽവെ ഉദ്യോഗസ്ഥർ തൂക്കിനോക്കുകയും അഴി ച്ചുനോക്കി പരിശോധിക്കുകയും ചെയ്തു. അന്നാദ്യമായിട്ടായിരുന്നു ട്രൂപ്പിന്റെ സാധനസാമഗ്രികൾ ചുമട്ടുതൊഴിലാളികൾ എടുത്തത്. രഹ സ്യങ്ങളുടെ കലവറയായിരുന്നതിനാലും വീണാൽ പൊട്ടുന്ന വസ്തു ക്കളുള്ളതിനാലും ട്രൂപ്പംഗങ്ങൾതന്നെയായിരുന്നു ലോഡിങ്ങും അൺലോ ഡിങ്ങും ചുമട്ടുജോലിയും ചെയ്തിരുന്നതെന്ന് മുമ്പ് ഞാൻ സൂചിപ്പിച്ചി രുന്നല്ലോ. എന്നാൽ ഒലവക്കോട് റെയിൽവെ പോർട്ടർമാർ ട്രൂപ്പ് ലീഡ റുടെ വാദം മുഖവിലയ്ക്കുപോലും എടുത്തില്ല. 'ചുവന്ന കുപ്പായത്തി'ന്റെ ശക്തി തെളിയിച്ചുകൊണ്ട് തൊഴിലാളികൾ സാധനങ്ങളെടുത്ത് പ്ലാറ്റ്ഫോ മിലേക്കു നീങ്ങി. അങ്ങനെ നൂറുകണക്കിന് യാത്രക്കാരുടെ മുമ്പിൽ ഞങ്ങൾക്ക് മാന്യമായി നില്ക്കാൻ സാധിച്ചു. 'എന്തൊരു ഭാഗ്യം!' എന്ന് ഞങ്ങൾ മൂന്നു പെൺകുട്ടികളും പരസ്പരം കാതിൽ പറഞ്ഞു.

എങ്കിലും ഞങ്ങളുടെ കൈകളിലും തോളിലും നിറയെ ഭാരിച്ച

ടർബൽ കോഴ്സ് ഇൻ മാജിക്:
ഇന്ദ്രജാലകലയുടെ സർവ്വവിജ്ഞാനകോശം

ബാഗുകളും പെട്ടികളു മുണ്ടായിരുന്നു. പ്രാവു കളും മുയലുകളുമട ങ്ങുന്ന പെട്ടികൾ മറ്റു യാത്രക്കാരിൽ കൗതു കമുണർത്തി. ഞങ്ങൾ ക്ക് ലജ്ജയും. ആളു കളെ കാണുമ്പോ ഴേക്ക് പ്രാവുകൾ ഉറ ക്കെ കുറുകും. എന്തോ കാഴ്ച കാണുന്ന സുഖത്തിൽ ആളുകൾ ഞങ്ങളെ ഉറ്റുനോക്കി ക്കൊണ്ടു നിന്നു. സാധനങ്ങളുടെ ചെ ക്കിങ്ങും മറ്റും ഉള്ളതി നാൽ വണ്ടി വരുന്ന തിന് മണിക്കൂറുകൾക്കു

മുമ്പേതന്നെ ഞങ്ങൾ പ്ലാറ്റ്ഫോമിലെത്തിയിരുന്നു.

വൈകുന്നേരത്താടെ ചൂളംവിളിച്ചുകൊണ്ട് കുർള എക്സ്പ്രസ് പ്ലാറ്റ്ഫോമിലെത്തി. കമ്പാർട്ട്മെന്റ് തിരഞ്ഞുപിടിക്കുന്ന വെപ്രാളത്തിൽ ട്രൂപ്പംഗങ്ങളെല്ലാം തലങ്ങും വിലങ്ങും ഓടി. ചുറ്റും ബാഗുകളുമായി ഞങ്ങൾ മൂന്നു പെൺകുട്ടികൾമാത്രം ലക്ഷ്മണരേഖയ്ക്കുള്ളിൽ നിശ്ച ലമായി നിന്നു. അതിനിടയിലാണ് ഒട്ടും പ്രതീക്ഷിക്കാതെ ടി ടി ആറിന്റെ ആക്രോശമുണ്ടായത്. കറുത്ത സ്യൂട്ടും ടൈയും ധരിച്ച കറുത്ത, കരു ത്തനായ ആ മനുഷ്യനെ അഭിമുഖീകരിക്കാൻ ഞങ്ങൾ ഭയപ്പെട്ടു. ഇംഗ്ലീ ഷിലായിരുന്നു അയാളുടെ ചോദ്യം ചെയ്യൽ. ഇത്രയധികം ലഗേജ് സ്ലീപ്പർ കോച്ചിൽ കയറ്റുന്നതിനെക്കുറിച്ചാണ് ചോദിക്കുന്നതെന്ന് മാത്രം എനിക്കു പിടികിട്ടി. പക്ഷേ, മറുപടി പറയാൻ അറയില്ല. മലയാളിയാണോയെന്ന റിയാതെ മലയാളത്തിൽ സംസാരിക്കാൻ മടി. "വേർ ഈസ് യുവർ ലീഡർ?" ആ ചോദ്യത്തിനു മാത്രം ഞാൻ ഉത്തരം പറഞ്ഞു. എവിടേ ക്കാണ് പോകുന്നതെന്നും മാജിക് ട്രൂപ്പിലെ അംഗങ്ങളാണെന്നും ഞാൻ കൂട്ടിച്ചേർത്തു. അപ്പോഴേക്കും ട്രൂപ്പ് ലീഡർ എത്തി. ലഗേജ് ഇരുപത്തഞ്ചു പേരുടേതാണെന്ന് പറഞ്ഞിട്ടും ടി ടി ആർ. അടങ്ങുന്ന ലക്ഷണമില്ല. പ്രാവിനെയും മുയലിനെയും ചൊല്ലിയും അയാൾ തട്ടിക്കയറി. വലിയ ലഗേജുകൾ ബോഗിയിൽ കയറ്റണമെന്ന് അയാൾ ആജ്ഞാപിച്ചു. തർക്ക ത്തിനിടയിൽ വണ്ടി പുറപ്പെടാൻ സമയമായിരുന്നു. ലഗേജുകൾ ചുമന്ന് ബോഗിയിലെത്തിക്കാനുള്ള സമയമില്ലെന്ന് ചുമട്ടുതൊഴിലാളികളും പറഞ്ഞു.

അങ്ങനെ തൽക്കാലം സാധനങ്ങൾ സീറ്റിനടിയിൽ വയ്ക്കാൻ പറ്റി. പക്ഷേ, ടി ടി ആർ കൽപിച്ചുകൊണ്ട് ആ കമ്പാർട്ടുമെൻറിൽത്തന്നെ കയ റിനിൽക്കുകയാണ്. കൈക്കൂലി വാങ്ങാനുള്ള തന്ത്രമാണതെന്ന് യാത്ര ക്കാരിൽ ചിലർ അഭിപ്രായപ്പെടുന്നതു കേട്ടു. എന്നാൽ മിനിട്ടുകൾക്കു ള്ളിൽ എല്ലാ പ്രശ്നങ്ങൾക്കും പരിഹാരമുണ്ടാക്കാൻ സമർത്ഥനായ ട്രൂപ്പ് ലീഡർക്കു കഴിഞ്ഞു. ടി ടി ആർ ധരിച്ചിരുന്ന ബാബയുടെ പടമുള്ള ഒരു മോതിരമാണ് പ്രശ്നങ്ങളുടെ വഴി തിരിച്ചുവിട്ടത്. മോതിരം ശ്രദ്ധയിൽപ്പെ ട്ടപ്പോൾ ലീഡർ ഒരു ഉപായം കണ്ടുപിടിച്ചു. "സാർ, ബാബയുടെ ഭക്ത നാണല്ലേ?" അയാളുടെ കരിമുഖം പെട്ടെന്ന് പ്രസന്നമാകുന്നത് കാണാ മായിരുന്നു. വിരട്ടാൻ വേണ്ടി ഇംഗ്ലീഷിൽ മാത്രം ഞങ്ങളോട് സംസാ രിച്ച ടി ടി ആർ തനിമലയാളിയാണെന്ന് അപ്പോഴാണ് മനസ്സിലായത്. പിന്നെ അവർ തമ്മിൽ ശ്ബദം താഴ്ത്തി എന്തൊക്കെയോ പറയുന്നത് കണ്ടു. അതിനിടയിൽ എനിക്ക് ട്രൂപ്പ്ലീഡറായ ഗുരുവിന്റെ സിഗ്നൽ കിട്ടി. കാര്യം പിടികിട്ടിയ ഞാൻ ഉടൻതന്നെ ഹാൻഡ്ബാഗ് തുറന്ന് ഭസ്മക്കട്ട യെടുത്ത് രഹസ്യമായി ഗുരുവിന്റെ കൈയിലേക്കു പാസ് ചെയ്തു. അദ്ദേഹം അത് തന്ത്രപൂർവ്വം 'പാം'(കൈയടക്കം) ചെയ്ത് സന്ദർഭത്തി നായി കാത്തിരുന്നു. വർത്തമാനത്തിനിടയിൽ പുട്ടപർത്തിയിലെ അത്ഭു തകഥകൾ കടന്നുവരുന്നത് സ്വാഭാവികമാണല്ലോ. ഊഴം കാത്തുനിന്ന

ഗുരുവിനുമുമ്പിൽ ഭസ്മക്കഥ തന്നെ കടന്നുവന്നു. ഭക്തിലഹ രിയിൽ ടി ടിആറിന്റെ മുഖം വിവർണ്ണമാകുന്നത് കാണാമാ യിരുന്നു. ഭസ്മാത്ഭുതത്തെക്കു റിച്ച് അയാൾ വാചാലനായ സമയം നോക്കി ഗുരു അന്ത രീക്ഷത്തിലേക്ക് കൈയു യർത്തി. ടി ടി ആർ ആകാം ക്ഷയോടെ നോക്കിനിൽക്കുക യാണ്. പ്രാവുകൾ ഉച്ചത്തിൽ കുറുകിയിട്ടും അയാൾ കേൾ ക്കുന്നില്ല. അതാ! അന്തരീക്ഷ ത്തിൽനിന്ന് ഗുരു ഒരുപിടി ഭസ്മമെടുത്ത് ടി ടി ആറിന്റെ കൈവെള്ളയിലേക്ക് പകർന്നു കൊടുക്കുന്നു. അയാളുടെ കണ്ണുകൾ അത്ഭുതംകൊണ്ട് മിഴിച്ചുനിന്നു. കുറേ സമയ ത്തേക്ക് അയാൾ ഒന്നും മിണ്ടി യില്ല. ചിന്താമഗ്നനായി പുറ

നാണയം കൈയടക്കുന്ന മജീഷ്യൻ രാജമൂർത്തി

ത്തേക്കും നോക്കി ഒരേയിരുപ്പ്. സംഗതി ഫലിച്ചു എന്ന അർത്ഥത്തിൽ ഗുരു ഞങ്ങളെ നോക്കി കണ്ണിറുക്കി. സേലം സ്റ്റേഷനിലെത്തിയപ്പോൾ ടി ടി ആർ തന്റെ ബാഗിൽനിന്ന് ബാബയുടെ ഒരു പടമെടുത്ത് ഗുരുവിന് കൊടുത്തിട്ട് യാത്ര പറഞ്ഞു നീങ്ങി. ഇരുവരും തങ്ങളുടെ വിസി റ്റിങ്കാർഡുകളും കൈമാറി.

ടിക്കറ്റിൽ പേരു മാറിപ്പോയതിന്റെ പേരിൽ വിഷണ്ണനായിരുന്ന നിസാർ എന്ന സ്റ്റേജ് അസിസ്റ്റന്റിന് അപ്പോഴാണ് ശ്വാസം നേരെ വീണ ത്. ടി ടി ആറിന്റെ മട്ടും ഭാവവും കണ്ടപ്പോൾ ടിക്കറ്റ് പരിശോധിക്കു മ്പോൾ നിസാറിനെ ഇറക്കിവിടുമെന്നാണ് എല്ലാവരും കരുതിയത്. പക്ഷേ, അതുണ്ടായില്ല. സേലത്തുനിന്നു കയറിയ മറ്റൊരു ടി ടി ആർ വന്ന് ടിക്കറ്റ് പരിശോധിച്ചെങ്കിലും ആരോടും പേരും വയസ്സുമൊന്നും ചോദിച്ചില്ല. തൽക്കാലം യാത്ര ശാന്തം! ഭദ്രം!

ജാലവിദ്യക്കാർ ഒരിക്കലും കലയെ ദുരുപയോഗം ചെയ്യാറില്ല. അങ്ങനെ ചെയ്യുന്നവരാണ് മന്ത്രവാദികൾ അഥവാ ബ്ലാക്ക് മജീഷ്യൻസ്. വേദിയിൽ ലക്ഷക്കണക്കണക്കിനു രൂപയുടെ കറൻസികൾ പ്രത്യക്ഷ പ്പെടുത്തുന്ന മാന്ത്രികരിൽ എത്രയോ പേർ അരപ്പട്ടിണിയിൽ കഴിയുന്ന വരാണ്. കവളമുക്കട്ട സ്കൂളിൽവച്ച് ഇന്ദ്രജാലപരിപാടി നടത്തിയപ്പോൾ ഞാനും 'കറൻസിപ്രൊഡക്ഷൻ' എന്ന വിദ്യ അവതരിപ്പിച്ചിരുന്നു. ഗുരു വിന്റെ കൈയിൽനിന്നും കടം വാങ്ങിയ ആയിരം രൂപകൊണ്ടാണ് സ്റ്റേജിൽ നോട്ടുകളുടെ വിസ്മയം തീർത്തത്. നോട്ടുകൾ പറക്കുന്നതു കണ്ട് കുട്ടികൾ അതിനു പിന്നാലെ ഓടി. പക്ഷേ, ആരും അതിൽനിന്ന് ഒരെണ്ണം പോലും എടുത്തില്ല. കർട്ടൻ വീണാൽ ആദ്യം നോക്കുക നോട്ടു കളെല്ലാം ഉണ്ടോയെന്നാണ്. നോട്ടുകളുടെ ഉടമയ്ക്ക് അത് തിരിച്ചുകൊ ടുക്കുംവരെ അസ്വസ്ഥതയായിരിക്കും. എന്നാൽ കാണികളുടെ കാഴ്ച പ്പാടിൽ മാന്ത്രികർ ആവശ്യംവരുമ്പോൾ നോട്ടുകളുണ്ടാക്കാൻ കഴിവുള്ള ദിവ്യന്മാരാണ്. അങ്ങനെയല്ല കാര്യം എന്ന് തിരുത്താൻ പോയാൽ മാന്ത്രി കനും കലയും തെരുവിലാകും. അതുകൊണ്ട് ആരോഗ്യപരമായ ഈ തെറ്റിദ്ധാരണ അങ്ങനെ തുടരുന്നു.

ടി ടി ആറിനു മുന്നിൽ ഗുരു ചെയ്തത് തട്ടിപ്പിന്റെ വിദ്യയല്ല. യുക്തി വാദിയായ മാന്ത്രികന് ഒരു നിമിഷം സങ്കീർണ്ണമായ സന്ദർഭത്തിൽ ഭക്ത നായി അഭിനയിക്കേണ്ടി വന്നുവെന്നു മാത്രം. പിന്നെയും ഒറ്റപ്പാലം സ്വദേ സിയായ ആ ടി ടി ആറുമായുള്ള ബന്ധം ഏറെ നാൾ തുടർന്നെങ്കിലും ദിവ്യാത്ഭുതങ്ങൾ കാണിച്ച് അയാളെ വഞ്ചിക്കാൻ ഗുരു തയ്യാറായില്ല. അനാവശ്യമായ കടുംപിടിത്തത്തിനു മുന്നിൽ ചെറിയൊരു രക്ഷാമാർഗ്ഗ മായി ജാലവിദ്യയെ പ്രയോജനപ്പെടുത്തിയെന്നു മാത്രം.

12

ഒഴുക്കിനെതിരെ നീന്തിയപ്പോൾ....

ആയിരത്തൊള്ളായിരത്തിത്തൊണ്ണൂറ്റിയൊന്നിൽ അമേരിക്ക ആസ്ഥാനമായുള്ള മാന്ത്രികരുടെ ലോകസംഘടനയായ 'ഐ ബി എം' കണ്ണൂരിൽ സംഘടിപ്പിച്ച അഖില കേരള ദാവൂദ് ട്രോഫി മായാജാല മത്സരത്തിൽ വനിതാവിഭാഗത്തിൽ ഒന്നും രണ്ടും സ്ഥാനങ്ങൾ ഞാനും അനുജത്തിയും പങ്കിട്ടു. ഇത് കേരളത്തിലെ ആദ്യത്തെ സംഭവമായിരു ന്നു. അതുകൊണ്ടുതന്നെ അന്ന് പത്രമാധ്യമങ്ങളിൽ ഞങ്ങളെക്കുറിച്ച് ഒട്ടേറെ സചിത്രലേഖനങ്ങൾ അച്ചടിച്ചുവന്നു. ഐ ബി എം (ഇന്റർനാഷ ണൽ ബ്രദർഹുഡ് ഓഫ് മജീഷ്യൻസ്)ന്റെ ഇന്ത്യാ റിങ്ങിന്റെ വൈസ് പ്രസിഡന്റായ കോയമ്പത്തൂരിലെ ബി ദയാനന്ദ്, ലോകപ്രശസ്ത ക്ലോസപ്പ് മജീഷ്യനായ ഊട്ടിയിലെ ശ്രീനിവാസൻ തുടങ്ങിയ പലരും വന്ന് അഭിനന്ദിച്ചു. ഈ രംഗത്ത് സജീവമായി നിലനില്ക്കണമെന്ന് നിർദ്ദേ ശിക്കുകയും അതിനുവേണ്ട ചില മാർഗ്ഗനിർദ്ദേശങ്ങൾ നല്കുകയും ചെയ്തു. ഗുരുവിന്റെ നിർദ്ദേശപ്രകാരം ഞങ്ങൾ കവളമുക്കട്ട സ്കൂളിൽ ഒരു ഷോയും സംഘടിപ്പിച്ചു. പഞ്ചസാര മിഠായിയാക്കുന്നത്, വടി തൂവാ ലയാകുന്നത്, സ്റ്റീൽ പന്തിനെ അന്തരീക്ഷത്തിൽ നിർത്തുന്നത്, റിങ്ങു കൾ തമ്മിൽ കൊരുക്കുന്നത്....തുടങ്ങി ഒരു മണിക്കൂർ നീണ്ട ഷോ വൻവി ജയമായി. കുട്ടികൾ ഞങ്ങളുടെ ഉടുപ്പിൽ തൊടാൻ വട്ടംകൂടി. ഗുരുവിന്റെ അനുഗ്രഹവും അഭിനന്ദനവും നന്നായി ലഭിച്ചു.

ഇത്രയൊക്കെയായിട്ടും സമൂഹത്തിൽനിന്ന് ഞങ്ങൾക്കെതിരെ കാര്യ മായ ആക്ഷേപങ്ങളൊന്നും ഉന്നയിക്കപ്പെട്ടില്ല. മുസ്ലീം ഭൂരിപക്ഷമുള്ള പ്രദേശമാണത്. ചിലർക്ക് മാജിക് എന്നാൽ എന്താണെന്നുപോലും അറി യില്ല. 'ഇന്ന് സർക്കസില്ലേ' എന്നൊക്കെ ചോദിക്കുന്നവരുണ്ട്. ഞങ്ങളുടെ ഫോട്ടോ കാണാനും പത്രത്തിൽ വന്ന ആർട്ടിക്കിൾ കാണാനുമൊക്കെ

അയൽപക്കത്തെ സ്ത്രീകൾ വരും. പതിനഞ്ചാം വയസ്സിൽ കല്യാണം കഴിച്ചയയ്ക്കാത്തതിനെക്കുറിച്ചു മാത്രമേ അവർക്കൊക്കെ പരാതിയുള്ളൂ. 'ജോലി കിട്ടട്ടേ'യെന്നു പറഞ്ഞ് ഞാനവരെ സമാധാനിപ്പിക്കും. പക്ഷേ, അതെന്നും കടുത്ത പരാതിയായി ആവർത്തിച്ചുകൊണ്ടിരുന്നു.

എന്നാൽ എന്റെ സമുദായത്തിൽനിന്ന് കേട്ട എതിർപ്പിന്റെ ശബ്ദം കനത്തതായിരുന്നു. ഞായറാഴ്ചകളിൽ പള്ളിയിലേക്കു പോകുംവഴി, മകളെ കെട്ടാൻ ഈ നാട്ടിൽ ആണുങ്ങളെ കിട്ടില്ലെന്നു പറഞ്ഞ് ചില സ്ത്രീകൾ അമ്മയെ ഭീഷണിപ്പെടുത്തിക്കൊണ്ടിരുന്നു. 'ഈ വർഷം കൂടെയേ വിടൂ' എന്നു പറഞ്ഞ് അമ്മ തടിതപ്പുകയാണ് പതിവ്. മാജിക്കും സർക്കസും സിനിമയുമൊന്നും കത്തോലിക്കാ പെൺകുട്ടികൾക്ക് പറ ഞ്ഞിട്ടുള്ളതല്ലെന്നും പഠിപ്പിക്കാൻ നിവൃത്തിയില്ലെങ്കിൽ വല്ല തയ്യലിനോ മറ്റോ വിടണമെന്നും ചിലർ പറഞ്ഞു. കത്തോലിക്കാസഭ അക്കാമ്മ ചെറി യാന്റെ കാലത്തുതന്നെയാണ് ഇപ്പോഴും നില്ക്കുന്നതെന്ന് പിന്നീട് അവ രുടെ ജീവചരിത്രം വായിച്ചപ്പോൾ മനസ്സിലായി.

ക്രൈസ്തവസമൂഹത്തിലെ സ്ത്രീകൾക്കുണ്ടായിരുന്ന സാമുദാ യിക വിലക്കുകളെക്കുറിച്ച് തന്റെ ആത്മകഥാകുറിപ്പിൽ അക്കാമ്മ ചെറി യാൻ തുറന്നടിച്ചിട്ടുണ്ട്. ഇരുപതാം നൂറ്റാണ്ടിന്റെ ആദ്യപകുതിയിലും കത്തോലിക്കാസമുദായത്തിലെ പെൺകുട്ടികൾക്ക് ചെരിപ്പു ധരിക്കാനോ സാരിയുടുക്കാനോ ഉറക്കെ സംസാരിക്കാനോ ചിരിക്കാനോ അവകാശ മുണ്ടായിരുന്നില്ലത്രേ. ക്രിസ്ത്യാനിപ്പെൺകുട്ടികൾക്കുള്ള അരുതുകളുടെ പട്ടികയിൽ വിചിത്രമായ ചില കാർക്കശ്യങ്ങൾകൂടിയുണ്ട്. ദിവസവും രാവിലെ കുളിക്കാൻ പാടില്ല, കഥകളും നോവലുകളും വായിക്കാൻ പാടില്ല, കലാപ്രവർത്തനങ്ങളിൽ ഏർപ്പെടാൻ പാടില്ല....അങ്ങനെ പല തും. തന്റെ പഠനകാലത്ത് താമസിച്ചിരുന്ന ബോർഡിങ്ങിനെക്കുറിച്ച്

ഇന്ത്യൻ റോപ്ട്രിക്

ഓർമ്മക്കുറിപ്പുകളിൽ അക്കാമ്മ ചെറിയാൻ എഴുതിയത് ഇങ്ങനെയാണ്:
"ഭാവിയിൽ കന്യാസ്ത്രീകളാകുന്ന ചിത്രശലഭങ്ങളെ ഉല്പാദിപ്പി
ക്കുന്നതിനുവേണ്ടിയുള്ള പുഴുക്കളെ വളർത്തിയെടുക്കുന്ന നഴ്സറിയാ
യിരുന്നു ബോർഡിങ്." സ്വന്തം നഗ്നശരീരം ദിവസവും കാണുന്നതു
പാപമായതുകൊണ്ടാണ് കുളിക്കാൻപോലും നിയന്ത്രണം ഏർപ്പെടു
ത്തിയതെന്ന് അവർ കൂട്ടിച്ചേർക്കുന്നു.

സഭയിൽ സ്ത്രീസമത്വം കൊണ്ടുവരാനുള്ള ഫ്രാൻസിസ് മാർപ്പാപ്പ
യുടെ ശ്രമം മഹത്തായ വിപ്ലവമാണ്. പെസഹാദിനത്തിൽ സ്ത്രീകളു
ടെയും കാലുകഴുകാൻ അദ്ദേഹം ആഹ്വാനം ചെയ്തു. എന്നാൽ സ്ത്രീ
കലാരംഗത്തു വരുന്നത് സഭയ്ക്ക് ഇന്നും അംഗീകരിക്കാനാവുന്നില്ല. ഈ
പറയുന്നവരെല്ലാം സിനിമ കാണുന്നവരും നൃത്തം ആസ്വദിക്കുന്നവരു
മൊക്കെയാണ്. പക്ഷേ, തങ്ങളിൽനിന്നൊരാൾ മുഖത്ത് ചായം തേച്ചു
പോയാൽ മുറുമുറുപ്പുകൾ ഉറപ്പ്. മിക്ക ഞായറാഴ്ചകളിലും മാജിക് ഷോ
ഉള്ളതുകൊണ്ട് ഇടവകക്കാരുടെ ശകാരങ്ങൾ കേൾക്കാൻ എനിക്കവസ
രമുണ്ടായില്ല. അങ്ങനെയിരിക്കെയാണ് ഒരു ദിവസം ബസ് സ്റ്റോപ്പിൽവച്ച്
അവിചാരിതമായി കന്യാസ്ത്രീമഠത്തിലെ സുപ്പീരിയർ എന്റെ മുന്നിൽ
പ്രത്യക്ഷപ്പെട്ടത്. പള്ളിയിൽ വരാത്തതിനെക്കുറിച്ച് കടുത്ത ആക്ഷേപ
മുണ്ടാകുമെന്ന് എനിക്കുറപ്പായിരുന്നു. ഗായകസംഘത്തിന്റെയും
മിഷൻലീഗിന്റെയുമൊക്കെ മുൻനിരയിലുണ്ടായിരുന്നതുകൊണ്ട് എന്റെ
അസാന്നിദ്ധ്യം പള്ളിയിൽ വരുന്നവരെല്ലാം ശ്രദ്ധിച്ചിരുന്നു. മുറുമുറുപ്പു
കൾ ഉയരുന്നത് അമ്മയിലൂടെ അറിയുന്നുണ്ടെങ്കിലും ഞാനതൊക്കെ
അവഗണിക്കുകയാണുണ്ടായത്. മാർക്സിസത്തിന്റെ സിദ്ധാന്തങ്ങളിൽ
ഇതിനകം ആകൃഷ്ടയായ എനിക്ക് സഭയുടെ ആധിപത്യമനോ
ഭാവത്തോട് വിദ്വേഷം തോന്നി. പെൺകുട്ടികൾക്ക് സ്വാതന്ത്ര്യം അനുവ
ദിക്കാത്ത മതത്തിന്റെ കാർക്കശ്യവീക്ഷണത്തോട് ഒട്ടും യോജിക്കാൻ
കഴിഞ്ഞില്ല. ഒരു വാശിപോലെ ഞാനതിന് മുഖംതിരിഞ്ഞു നിന്നു.
വിമർശിക്കുന്നവരോട് 'പെൺകുട്ടികൾ കലാകാരികളാകരുതെന്ന്
ബൈബിളിൽ എവിടെയാണ് പറഞ്ഞിരിക്കുന്നതെന്ന്' ചോദിക്കാൻ ഞാൻ
അമ്മയെ പ്രേരിപ്പിച്ചു.

സുപ്പീരിയർ മൃദുമന്ദഹാസത്തോടെ ഒരു പ്രതിയെ അപ്രതീക്ഷിത
മായി പിടികൂടിയ ഭാവത്തിൽ എന്റെയടുത്തേക്കു വന്നു. "ഇന്ന് സർക്ക
സിന് പോയില്ലേ?" പുച്ഛത്തോടെയാണ് ആ ചോദ്യം.

"സർക്കസല്ല, മാജിക്കാണ് സിസ്റ്റർ" ഞാൻ തിരുത്തിപ്പറഞ്ഞു.

"എന്താണെങ്കിലും കൊള്ളാം. എനിക്കു ലജ്ജ തോന്നുന്നു. ഡിഗ്രി
പാസായ ഒരു കുട്ടിക്ക് ഇതിന്റെ വല്ല കാര്യവുമുണ്ടോ?" സിസ്റ്ററുടെ മുഖം
ഇരുണ്ടുവരുന്നത് ഞാൻ ശ്രദ്ധിച്ചു.

"ഒരു നല്ല ജോലി കിട്ടിയാൽ അന്ന് ഞാൻ ഈ രംഗം ഉപേക്ഷി
ക്കും. അപ്പച്ചന് ഞങ്ങളെ വിവാഹം കഴിച്ചയയ്ക്കാനുള്ള സ്ത്രീധനമു
ണ്ടാക്കാനൊന്നും കഴിവില്ല. അതുകൊണ്ട് ഞാൻ ഇതൊരു തൊഴിലായി

ഒരു മുട്ടയിൽനിന്ന് നിരവധി
മുട്ടകൾ സൃഷ്ടിക്കുന്ന വിദ്യ

കണക്കാക്കിയിരിക്കുകയാണ്." നഴ്സു മാർക്ക് രാത്രി ജോലിക്കു പോകാമെങ്കിൽ ഞങ്ങൾ പ്രോഗ്രാമിനു പോകുന്നതിലെ ന്താണ് തെറ്റ്? എന്നു ചോദിക്കാനാണ് എനിക്കപ്പോൾ തോന്നിയത്. കുറച്ചുനേരം മൗനിയായി നിന്ന സിസ്റ്റർ സ്നേഹ പൂർവ്വം, സഹതാപപൂർവ്വം എനിക്കൊരു ഉപദേശം തന്നു.

"തൊഴിലില്ലാത്തതാണ് പ്രശ്നമെ ങ്കിൽ ഒരു ഉപായം ഞാൻ പറഞ്ഞുതരാം. തൊമ്മച്ചന്റെ തെങ്ങിൻതോട്ടത്തിൽനിന്ന് ഓലമടൽ പെറുക്കി ചൂലുകെട്ടി വിറ്റാൽ കാശു കിട്ടും. പൂക്കോട്ടുംപാടം ചന്തയിൽ കൊണ്ടുപോയി വില്ക്കാമല്ലോ." എന്റെ തൊണ്ട നീറിപ്പുകഞ്ഞു. കരയാതിരി ക്കാൻ ഞാൻ പാടുപെട്ടു. സിസ്റ്ററുടെ മുമ്പിൽനിന്ന് എങ്ങനെയെങ്കിലും രക്ഷപ്പെട്ടാൽ മതിയെന്നായി. അന്നു രാത്രി എനിക്കുറങ്ങാൻ കഴിഞ്ഞി ല്ല. ചൂലുണ്ടാക്കി വില്ക്കുന്നതിനേക്കാൾ മോശമാണോ ഒരു കലാകാരി യാകുന്നത്? സിസ്റ്ററുടെ വാക്കുകൾ എന്നെ ഒരുപാട് ചിന്തിപ്പിച്ചു. ഇന്നും ഉത്തരം കിട്ടാത്ത ചോദ്യമാണത്.

മാജിക് എന്ന കലാരൂപം സ്ത്രീകൾക്കു പറ്റിയതല്ല എന്നൊരു കാഴ്ച പ്പാട് അന്നൊക്കെ പൊതുവെ ഉണ്ടായിരുന്നു. കണ്ണൂരിൽ വച്ചു നടന്ന അഖില കേരള ദാവൂദ് ട്രോഫി മായാജാല മത്സരം അതിനുദാഹരണ മാണ്. മൽസരത്തിൽ പങ്കെടുക്കാൻ നൂറുകണക്കിന് പുരുഷമാന്ത്രിക രെത്തിയപ്പോൾ വനിതാവിഭാഗത്തിൽ മത്സരിക്കാൻ ഞാനും അനുജ ത്തിയും മാത്രം. മത്സരം തുടങ്ങുംമുമ്പേ ഒന്നും രണ്ടും സ്ഥാനങ്ങൾ ഞങ്ങൾക്കാണെന്നുറപ്പായി. മാജിക് രംഗത്ത് മത്സരങ്ങൾ സംഘടിപ്പി ക്കുന്നത് അപൂർവ്വമാണ്. അതിനുമുമ്പും ശേഷവും കേരളത്തിൽ വനി തകൾക്കു മാത്രമായി പ്രത്യേകം മാജിക്മത്സരം നടന്നിട്ടുള്ളതായി എനി ക്കറിവില്ല. ഏതായാലും കണ്ണൂരിലെ മത്സരവേദിയിലെ താരങ്ങൾ ഞങ്ങൾ രണ്ടു പേരായിരുന്നു. കണ്ണൂരിലെ ആസ്വാദകർക്കും മത്സരിക്കാനെത്തിയ മാന്ത്രികർക്കും അതൊരു പുതിയ കാഴ്ചയായി. നിലമ്പൂരിലെ പ്രശസ്ത മാന്ത്രികൻ ആർ കെ മലയത്തിന്റെ സഹധർമ്മിണി നിർമ്മലാ മലയത്ത് വേദികളിൽ ജാലവിദ്യകൾ അവതരിപ്പിച്ചതായി കേട്ടിട്ടുണ്ട്. വിദേശരാ ജ്യങ്ങളിൽ ധാരാളം സ്ത്രീകൾ മാജിക് രംഗത്ത് പ്രവർത്തിക്കുന്നതായ റിയാം. പക്ഷേ, ഇന്ത്യയിൽ സ്ഥിതി മറിച്ചാണ്. മറ്റെല്ലാ കലകളിലും സ്ത്രീസാന്നിദ്ധ്യം പ്രകടമാകുമ്പോൾ മാജിക് രംഗത്തു മാത്രം സ്ത്രീകൾ കടന്നുവരാതിരിക്കാൻ കാരണമുണ്ട്.

ഭയവും അറപ്പും ജനിപ്പിക്കുന്ന കലയായിരുന്നു മുമ്പ് മാജിക്.

പാമ്പിനെ വിഴുങ്ങുക, കുപ്പിച്ചില്ല് കടിച്ചുപൊട്ടിച്ച് ഭക്ഷിക്കുക, തവളയെ ചർദ്ദിക്കുക തുടങ്ങിയ അത്ഭുതങ്ങൾ സ്ത്രീകളുടെ മനസ്സിൽ ആസ്വാദനത്തിന്റെ ഭാവതലങ്ങൾ ഉണർത്തുന്നതിനു പകരം അതിന് വിപരീതമായ ഫലമായിരിക്കും ഉണ്ടാക്കുക. 'രക്തരക്ഷസ്സ്' പോലുള്ള ഹൊറർ നാടകങ്ങൾക്ക് സ്ത്രീപ്രേക്ഷകർ കുറവായിരുന്നത് അതുകൊണ്ടാണ്. മാജിക്കിലെ ഇനങ്ങൾ ഇത്തരം പരിമിതികളിൽനിന്ന് മാറിയത് എൺപതുകളിലാണ്.   പി സി സർക്കാർ, കെ ലാൽ തുടങ്ങിയ ദേശീയതലത്തിൽ പ്രശസ്തരായ മാന്ത്രികർ മാജിക്കിനെ ഒരു ജനകീയകലയാക്കി

ഉയർത്തിക്കൊണ്ടു വന്നതിന്റെ ഫലമായി കേരളത്തിലും സമാനമായ മാറ്റമുണ്ടായി. നൃത്തം, സംഗീതം, നാടകം എന്നീ കലാരൂപങ്ങളുമായി സമന്വയിപ്പിച്ച് ആകർഷകമായ പശ്ചാത്തലങ്ങളിൽ ആധുനിക ലൈറ്റുകളുടെ അകമ്പടിയോടെ മാജിക് കേരളത്തിലെ വേദികളിലെത്തുന്നത് എൺപതുകളിലാണ്. തെരുവുമാജിക് എന്നത് ഒരു പ്രത്യേക വിഭാഗമായി നില നിൽക്കുകയും ചെയ്തു. ഒരു തീയേട്രിക്കൽ ആർട്ടായി മാറിയതോടെ നാടകങ്ങൾക്കൊപ്പം കേരളത്തിലെ ഫൈൻ ആർട്ട്സ് സൊസൈറ്റികൾ മാജിക് ഷോയും ബുക്കു ചെയ്യാൻ തുടങ്ങി. പ്രതിമാസം ശരാശരി പത്തു മുതൽ ഇരുപതു സ്റ്റേജുകൾ വരെ കിട്ടിക്കൊണ്ടിരുന്നു. കേരളത്തിൽ ടെലിവിഷൻ പ്രചാരത്തിലായതോടെ ഫൈൻ ആർട്സ് സൊസൈറ്റികളുടെ പ്രതാപകാലം അസ്തമിച്ചു. അതോടെ രംഗ കലയിൽനിന്ന് കലാകാരന്മാരും കലാകാരികളും കൂട്ട

ഇന്ദ്രജാലവേദിയിൽ സഹോദരിയോടൊപ്പം

ത്തോടെ മിനിസ്ക്രീനിലേക്ക് പ്രവേശിക്കാൻ തുടങ്ങി.

ദാവൂദ് ട്രോഫി മത്സരത്തിൽ ഞാൻ സ്റ്റേറ്റ് ഫസ്റ്റായപ്പോൾ മാധ്യമ ങ്ങളിലൂടെ ലഭിച്ച പ്രചാരം ആവേശംകൊള്ളിച്ചു. പച്ചപിടിച്ച ഒരു ജീവിതം സ്വപ്നം കണ്ടുതുടങ്ങി. മാജിക്കുരംഗത്ത് നല്ലൊരു ഭാവിയുള്ളതായി എനിക്കു തോന്നി. അവസരങ്ങൾ വൈകാതെ എത്തിച്ചേരുമെന്ന ആത്മ വിശ്വാസത്തോടെ നിരന്തരം പ്രാക്ടീസ് ചെയ്യാനും തുടങ്ങി. അങ്ങനെ യിരിക്കെയാണ് കോഴിക്കോട് 'ഗൃഹലക്ഷ്മി' ക്കുവേണ്ടി ഞങ്ങളുടെ ഷോ ആവശ്യപ്പെട്ട് ഒരു കത്തു വന്നത്. അതു പ്രകാരം മികച്ച ഒരു പ്രകടനം കാഴ്ചവയ്ക്കാനുള്ള തയ്യാറെടുപ്പിൽ ഞാനും അനുജത്തിയും ജാലവി ദ്യാഭ്യാസത്തിൽ വ്യാപൃതരായി. പക്ഷേ, സമയമായപ്പോൾ എന്തോ കാര ണത്തിന്റെ പേരിൽ ഗുരുവിന്റെ മുന്നിൽ എന്റെ നാവു 'പിഴച്ചു.' ശിഷ്യക്ക് ആജ്ഞകൾ അനുസരിക്കാൻ മാത്രമേ പാടുള്ളുവല്ലോ. തെറ്റിന്റെ ഭാഗ ത്തെക്കുറിച്ച് ന്യായീകരിച്ചിട്ട് ഫലമുണ്ടായിരുന്നില്ല. അതുകൊണ്ട് എന്റെ പ്രതിഷേധം പല്ലുകൾക്കിടയിൽ ഞെരിഞ്ഞമർന്നു. സ്വതന്ത്രമായി ഷോ നടത്താൻ സ്വന്തമായി ഉപകരണങ്ങളില്ലാത്തതുകൊണ്ട് ഒരു പിരിഞ്ഞു പോക്കിനെക്കുറിച്ച് ആലോചിക്കാനാവില്ല. അവസാനം 'ഗൃഹ ലക്ഷ്മി'യുടെ ഷോ നടന്നില്ല. എന്റെ സ്വപ്നങ്ങളും അതോടെ കരിഞ്ഞു പോയി.

ആ സംഭവത്തോടെ ഒരു കാര്യം എനിക്കു ബോദ്ധ്യമായി. കേരള ത്തിലെ ഇന്ദ്രജാലരംഗത്തേക്ക് ചുവടുവയ്ക്കാൻ മോഹിച്ച രണ്ട് പ്രതിഭ കൾ എന്ന നിലയ്ക്ക് സ്വതന്ത്രമായൊരു നിലനില്പിനെക്കുറിച്ച് ഇനി ചിന്തിച്ചിട്ടു കാര്യമില്ല. അതിനുവേണ്ടിയുള്ള ശ്രമം എന്നെന്നേക്കുമായി തടയപ്പെട്ടിരിക്കുന്നു.

13

ചമ്പൽക്കാട്ടിലൂടെ ഒരു രാത്രി

മലയാളി അസോസിയേഷൻ സംഘടിപ്പിച്ച ഉത്തരേന്ത്യൻ പ്രോഗ്രാമിനായി ഇരുപത്തഞ്ച് അംഗങ്ങളും പ്രാവുകളും മുയലുകളും പിന്നെ രണ്ട് ടൺ ഭാരം വരുന്ന മാജിക് ഉപകരണങ്ങളുമായി ഞങ്ങൾ യാത്ര തിരിച്ചു. മുഴുവൻ സാധനങ്ങളാണ്. ചുട്ടുപഴുത്ത റോഡി ലൂടെയുള്ള യാത്ര എങ്ങുമെങ്ങും എത്താതെ നീളുമ്പോൾ സീറ്റിനടിയി ലിരുന്ന് പ്രാവുകൾ കുറുകും. ആ പ്രതിഷേധം ആരും പരിഗണിക്കുന്നി ല്ലെന്ന് വരുമ്പോൾ അവ ചിറകടിക്കാൻ തുടങ്ങും.

ഞങ്ങളുടെ സ്ഥിതി അതിനേക്കാൾ പരിതാപകരമായിരുന്നു. മൂത്ര മൊഴിക്കാൻ സൗകര്യമില്ലാത്തതിനാൽ വെള്ളം കുടിക്കാൻ പേടി. ഇരു പത്തഞ്ച് പേർക്ക് വിശ്രമിക്കാൻ ഹോട്ടൽമുറിയെടുക്കുന്ന കാര്യം ട്രൂപ്പിന്റെ ബജറ്റിൽ ഉൾപ്പെടുന്നതല്ല. സംഘാടകർ ഏർപ്പെടുത്തിയ താമസസ്ഥല മെത്തുംവരെ വഴിയോരത്തെ തട്ടുകളിൽനിന്നുള്ള ഭക്ഷണവും പുഴയിലെ കുളിയും ശരണം. പക്ഷേ, നാട്ടിൻപുറത്തുകാരായ ഞങ്ങൾ പെൺകുട്ടി കൾക്ക് അതൊന്നും സ്വീകാര്യമായിരുന്നില്ല. ഏതാണ്ട് അരപ്പട്ടിണിയു മായി ബസിനുള്ളിൽത്തന്നെ രാവും പകലും കഴിച്ചുകൂട്ടി. ഡ്രൈവർക്ക് ഉറക്കം വരുമ്പോഴും ടയർ ഉരുകുമെന്ന് തോന്നുമ്പോഴും മരത്തണലിൽ വിശ്രമിക്കും. അപ്പോൾ പുരുഷന്മാർ ബസിൽനിന്ന് പുറത്തിറങ്ങി മരച്ചു വട്ടിൽ മുണ്ടുവിരിച്ച് കിടന്നുറങ്ങും. ബസിന്റെ കാര്യത്തിൽ അതീവജാ ഗ്രതയുള്ള ഡ്രൈവറുടെ അഭിപ്രായത്തിൽ രാത്രിയാണ് ഓട്ടത്തിന് നന്ന്. പകൽ പഴുത്തുകിടക്കുന്ന റോഡിലൂടെ അധികം ഓടാതെ തണലത്തു നിർത്തിയിടുന്നത് അതുകൊണ്ടാണ്. വിജനമായ ദേശീയപാതയിലൂടെ, അപരിചിതമായ സ്ഥലങ്ങളിലൂടെ രാത്രി യാത്ര ചെയ്യുന്നത് സംഘാട കർ അയച്ചുകൊടുത്ത റൂട്ട് മാപ്പ് നോക്കി മനസ്സിലാക്കിയാണ്. ഭാഷയറി

ജാലവിദ്യാപ്രകടനത്തിനു മുന്നോടിയായി പശ്ചാത്തലനൃത്തം അവതരിപ്പിക്കുന്നു

യാത്ത സ്ഥലങ്ങളിൽ രാത്രി വഴി ചോദിച്ചു മനസ്സിലാക്കുക എന്നത് പ്രയാസമേറിയ കാര്യമാണ്. എങ്കിലും ധീരനായ ഡ്രൈവർ രാത്രി നിർത്താതെ ബസ് ഓടിച്ചുകൊണ്ടേയിരുന്നു.

രാത്രിയാത്ര എന്നെ നിരാശയാക്കി. കേരളത്തിനുപുറത്തെ ഭൂപ്ര കൃതി, കൃഷിയിടങ്ങൾ, വേലിച്ചെടികൾ, സർവ്വോപരി മനുഷ്യർ....ഇത്തരം വഴിയോരക്കാഴ്ചകളൊന്നും ആസ്വദിക്കാൻ കഴിയില്ലല്ലോ. യാത്ര തിരിച്ച ദിവസത്തിന്റെ രണ്ടാമത്തെ രാത്രി മുഴുവൻ എവിടെയും ഹാൾട്ടാക്കാതെ ഡ്രൈവർ ബസോടിച്ചു. പിറ്റേന്ന് പുലർച്ചയ്ക്ക് കണ്ണുതുറന്നപ്പോൾ കണ്ടത് നൂറുകണക്കിന് ലോറികൾ ഹാൾട്ടാക്കിയിട്ടിരിക്കുന്ന റോഡിൽ ബസ് ഒതുക്കിനിർത്തിയിരിക്കുന്നതാണ്. കാപ്പി കുടിക്കേണ്ടവർ ഇറങ്ങി വരാൻ നിർദ്ദേശം വന്നപ്പോൾ ഞങ്ങൾ ഇറങ്ങിച്ചെന്നു. റോഡരികിൽ ഒരു നിരയായി ബഹളം പിടിച്ച പത്തുപതിനഞ്ചു ചായക്കടകൾ. എല്ലാ കടക ളിലും ലോറിഡ്രൈവർമാരുടെ തിരക്ക്. മുഷിഞ്ഞ വസ്ത്രവും ജടപിടിച്ച മുടിയുമായി ഹിന്ദിയിലും തമിഴിലും തെലുങ്കിലും ഉറക്കെ സംസാരിക്കുന്ന അവർ വല്ലാത്ത അലോസരമുണ്ടാക്കി. ഒരു ചായപ്പീടികയുടെ വെളിയിൽ പൊക്കിവച്ചിട്ടുള്ള മരത്തടിയിൽ ഞങ്ങൾ ചായ കാത്തിരുന്നു. ആവിപറ ക്കുന്ന ഇഞ്ചിച്ചായ ഉറക്കക്ഷീണത്തെയകറ്റിക്കൊണ്ടിരുന്നു. അപ്പോഴാണ് കഴിഞ്ഞ രാത്രിയിലെ അപകടംപിടിച്ച യാത്രയെക്കുറിച്ചുള്ള വീരവാദ വുമായി ഡ്രൈവർ ഞങ്ങളുടെയരികിലേക്ക് വന്നത്. കൊള്ളക്കാരുടെ സങ്കേതമായ ചമ്പൽക്കാട്ടിലൂടെയാണത്രേ കടന്നുപോന്നത്. ലോറികൾ രാത്രി ആ വഴി പോകുന്നത് കൂട്ടംകൂട്ടമായി മാത്രമാണ്. യാത്രക്കാരു

മായി ഒരു വാഹനവും രാത്രി അസമയത്ത് ആ കാട്ടിലൂടെ പോകാറില്ല. ലോറിക്കാരാണ് ആ വിവരം ഡ്രൈവറെ അറിയിച്ചത്. 'എന്തായാലും ഭാഗ്യംകൊണ്ട് ഒന്നും സംഭവിച്ചില്ലല്ലോ' എന്നു പറഞ്ഞുകൊണ്ട് ഡ്രൈവർ സാഹസികന്റെ മട്ടിൽ നിന്നു.

റൂട്ടുമാപ്പിൽ സ്ഥലങ്ങൾ അടയാളപ്പെടുത്തിയ സ്ഥിതിക്ക് എന്തിന് ഈ സാഹസം ചെയ്തു എന്നാണ് ഞാൻ ആലോചിച്ചത്. എന്റെ ഹൃദയം വിങ്ങിപ്പൊട്ടി. അങ്ങ് സഹ്യന്റെ ചുവട്ടിൽ ഒരു ചെറിയ ഓലക്കുടിലിൽ കഴിയുന്ന പാവപ്പെട്ട എന്റെ മാതാപിതാക്കൾ ഇക്കഥയറിഞ്ഞാൽ എന്താ യിരിക്കും സ്ഥിതിയെന്ന് ആലോചിച്ചു. ജീവൻ പണയം വച്ചുള്ള ഈ പണിക്ക് ഏത് മാതാപിതാക്കളാണ് മക്കളെ പറഞ്ഞയയ്ക്കുക. ഡ്രൈവ രുടെ പെൺമക്കളോ ഗുരുവിന്റെ സഹോദരിമാരോ ആ ബസിലുണ്ടായി രുന്നെങ്കിൽ ഇങ്ങനെയൊക്കെ ചെയ്യാൻ ധൈര്യപ്പെടുമായിരുന്നോ? 'കാട്ടിലെ മരം തേവരുടെ ആന' എന്ന മട്ടിലായിരുന്നു ഞങ്ങൾ നാലു പേരടങ്ങുന്ന ട്രൂപ്പിലെ പെൺകുട്ടികളുടെ സ്ഥിതി. കൊള്ളക്കാർ വണ്ടി തടഞ്ഞാൽ അതിനുള്ളിലെ മാജിക് ഉപകരണങ്ങൾ അവർക്കാവശ്യമു ണ്ടാകില്ല. കൈയിലെ ചായക്കാശുകൊണ്ടും അവർക്ക് പ്രയോജനമില്ല. പിന്നെ അവർക്കുവേണ്ടത് എന്തായിരിക്കുമെന്ന് എനിക്കറിയാം. പക്ഷേ, പ്രായപൂർത്തിയാകാത്ത അനുജത്തിക്കും മറ്റ് രണ്ടു പെൺകുട്ടികൾക്കും അതറിയില്ല. അതുകൊണ്ട് എന്റെ മനസ്സിലെ ആധി അവർക്കുണ്ടായതു മില്ല. എല്ലാവരും അതൊരു തമാശയായിട്ടെടുത്തു.

സുരക്ഷിതത്വഭീഷണിയുടെ മറ്റൊരനുഭവമുണ്ടായത് ബഹറൈ നിൽവച്ചാണ്. അത് എന്റെ രണ്ടാമത്തെ ഗൾഫ് പര്യടനമായിരുന്നു. 1992ലോ '93ലോ ആണ്. ആദ്യത്തെ വിദേശപ്രോഗ്രാം മസ്കറ്റിലായിരു ന്നു. കാർഗോയിൽ രണ്ട് ടൺ സാധനസാമഗ്രികൾ കൊണ്ടുപോകു ന്നത് വൻനഷ്ടമായതിനാൽ ബഹറൈനിൽ ചെന്നശേഷം ഉപകരണങ്ങൾ നിർമ്മിക്കാനായിരുന്നു തീരുമാനം. അതിനായി ആശാരിയെക്കൂടി കൊണ്ടുപോയി. എയർക്കണ്ടീഷനില്ലാത്ത ഒരു കാർഷെഡ്ഡിലിരുന്ന് തകൃ തിയിൽ ഉപകരണങ്ങൾ തട്ടിക്കൂട്ടുന്ന ആശാരിയും പെയിന്റടിക്കുന്നവരും ശക്തിയായ ചൂടും ആവിയും സഹിച്ച് ഷർട്ടൂരിയിടാൻ നിവൃത്തിയില്ലാതെ വിമ്മിട്ടപ്പെട്ടു. ജോലി ഏതുമായിക്കൊള്ളട്ടെ, ഷൂവും സോക്സുമിട്ട് ടിപ്ടോ പ്പിൽ നിന്നുകൊണ്ടേ പണിയെടുക്കാനാവൂ. ബഹറൈനിലെ നിയമങ്ങൾ അത്രയ്ക്ക് ശക്തമായിരുന്നു.

റോഡിൽ തുപ്പിയാൽ ശിക്ഷയുണ്ടെന്ന് സംഘാടകർ പറഞ്ഞിരുന്നു. ട്രാഫിക് തെറ്റിക്കുന്നവരെ പിടികൂടാൻ പോസ്റ്റുകളിൽ ക്യാമറകൾ ഘടി പ്പിച്ചിരിക്കുന്നതും വീടിനകംപോലെ വൃത്തിയായിക്കിടക്കുന്ന റോഡു മൊക്കെ കൗതുകമായി. അലഞെറിയിട്ട കടൽപോലെ കാറ്റ് ഞെറിഞ്ഞിട്ട മണലാരണ്യം അനന്തമായി കിടന്നു. അതിലൂടെ മന്ദം മന്ദം നീങ്ങുന്ന ഒട്ടകക്കൂട്ടങ്ങളുടെ ഗതികേടോർത്തപ്പോൾ ദയവു തോന്നി. കാറിന്റെ ഗ്ലാസൊന്ന് താഴ്ത്തിയാൽ മുഖം കരിഞ്ഞുപോകുംപോലുള്ള ചൂട്.

അപ്പോൾ ആ ഒട്ടകങ്ങളുടെയും മേയ്ക്കലുകാരന്റെയും സ്ഥിതിയെന്താ രിക്കും! ദൂരെ ചെറിയ പൊട്ടുപോലെ അങ്ങിങ്ങ് മുൾച്ചെടികൾ ഓരോന്ന് എഴുന്നുനില്ക്കുന്നതൊഴിച്ചാൽ പഴുത്തുകിടക്കുന്ന മണലിന്റെ കനൽക്കാടാണ് ചുറ്റും. എയർക്കണ്ടീഷൻ ചെയ്ത എല്ലാവിധ സുഖ സൗകര്യങ്ങളുമുള്ള ഹോട്ടൽമുറിയിൽ വിശ്രമിക്കുമ്പോഴും ആ മണലാ രണ്യത്തിന്റെയും സാധുക്കളായ ഒട്ടകക്കൂട്ടങ്ങളുടെയും ദൃശ്യം മന സ്സിൽനിന്ന് മാഞ്ഞുപോയില്ല.

ബഹറൈനിലെ ഇന്റർനാഷണൽ ഓഡിറ്റോറിയത്തിലായിരുന്നു പരി പാടി. അറബികളും മലയാളികളുമടങ്ങുന്ന വലിയ സദസ്സിന് പുതിയൊരു അനുഭവമായിരുന്നു അത്തരമൊരു മാജിക് ഷോ. സാധാരണ നാടക ങ്ങളും ഗാനമേളയുമാണ് മലയാളി സംഘടനകൾ ഗൾഫിലേക്ക് ബുക്കു ചെയ്യാറ്. അറബികൾക്ക് ഈ കലാരൂപം ഇഷ്ടപ്പെടില്ലേയെന്ന ഭയം പലർക്കുമുണ്ടായിരുന്നു. മാന്ത്രികനെ സാത്താൻ എന്നാണ് അവർ പറ യുന്നത്. ഞങ്ങൾ ചെന്ന ദിവസം അപ്രതീക്ഷിതമായി മഴ പെയ്തപ്പോൾ അത് സാത്താൻ വന്നതുകൊണ്ടാണെന്ന് അറബികൾ പറഞ്ഞു.

നാലാമത്തെ പരിപാടി കഴിഞ്ഞ രാത്രി. ക്ഷീണിച്ച് ഹോട്ടൽമുറിയി ലെത്തിയ ഞങ്ങൾ കിടന്നതേ ഉറക്കം പിടിച്ചുകഴിഞ്ഞിരുന്നു. കോളി ങ്ബെല്ലിന്റെ ശബ്ദംകേട്ട് ഞാൻ ഞെട്ടിയുണർന്നു. അസമയത്ത് ഇങ്ങ നെയൊരു വിളിച്ചുണർത്തൽ അസാധാരണമാണ്. ആർക്കെങ്കിലും സുഖ മില്ലാതായോ? നാട്ടിൽനിന്ന് വല്ല അടിയന്തരവിവരവും വന്നിരിക്കുമോ? ഇങ്ങനെയൊക്കെയാണ് ഞാൻ ചിന്തിച്ചത്. വാതിലിലെ ലെൻസിലൂടെ സൂക്ഷിച്ചുനോക്കി. പുറത്ത് നിൽക്കുന്നത് തലയിൽകെട്ടുള്ള വെളുത്ത ലോഹയിട്ട ഒരു അറബിയുവാവ്. എന്റെ വയറു കാളി. എന്തു ചെയ്യണ മെന്ന് അറിയാതെ എയർക്കണ്ടീഷൻമുറിയിൽനിന്ന് ഞാൻ വിയർത്തു. കുട്ടികൾ മൂന്നും നല്ല ഉറക്കത്തിലാണ്. ഉണർത്തിയാൽ അവർ നിലവി ളിക്കുമെന്നുറപ്പ്. അതുകൊണ്ട് ലൈറ്റ് ഓഫ് ചെയ്ത് അനങ്ങാതെ പോയി കിടന്നു. അന്ന് മൊബൈൽ ഫോൺ പ്രചാരത്തിലില്ല. റിസപ്ഷനിൽ വിളിച്ച് ട്രൂപ്പ്ലീഡറുടെ റൂമിലേക്ക് കണക്ട് ചെയ്ത് വിവരം പറയാനേ പറ്റൂ. അതിനുപോലും ധൈര്യം വരുന്നില്ല. കോളിങ്ബെൽ പിന്നെയും കുറേനേരം അടിച്ചുകൊണ്ടിരുന്നു.

അറബികൾ അവിടെയെത്തുന്ന അന്യരാജ്യക്കാരോട് എന്തും ചെയ്യാൻ മടിക്കില്ലെന്നതിന്റെ തെളിവ് എന്റെ മുമ്പിലുണ്ടായിരുന്നു. ഞങ്ങൾ വന്നിറങ്ങിയ ദിവസം വൈകിട്ട് ഹോട്ടലിൽനിന്ന് ഭക്ഷണം കഴിച്ച് റോഡരികിലൂടെ നടന്നുവരുമ്പോഴാണ് ട്രൂപ്പിലെ ബാബുവിന്റെ മുതുകിൽ ചവിട്ടിയിട്ട് ഒരു അറബിപ്പയ്യൻ കൂസലില്ലാതെ കടന്നുപോയത്. സംഘാ ടകർ നിസ്സഹായരായി നിന്നതേയുള്ളൂ. ജീവിക്കാൻവേണ്ടി തങ്ങളുടെ നാട്ടിലെത്തുന്നവരോട് അവർക്ക് എന്തും ചെയ്യാമെന്ന ഭാവമാണുപോ ലും. എന്നാൽ സംസ്കാരമുള്ള എത്രയോ മനുഷ്യർ അവിടെയുണ്ടെന്നും സംഘാടകർ പറഞ്ഞു. വീട്ടുജോലിക്കായി കേരളത്തിൽനിന്നെത്തുന്ന

പാവപ്പെട്ട സ്ത്രീകളെ അറബികൾ പീഡിപ്പിക്കാറുള്ള കഥകളും ഞാൻ മുമ്പ് കേട്ടിട്ടുണ്ട്. അന്ന് പ്രോഗ്രാം കാണാനെത്തിയ അറബികളിൽ ആരെ ങ്കിലുമായിരിക്കും കോളിങ് ബെല്ലടിച്ചതെന്ന് ഊഹിച്ചു. ചുരുക്കത്തിൽ അന്നു രാത്രി എനിക്ക് കാളരാത്രിയായെന്ന് പറയാം. പിറ്റേന്ന് രാവിലെ കുട്ടികളോട് ആ വിവരം പറഞ്ഞു. അവർ ഉടനെ മറ്റുള്ളവരുടെ മുറികളി ലേക്ക് അതറിയിക്കാനായി തലങ്ങും വിലങ്ങും ഓടി.

ഉടനെ ട്രൂപ്പ് യോഗം വിളിച്ചുകൂട്ടി ഗുരു ഗൗരവത്തോടെ ആ വിഷയം ചർച്ചചെയ്തു. അപ്പോഴാണ് സംഗതിയുടെ കിടപ്പ് ഞങ്ങളെല്ലാവരും അറിയുന്നത്. ഗർഭിണിയായ ഒരു അറബിസ്ത്രീ തന്റെ വയറ്റിൽ കിട ക്കുന്ന കുട്ടി ആണോ പെണ്ണോ എന്നറിയാനായി 'സാത്താനെ' തേടി റിസപ്ഷനിലെത്തിയിരുന്നുവത്രെ. അവിടെനിന്ന് അനുവാദം വാങ്ങി കുറെ മുമ്പുതന്നെ അവർ ഗുരുവിന്റെ മുറിയിലെത്തിയിരുന്നു. പെൺകുട്ടി ജനി ക്കുന്നതാണ് അന്നാട്ടിൽ എല്ലാവർക്കും താല്പര്യം. ആൺകുട്ടി ജനിച്ചാൽ വിവാഹസമയത്ത് പെൺവീട്ടുകാർക്ക് എടുപ്പത് സ്ത്രീധനം കൊടു ക്കണം. നമ്മുടെ നാട്ടിലേതിൽനിന്ന് തികച്ചും വിപരീതമായ സമ്പ്രദായം. പെൺകുട്ടിയാണെന്നറിഞ്ഞാൽ ഗർഭിണിക്ക് അമ്മായിയമ്മയുടെ സ്നേഹം ലഭിക്കും. അതുകൊണ്ടാണ് കാലേക്കൂട്ടി അതറിയാൻ അവർ വന്നിരിക്കുന്നത്. കറുത്ത പർദ്ദയണിഞ്ഞ ആ സ്ത്രീയുടെകൂടെ അവ ളുടെ ബന്ധുക്കളായ രണ്ടു സ്ത്രീകളുമുണ്ടായിരുന്നുവത്രെ.

അറിയാവുന്ന മുറിയിംഗ്ലീഷും അറബിയും കൂട്ടിക്കലർത്തി ആംഗ്യഭാഷയിലൂടെ അവർ തങ്ങളുടെ ആവശ്യം മാന്ത്രികനെ അറിയി ച്ചു. ഒന്നുമില്ലായ്മയിൽനിന്ന് എന്തെങ്കിലും സൃഷ്ടിക്കുവാനോ ഉള്ളതിനെ അപ്രത്യക്ഷമാക്കാനോ പ്രവചിക്കാനോ ഒന്നും മാന്ത്രികന് സാദ്ധ്യമ ല്ലെന്നും മാജിക് കേവലം സൂത്രപ്പണികൾ ഉപയോ ഗിച്ച് ചെയ്യുന്ന ഒരു കല മാത്രമാണെന്നും അറബി കളായ ആ സ്ത്രീകളെ എങ്ങനെ പറഞ്ഞു മനസ്സി ലാക്കും? പ്രതിസന്ധിയിലാ യിപ്പോയ ഗുരു റിസപ്ഷനി സ്റ്റിന്റെ സഹായത്തോടെ തടിതപ്പാനായി ഒരു അടവു പ്രയോഗിച്ചു. കറുപ്പിൽ മാജിക് ഫലിക്കില്ലെന്നും പർദ്ദയിട്ടിരിക്കുന്നതിനാൽ അക്കാര്യം പ്രവചിക്കാനാവി ല്ലെന്നുമാണ് പറഞ്ഞത്. അവരെ അന്വേഷിച്ചെത്തിയ

അറബിയായിരുന്നുവത്രെ ഞങ്ങളുടെ മുറിയുടെ കോളിങ് ബെല്ലടിച്ചത്. റിസപ്ഷനിൽനിന്ന് റൂംനമ്പർ പറഞ്ഞുകൊടുത്തെങ്കിലും ഒരു ഡിജിറ്റ് മാറിപ്പോയ അറബി തൊട്ടടുത്തുള്ള ഞങ്ങളുടെ മുറിയുടെ മുന്നിലെത്തുകയായിരുന്നു. ട്രൂപ്പ് യോഗം വിളിച്ചുചേർത്തത് മറ്റൊരു അടിയന്തര പ്രശ്നംകൂടി അവതരിപ്പിക്കാനായിരുന്നു. മടങ്ങിപ്പോയ അറബിപ്പെണ്ണ് പിറ്റേന്ന് കറുത്ത പർദ്ദ മാറ്റി വരാൻ സാദ്ധ്യതയുണ്ട്. 'സാത്താന്' അമാനുഷികസിദ്ധിയുണ്ടെന്ന് വിശ്വസിക്കുന്ന അവരോട് ഇനി എന്തു പറഞ്ഞു രക്ഷപ്പെടും. അതുകൊണ്ട് ഹോട്ടൽ മാറുന്നതാണ് നല്ലതെന്നും സംഘാടകരെ വിളിച്ച് അക്കാര്യം അറിയിക്കുകയാണ് രക്ഷയെന്നും മീറ്റിങ്ങിൽ തീരുമാനമായി.   പക്ഷേ, ആ അറബിയും കോളിങ്ബെല്ലും ബഹറൈ നിൽനിന്ന് മടങ്ങുംവരെ ഒരു പേടിസ്വപ്നമായി എന്നെ അലട്ടിക്കൊണ്ടിരുന്നു.

14

ഒടിയൻ വേലായുധൻ

മാജിക് എന്ന കലയെക്കുറിച്ച് കൂടുതൽ ഗ്രഹിക്കാനായതോടെ ഭൂതപ്രേതപിശാചുക്കളെയും ഒടിയൻ വേലായുധനെയും എനിക്ക് പേടി യില്ലാതായി. കള്ളസന്യാസിമാർ, മന്ത്രവാദികൾ തുടങ്ങി ദിവ്യന്മാർ എന്ന വകാശപ്പെടുന്നവരുടെ യഥാർത്ഥ മുഖം മനസ്സിലാക്കാൻ ഈ കലയുടെ ശാസ്ത്രീയമായ പഠനം സഹായിച്ചു.

അന്തരീക്ഷത്തിൽനിന്ന് ഭസ്മമെടുക്കുന്നതിന്റെ രഹസ്യം പിടികി ട്ടിയപ്പോൾ ഭക്തി തലയ്ക്കു പിടിച്ചവരുടെ അന്ധവിശ്വാസത്തെക്കുറി ച്ചോർത്ത് സഹതപിക്കാനാണ് തോന്നിയത്. ശൂന്യതയിൽനിന്ന് രുദ്രാ ക്ഷമാലയെടുക്കുന്നതിന്റെ പിന്നിൽ പ്രാവിനെയോ പൂക്കളെയോ പ്രത്യ ക്ഷപ്പെടുത്തുന്ന അതേ രഹസ്യമാണുള്ളതെന്നു പറഞ്ഞാൽ ഭക്തർ അത് ചെവിക്കൊള്ളില്ല. ശാസ്ത്രത്തെക്കുറിച്ച് മനസ്സിലാക്കിയിട്ടുള്ള ഡോക്ടർമാരും നിയമജ്ഞരുമടക്കമുള്ളവരും ഇത്തരം അന്ധവിശ്വാസ ങ്ങൾക്ക് അടിപ്പെടുന്നു എന്നറിയുമ്പോൾ അത്ഭുതം തോന്നും. ശാസ്ത്രം ഇത്രയും പുരോഗമിച്ച ഈ കാലഘട്ടത്തിലും മാജിക് എന്ന കല നില നില്ക്കുന്നതിന്റെ പിന്നിലും അത്ഭുതങ്ങളോടുള്ള ജനങ്ങളുടെ ജിജ്ഞാ സയും അന്ധവിശ്വാസങ്ങളുമാണെന്ന് പറയേണ്ടിയിരിക്കുന്നു.

ഇന്നത്തെ ഏറ്റവും വലിയ ഇന്ദ്രജാലക്കാരനാണല്ലോ കമ്പ്യൂട്ടർ. ശാസ്ത്രത്തിന്റെ പുരോഗതിയിലൂടെ അന്ധവിശ്വാസങ്ങൾക്ക് തടയിടാൻ സാധിച്ചിരുന്നു എന്നത് വാസ്തവമാണ്. എന്നാൽ 21-ാം നൂറ്റാണ്ടിൽ ഭക്തി മാർഗ്ഗം മനുഷ്യന് രക്ഷയുടെ സങ്കേതമായി മാറിയിരിക്കുകയാണ്. ക്രിമി നലുകൾക്ക് ഒളിച്ചുകഴിയാനുള്ള ഏറ്റവും സുരക്ഷിതമായ മാർഗ്ഗം. കുറ്റകൃ ത്യങ്ങൾ പെരുകുന്നതിനനുസരിച്ച് ശബരിമലയിൽ തിരക്കും കൂടുന്നു. പണമുണ്ടാക്കാനുള്ള കുറുക്കുവഴികൾ തെറ്റുചെയ്യാൻ പ്രേരിപ്പിക്കുന്നത്

സ്വാഭാവികം. അന്യായമായി നേടിയ പണം ഉറക്കം നഷ്ടപ്പെടുത്തുകയും മനുഷ്ക്ലേശമുണ്ടാക്കുകയും ചെയ്യുമ്പോള്‍ ഒരു മലകയറ്റമോ ഒരു തുലാ ഭാരമോകൊണ്ട് ശാന്തി കൈവരിക്കുന്നു. മന്ത്രവാദികള്‍ക്കും സന്ന്യാസി മാര്‍ക്കും കേരളത്തില്‍ മെച്ചപ്പെട്ട മാര്‍ക്കറ്റുണ്ടാകുന്നത് ഇതുകൊണ്ടാണ്.

കുട്ടിക്കാലത്ത് ഒടിവിദ്യക്കാരനായ പാണന്‍വേലായുധനെ എനിക്ക് വലിയ പേടിയായിരുന്നു. ഓലക്കുട (തൊപ്പിക്കുട)യുണ്ടാക്കി വിറ്റ് ജീവി ക്കുന്ന പാണന്മാരുടെ കുടുംബത്തിലെ ഒരംഗമായിരുന്നു വേലായുധന്‍. വേലായുധന്റെ നിഴലു കാണുമ്പോഴേക്കും കവളമുക്കട്ട സ്കൂളിലെ കുട്ടി കള്‍ ജീവനുംകൊണ്ടോടും. കാരണം, വേലായുധന്‍ ഒടിയനാണ്. ആരോ ടെങ്കിലും അയാള്‍ക്ക് വിദ്വേഷം തോന്നിയാല്‍ പട്ടിയുടെയോ പോത്തി ന്റെയോ രൂപമെടുത്ത് ഇരയെ ഒടിച്ചുകൊല്ലും. വേലായുധന് പരമ്പരാഗ തമായി കിട്ടിയതാണത്രേ ഈ അമാനുഷികസിദ്ധി.

മുറുക്കിച്ചുവപ്പിച്ച ചുണ്ടുകളും ചുവന്ന കണ്ണുകളുമുള്ള പാണന്‍ എന്നുമുതലാണ് കുട്ടികളുടെ പേടിസ്വപ്നമായി മാറിയതെന്ന് എനിക്ക റിയില്ല. പൂര്‍വ്വവിദ്യാര്‍ഥികളില്‍നിന്ന് പാണനെക്കുറിച്ചുള്ള പേടിക്കഥകള്‍ കുട്ടികള്‍ക്ക് കിട്ടിക്കൊണ്ടിരിക്കും. കഥയൊന്നുമറിയാതെ അവര്‍ ആ പൊട്ടക്കഥ കണ്ണടച്ചു വിശ്വസിക്കും. തന്നെ കാണുമ്പോള്‍ കുട്ടികള്‍ ഓടി മറയുന്നതുകണ്ട് പാവം ആ നിഷ്കളങ്കനായ പാണന്‍ എത്രമാത്രം വേദ നിച്ചിട്ടുണ്ടാവും?

എല്ലാ മാസവും റേഷന്‍മണ്ണെണ്ണയുടെ പാട്ട ചുമക്കാന്‍ അപ്പച്ചന്‍ എന്നെ കൊണ്ടുപോകുമായിരുന്നു. അപ്പച്ചന്റെ തലയില്‍ ഒരു മാസത്തേ ക്കുള്ള അരിസാമാനങ്ങള്‍ നിറച്ച ചാക്കുണ്ടാകും. അഞ്ചു മൈല്‍ ദൂരം നടന്നുവേണം പൂക്കോട്ടുംപാടം അങ്ങാടിയില്‍നിന്ന് വീട്ടിലെത്താന്‍. ഭാരം കൊണ്ട് തല ചൂടാകുമ്പോള്‍ ചാക്കുകെട്ട് തോളില്‍ വച്ചുകൊണ്ട് നട ക്കും. അപ്പോള്‍ മണ്ണെണ്ണപ്പാട്ട പിടിക്കാന്‍ ഞാനുള്ളത് അപ്പച്ചന് വലിയ ആശ്വാസമായിരുന്നു. ഈ പോക്കിലാണ് പാണന്‍വേലായുധനെ ഞാന്‍ മുഖാമുഖം കാണാറ്. കൊമ്പന്‍മീശക്കാരനായ അപ്പച്ചനെ നാട്ടു കാര്‍ക്കെല്ലാം വലിയ പേടിയായിരുന്നു. അപ്പച്ചന്‍ കൂടെയുള്ളപ്പോള്‍ പാണന്റെ മുന്നിലൂടെ ഞാന്‍ ധൈര്യമായി കടന്നുപോകും.

നരച്ചുപഴകിയ ഒരു കാലന്‍കുടയുമായാണ് പാണന്‍വേലായുധന്റെ നടത്തം. വാരിയെല്ലുകള്‍ എഴിച്ചുനില്‍ക്കുന്ന ചെറിയൊരു ശരീരം. മുട്ടി നുതാഴെവരെ ഇറക്കമുള്ള മുറിമുണ്ട് ഒരിക്കലും മുറുക്കിയുടുക്കില്ല. ഏതു സമയത്തും മുണ്ട് അഴിഞ്ഞുവീഴുമെന്ന് തോന്നും. ഏതോ വിദൂരബിന്ദു വിലേക്കു നോക്കി അലക്ഷ്യമായാണ് അയാള്‍ നടക്കുക. മുഖത്ത് നേരിയ പുഞ്ചിരി എപ്പോഴുമുണ്ടാകും. ദാരിദ്ര്യത്തിന്റെ നടുക്കയത്തിലാണ് പാണന്റെ കുടുംബമെന്ന് തൊപ്പിക്കുടകളും ചുമന്ന് പാടവരമ്പിലൂടെ നട ക്കുന്ന വേലായുധന്റെ അമ്മയുടെ കുഴിഞ്ഞൊട്ടിയ വയ്റ സാക്ഷ്യപ്പെടു ത്തുന്നുണ്ട്. ചോര്‍ന്നൊലിച്ച് ഭിത്തികള്‍ പാതി ഇടിഞ്ഞുവീണു കിടക്കുന്ന പാണന്റെ മണ്‍വീട് ഇന്നുമെന്റെ ഓര്‍മ്മയിലുണ്ട്.

വേദിയിൽനിന്ന് ആകാശത്തേക്ക്:
ലോകപ്രശസ്ത മാന്ത്രികൻ ഡേവിഡ് കോപ്പർ ഫീൽഡ്

ഒന്നുരണ്ടു ദശാബ്ദം മുമ്പുവരെ തെക്കേ മലബാറിലെ ഗ്രാമീണർ ക്കിടയിൽ ഭയമുണർത്തിയിരുന്ന ഒരു പേരായിരുന്നു ഒടിയൻ. ഓലക്കുട യുണ്ടാക്കുന്ന പാണന്മാരും പരമ്പും കുട്ടകളുമൊക്കെ മെടയുന്ന പറയ രുമാണ് ഒടിവിദ്യ എന്ന തന്ത്രം അനുവർത്തിച്ചുപോന്നിരുന്നത്. തെക്കേ മലബാറിൽ തെയ്യവും തിറയും കെട്ടുന്ന മലയവർഗ്ഗക്കാരും ഈ വിദ്യ വശംവദമാക്കിയിരുന്നു.

നിമിഷങ്ങൾക്കകം പട്ടിയോ പോത്തോ കുരങ്ങോ ഒക്കെയായി രൂപം മാറാനും ശത്രുക്കളെ ഒടിച്ചുകൊല്ലാനും പ്രത്യേക സിദ്ധിയുള്ള അമാ നുഷികരായിട്ടാണ് ഈ ഒടിയന്മാരെ ജനം നിരീക്ഷിച്ചിരുന്നത്. ഒടിയൻമാർ സഞ്ചരിക്കാറുള്ള വിജനമായ വഴികളിലൂടെ അസമയത്ത് പോകാൻ ഒരുവിധപ്പെട്ടവരെല്ലാം ഭയപ്പെട്ടിരുന്നു എന്നത് പരമസത്യമാണ്. ഇവർ ഗർഭസ്ഥ ശിശുക്കളുടെ ചോര ഊറ്റിക്കുടിക്കുമെന്ന ഭീതിയാൽ ഗർഭിണി കൾ സന്ധ്യകഴിഞ്ഞാൽപ്പിന്നെ പുറത്തിറങ്ങുമായിരുന്നില്ല. അക്കാലത്ത് നാട്ടിൽ നടക്കുന്ന അജ്ഞാതകൊലപാതകങ്ങളെല്ലാം ഇത്തരത്തിൽ സംഭവിച്ചതാണെന്ന് അനുമാനിക്കപ്പെട്ടിരുന്നു.

ഒരടിമൂർത്തി എന്ന 'കരു' വിനെയാണ് ഒടിയന്മാർ സ്വാധീനിച്ചിരു ന്നതത്രെ. ഇന്നത്തെ ഗുണ്ടാ മാഫിയ അല്ലെങ്കിൽ കൂലിക്കൊലയാളികൾ എന്നൊക്കെ പറയുംപോലെ ഒടിയന്മാർ ചെയ്തിരുന്നത് ഒരുതരം കൂലി ക്കൊലയായിരുന്നു. നാട്ടിൽ ആർക്കെങ്കിലും ആരോടെങ്കിലും ശത്രുത യുണ്ടെങ്കിൽ പ്രതികാരം ചെയ്യുന്നതിന് ഒടിയന്മാരെ തക്കതായ പാരി

തോഷികം കൊടുത്ത് കൃത്യനിർവ്വഹണത്തിനായി ഏല്പിക്കുന്നത് ചില യിടങ്ങളിൽ പതിവായിരുന്നു. ഒടിയന്മാരുടെ അമാനുഷികവൃത്തിയെക്കുറിച്ച് പരക്കെ പ്രചരിച്ചിരുന്ന കെട്ടുകഥകളുടെ പിൻബലത്തിൽ യാതൊരു സംശയത്തിനുമിടനല്കാത്തവിധം കർത്തവ്യം നടപ്പാക്കാൻ ഇവർ അസാമാന്യമായ വൈദഗ്ദ്ധ്യം നേടിയിരുന്നു. വളരെ നാടകീയമായി അരങ്ങേറിയിരുന്ന ഇത്തരം കൊലപാതകകൃത്യങ്ങൾ ആസൂത്രണം ചെയ്തിരുന്നത് താഴെ വിവരിക്കും പ്രകാരമാണ്.

കൊല്ലപ്പെടേണ്ട ആൾ അഥവാ ഇര അസമയത്ത് പതിവായി നടന്നുപോകുന്ന വഴി ഒടിയന്മാർ മുൻകൂട്ടി മനസ്സിലാക്കിവച്ചിരിക്കും. അതുപോലെത്തന്നെ അയാൾ ഏറ്റവും കൂടുതൽ ഭയക്കുന്ന ജന്തു ഏതാണെന്നും മനസ്സിലാക്കുന്നു. പോത്ത്, പട്ടി, കാള, കുരങ്ങ്, പൂച്ച തുടങ്ങിയ മൃഗങ്ങളുടെ രൂപമാണ് ഒടിയന്മാർ പതിവായി അണിഞ്ഞിരുന്നത്. പ്രസ്തുത ജന്തുക്കളുടെ ഉണക്കിയ തോലും തലയോടും പരമരഹസ്യമായി ഇവർ സൂക്ഷിച്ചു പോന്നിരുന്നു. രാത്രി ഇര വരുന്ന വഴിയിൽ മൃഗത്തോലണിഞ്ഞ് മുഖംമൂടിയും വച്ച് പൊന്തക്കാട്ടിൽ പതിയിരിക്കുന്ന ഒടിയൻ അപ്രതീക്ഷിതമായാണ് ചാടിവീഴുക. അവിചാരിതമായ ആക്രമണത്തിൽ ഇര സ്തബ്ധനാവുകയും ഒടിയനാണെന്നു വ്യക്തമാകുന്നതോടെ ഭയന്നവശനായി കുഴഞ്ഞുവീഴുകയുമാണ് പതിവ്. ധൈര്യശാലികളെ പിൻതുടർന്ന് കൈകാൽ കുഴഞ്ഞു വീഴുംവരെ ഓടിക്കുകയും ചെയ്യും. അബോധാവസ്ഥയിൽ നിലത്തുവീണുകിടക്കുന്ന ഇരയുടെ മർമ്മസ്ഥാനം നോക്കി ഒരു കുത്തോ ചവിട്ടോ തിരുമ്മോ കൊടുത്തശേഷം ഒടിയൻ ഇരുട്ടിൽ ഓടിമറയുന്നു. പിറ്റേന്ന് പുലരുമ്പോൾ ആ മരണത്തെ ഒടിയന്റെ ആക്രമണമായി ജനം വിലയിരുത്തുകയും ചെയ്യും. ഒടിയന്മാരിൽനിന്ന് രക്ഷപ്പെട്ട ആരുംതന്നെ അവശേഷിച്ചിട്ടില്ല. ഒടിയന്റെ കൈയിലകപ്പെട്ടാൽ മരണം സുനിശ്ചിതമാണ്. അഥവാ ജീവൻ രക്ഷപ്പെട്ടെങ്കിൽത്തന്നെ കൈകാലുകളും നാവും കുഴഞ്ഞുപോയ അവസ്ഥയിലായിരിക്കും. അതുകൊണ്ടാണ് ഈ രഹസ്യതന്ത്രം ഒരു ദുരൂഹതയായി നൂറ്റാണ്ടുകളോളം നിലനിന്നുപോന്നത്.

പട്ടിണിയും തൊഴിലില്ലായ്മയും നിലനിന്നിരുന്ന പ്രാചീന മലബാറിൽ ഒരു വിഭാഗം ആളുകളുടെ ഉപജീവനമാർഗ്ഗമായിരുന്നു മന്ത്രവാദവും മേൽപ്പറഞ്ഞ ഒടിവിദ്യയുമൊക്കെ. ഇലക്ട്രിസിറ്റി കടന്നുചെന്നിട്ടില്ലാത്ത മലവാരഗ്രാമങ്ങളിൽ ഇത്തരം ദുരൂഹകൃത്യങ്ങൾക്ക് സാദ്ധ്യത വളരെ ക്കൂടുതലായിരുന്നു. ബ്രിട്ടീഷുകാരുടെ വരവോടെയാണ് ഒടിയന്മാരെ പിടികൂടാനും ചോദ്യം ചെയ്യാനും തുടങ്ങിയത്. അങ്ങനെ ചോദ്യം ചെയ്യപ്പെട്ട ഒരു പാണനെക്കുറിച്ച് കാട്ടുമാടം നാരായണൻ എന്ന പ്രശസ്ത മന്ത്രവാദി *മന്ത്രവാദം കേരളത്തിൽ* എന്ന തന്റെ പുസ്തകത്തിൽ പരാമർശിച്ചിട്ടുണ്ട്. ചാത്തൻസേവയുടേയോ ദുർമന്ത്രവാദത്തിന്റെയോ പട്ടികയിൽപ്പെടുത്താവുന്ന ഈ വിദ്യ ജനങ്ങളുടെ വിശ്വാസപാരമ്പര്യത്തെ ചൂഷണം ചെയ്തുകൊണ്ടാണ് നിലനിന്നിരുന്നതെന്നുവേണം ഓർക്കാൻ.

മാന്ത്രികൻ അത്ഭുതവിദ്യകൾക്ക് കലയുടെ മാനം നല്കി അവത
രിപ്പിച്ച് ഒരു രംഗകലയെ (Performing Art) വികസിപ്പിച്ചെടുത്തപ്പോൾ
അതിനു സമാന്തരമായി ബ്ലാക്ക് മാജിക്കും വ്യാപിച്ചു. എന്നാൽ ഇരു
കൂട്ടരും തമ്മിൽ ഇന്നുവരെ ഒരു ഏറ്റുമുട്ടലുമുണ്ടായതായി കേട്ടിട്ടില്ല.
അലോപ്പതിയും സിദ്ധചികിത്സയുംപോലെ ഒരു കൊമ്പുകോർക്കലിനിട
വരുത്താതെ ഇരുകൂട്ടരും കഴിഞ്ഞുപോന്നു.

15

പെൻഡ്രാഗൻ

പെൻഡ്രാഗൻ എന്നു പേരുള്ള പാശ്ചാത്യ മാജിക് ട്രൂപ്പിന്റെ മാസ്റ്റർ പീസ് ഇനമാണ് യുവതി മാന്ത്രികന്റെ വയറുതുളച്ച് (penetrate) പുറ ത്തുകടക്കുന്ന ഇല്യൂഷൻ. വർഷങ്ങൾക്കുമുമ്പ് ഒരു വെസ്റ്റേൺ ടെലിവി ഷൻ ചാനലിൽ 'പെൻഡ്രാഗൺസ് മാജിക് ഷോ' സംപ്രേഷണം ചെയ്യു ന്നുണ്ടെന്ന വിവരമറിഞ്ഞ് അതു കാണാനായി നിലമ്പൂരിലെ ഒരു വീട്ടിൽ ചെന്നു. ഞങ്ങളുടെ ഗ്രാമത്തിൽ തൊണ്ണൂറുകളിലാണ് ടെലിവിഷൻ വന്നു തുടങ്ങുന്നത്. മാജിക് ഉപകരണങ്ങൾ നിർമ്മിക്കുന്ന ആശാരിയടക്കം ട്രൂപ്പിലെ മിക്ക അംഗങ്ങളും ആ വീട്ടിൽ ഹാജരായിരുന്നു. അപരിചിത മായ ആ വീട്ടിൽ പരിപാടി വരുന്നതും കാത്തിരിക്കുമ്പോൾ വല്ലാത്തൊരു ജാള്യത തോന്നി. രാത്രി ഏറെ വൈകിയായിരുന്നു പെൻഡ്രാഗൻ ഷോയുടെ സംപ്രേഷണം. എയറിൽ വരുന്ന ഷോ വീഡിയോ കാസറ്റിൽ റെക്കോർഡു ചെയ്യാനുള്ള സംവിധാനവും ഒരുക്കിയാണ് ഞങ്ങളുടെ കാത്തിരിപ്പ്.

പെൻഡ്രാഗൻ ഷോയിലെ പെനട്രേഷൻവിദ്യ കണ്ട് ഞങ്ങൾ അന്തി ച്ചിരുന്നുപോയി. ചടുലമായ ചലനങ്ങളുമായി കാണികളെ മുൾമുനയിൽ നിർത്തുന്ന ആ മാന്ത്രികന്റെ പേര് ഓർക്കുന്നില്ല. അദ്ദേഹത്തിന്റെ പ്രധാന അസിസ്റ്റന്റ് സ്വന്തം ഭാര്യതന്നെയായിരുന്നു. മാന്ത്രികനേക്കാൾ മികച്ച പ്രകടനമായിരുന്നു ആ സ്ത്രീയുടേത്. അവർ പേരിനു മാത്രമേ വസ്ത്രം ധരിച്ചിരുന്നുള്ളൂ. അവരുടെ അംഗചലനങ്ങളുടെ വഴക്കം കണ്ടാൽ ശരീ രത്തിൽ ഒരെല്ലുപോലുമില്ലെന്നു തോന്നും. പാമ്പിനെപോലെ വളയാനും പുളയാനും കഴിയുന്ന ഒരു സ്ത്രീ. റഷ്യൻസർക്കസുകാരികളെ വെല്ലുന്ന അവരുടെ പ്രകടനം പെനട്രേഷൻ ഇല്യൂഷന്റെ ഇഫക്ട് വർദ്ധിപ്പിച്ചു എന്ന് പ്രത്യേകം പറയേണ്ടതില്ല.

ഒരാൾക്ക് നിവർന്നു നില്ക്കാൻ മാത്രം ഉയരവും വീതിയുമുള്ള ഒരു ചട്ടക്കൂടിനുള്ളിലേക്ക് മാന്ത്രികൻ കയറിനില്ക്കും. കൈകൾ ഇരുവശ ങ്ങളിലേക്കും നീട്ടിവയ്ക്കാൻ വിമാനത്തിന്റെ ചിറകുകൾപോലെ പരന്ന രണ്ട് കൈപ്പിടികളുണ്ട് ഫ്രെയിമിന്. മാന്ത്രികന്റെ ഉടലും തലയും കൈകളും കാണികൾക്ക് വ്യക്തമായി കാണാം. സർക്കസിലേതുപോലെ കായികപ്രകടനങ്ങൾ നടത്തിക്കൊണ്ടിരിക്കുന്ന യുവതി ആ ഫ്രെയിമിനു സമീപത്തേക്കു ചെല്ലുന്നതോടെ ജാലവിദ്യ ആരംഭിക്കുകയായി. ഇല്യൂ ഷൻസ് അവതരിപ്പിക്കുമ്പോൾ സാധാരണഗതിയിൽ മാന്ത്രികൻ നേരിട്ട് ജാലവിദ്യയിലേക്കു പ്രവേശിക്കാറില്ല. നൃത്തരംഗങ്ങളോ, ലൈറ്റ് ഇഫ ക്ടുകളോ, മറ്റേതെങ്കിലും പശ്ചാത്തല രംഗങ്ങളോ അതിനു മുന്നോടി യായി രംഗത്തെത്തിക്കുന്നു. ഇത് ബോധപൂർവ്വമായി ചെയ്യുന്നതാണ്. അത്ഭുതങ്ങളുടെ ഉള്ളറകൾ രഹസ്യമായി നിർത്തുന്നതിന്റെ പേരിൽ പൊതുവെ മാന്ത്രികനോട് കാണികൾക്ക് അസൂയകലർന്ന ഒരു മനോ ഭാവമാണുള്ളത്. ഇന്ദ്രജാലത്തിന്റെ കലാപരമായ അവതരണത്തിന്റെ രസം ഉൾക്കൊള്ളുന്നതിനു പകരം രഹസ്യം കണ്ടെത്താനുള്ള വ്യഗ്രത യാണ് സംജാതമാകുന്നത്. ഈ മനോഭാവത്തെക്കുറിച്ച് നന്നായറിയുന്ന മാന്ത്രികൻ കാണികളെ തന്റെ ചേരിയിലാക്കാനുള്ള ട്രിക്കുകളാണ് ആദ്യം നടത്തുക. 'കൈയിലെടുക്കുക' എന്നാണ് ഇതിന്റെ സാങ്കേതിക ഭാഷാപ്രയോഗം. വേദിയിലേക്ക് കാണികളുടെ ശ്രദ്ധ കേന്ദ്രീകരിക്കുക, മാന്ത്രികോപകരണങ്ങൾ കുറച്ചുസമയം കാണികളുടെ കാഴ്ചവട്ടത്ത് പ്രദർശിപ്പിക്കുക എന്നീ ലക്ഷ്യങ്ങളും ഇവിടെ നിറവേറ്റപ്പെടുന്നു. അത്ഭു

തങ്ങൾ സൃഷ്ടിക്കാ ത്ത ഇതര കലാരൂപ ങ്ങളെ ഇന്ദ്രജാലവേദി യിലേക്ക് കടത്തിക്കൊ ണ്ടുവരുന്നതിന് ഇങ്ങ നെയൊരു ഉദ്ദേശ്യമു ണ്ടെന്ന് സൂചിപ്പിച്ചു വെന്നു മാത്രം. പെൻ ഡ്രാഗനിലെ ലേഡി അസിസ്റ്റന്റിന്റെ പ്രകട നവും ഈ ലക്ഷ്യംവ ച്ചുകൊണ്ടുള്ളതായിരു ന്നു.

മാന്ത്രികന്റെ ഉദര ഭാഗംമാത്രം തൽക്കാല ത്തേക്ക് കാണികളിൽ നിന്ന് മറയ്ക്കുന്നതി നായി യുവതി വലി

പെൻഡ്രാഗൻ ഇല്യൂഷനുവേണ്ടിയുള്ള ഉപകരണം

യൊരു വെള്ളക്കടലാസ് ഘടിപ്പിച്ച ഫ്രെയിം കൊണ്ടുവന്ന് പ്രധാനഫ്രെ യിമിൽ ഘടിപ്പിച്ചുവച്ചു. ദൂരെയുള്ള ഒരു ബിന്ദുവിലേക്ക് ദൃഷ്ടിയൂന്നി പ്രതിമകണക്കെ അനങ്ങാതെ നില്ക്കുന്ന മാന്ത്രികന്റെ പിന്നിലേക്ക് യുവതി നീങ്ങി. മാന്ത്രികന്റെ ശരീരത്തോടു ചേർന്നുനില്ക്കുന്നതിനാൽ ഒന്നുരണ്ടു നിമിഷത്തേക്ക് യുവതി കാണികളുടെ കാഴ്ചവട്ടത്തില്ല. പിന്നീടു കാണുന്നത് മാന്ത്രികന്റെ ഉദരഭാഗത്തെ വെള്ളപേപ്പർ പൊട്ടി ക്കീറുന്നതും ഒരു വളയിട്ട കൈ പുറത്തേക്കു നീണ്ടു വരുന്നതുമാണ്. കാണികൾ അമ്പരന്നുനില്ക്കുമ്പോൾ, അതാ, യുവതിയുടെ ശിരസ്സും പുറത്തേക്കു വരുന്നു. സാവധാനം അവളുടെ ഉടലും പുറത്തേക്കു വന്നു കൊണ്ടിരുന്നു. തലകീഴായി തൂങ്ങിക്കിടക്കുന്ന അവൾ സർപ്പത്തെപ്പോലെ മലർന്നുകിടന്ന് പുറത്തേക്കിഴയുകയാണ്. ഒടുവിൽ അവളുടെ പാദങ്ങളും പുറത്തു കാണായി. അപ്പോഴേക്കും അവൾ ഇരുകൈകളും നിലത്തു കുത്തി ഒരു മലക്കം മറിച്ചിൽ. പിന്നെ മുമ്പ് നടത്തിയ അഭ്യാസപ്രകടന ത്തിന്റെ തുടർച്ചയിലേക്ക് വീണ്ടും അവൾ കാണികളെ കൂട്ടിക്കൊണ്ടു പോയി.

മാന്ത്രികന്റെ ഉദരം തുളച്ച് പുറത്തുകടന്ന യുവതിയിലേക്ക് കാണി കളുടെ ശ്രദ്ധ പോയിക്കഴിഞ്ഞ് ഏതാനും നിമിഷങ്ങൾക്കുശേഷമാണ് മാന്ത്രികനിലേക്ക് കണ്ണു പായുന്നത്. അയാളുടെ ഉദരത്തിന് എന്തു സംഭ വിച്ചിരിക്കും? പൊട്ടിക്കീറിയ കടലാസുഫ്രെയിം എടുത്തു മാറ്റിയാലേ അത് വ്യക്തമാകൂ. അവൾ തുള്ളിച്ചാടിവന്ന് ആ ഫ്രെയിം നീക്കി. മാന്ത്രി കന്റെ കുപ്പായത്തിന്റെ ഒരു ബട്ടൻപോലും അനങ്ങിയിട്ടില്ല.അയാൾ പ്രതി മാഭാവം വെടിഞ്ഞ് ഫ്രെയിമിനു പുറത്തേക്കിറങ്ങി കാണികളെ അഭി വാദ്യം ചെയ്തു. പെൻഡ്രാഗൺസ് മാസ്റ്റർപീസിന് ഇവിടെ തിരശ്ശീല വീഴു ന്നു.

കാസറ്റിൽ പകർത്തിയ ഇന്ദ്രജാലചിത്രങ്ങളുമായി ടെലിവിഷൻ ഓണ റുടെ വീട്ടിൽനിന്നിറങ്ങി. പിറ്റേന്നു രാവിലെ വീഡിയോഷോ കാണാനും ആശയങ്ങൾ ചർച്ചചെയ്യാനുമായി മാന്ത്രികക്കൂടാരത്തിൽ എത്തണമെന്ന വ്യവസ്ഥയിൽ ഞങ്ങൾ പിരിഞ്ഞു. ഉറക്കത്തിൽ ഞാൻ സ്വപ്നം കണ്ടത് പെൻഡ്രാഗൺ ഇല്യൂഷനിലെ ലേഡി അസിസ്റ്റന്റിന്റെ പ്രകടനങ്ങളായി രുന്നു. ആ ജാലവിദ്യയുടെ രഹസ്യം ഗുരുവിനും ആശാരിക്കും ഏതാണ്ട് പിടികിട്ടിയിട്ടുണ്ടെന്നാണ് അവരുടെ വർത്തമാനത്തിൽനിന്ന് മനസ്സിലാ ക്കാൻ കഴിഞ്ഞത്. ആ സ്ഥിതിക്ക് നാളെ എന്റെ നീളവും വണ്ണവും ടേപ്പുകൊണ്ട് അളക്കുമെന്ന് ഉറപ്പ്. പുതിയ ഇനങ്ങളുടെ പരീക്ഷണത്തിന് മിക്കവാറും ഇരയാവുന്നത് ഞാനായിരിക്കും. ചെയ്യുന്ന ജോലിയോടുള്ള അമിതമായ ആത്മാർത്ഥത, നിലനില്പിനെക്കുറിച്ചുള്ള അമിതമായ ആശങ്ക... എന്നീ കാര്യങ്ങളാൽ ഏത് ദുർഘടം പിടിച്ച പ്രകടനമായാ ലും ഒഴിഞ്ഞുമാറാൻ എനിക്കാവില്ല. ഈ ദൗർബല്യംമൂലമാണ് കുരിൾ എന്നും എന്റെ തോളിൽ വയ്ക്കപ്പെടുന്നതെന്ന് അറിയാം.

എന്റെ ഊഹം ഒട്ടും തെറ്റിയില്ല. പെൻഡ്രാഗൺ ഇല്യൂഷന്റെ

(പെൻഡ്രാഗൺ എന്ന് അതിന് ചുരുക്കപ്പേരിട്ടു) കാസറ്റ് പത്തുപതിനാലു തവണ റിവൈന്റു ചെയ്തു കണ്ടപ്പോൾ പച്ചവെള്ളംപോലെ ട്രിക്കു മനസ്സിലായി. ഉടൻതന്നെ ടേപ്പും ഉളിയുമെത്തി. മരക്ഷണങ്ങൾ ചിന്തേരി ട്ടുമിനുക്കി. പെയിന്റും ബ്രഷും തയ്യാറായി. ഒരു വശത്ത് അവതരണ ത്തിനുള്ള പശ്ചാത്തല സംഗീതവും ഒരുങ്ങിക്കൊണ്ടിരുന്നു. നേരമിരുട്ടും മുമ്പ് പെൻഡ്രാഗൺ ഇല്യൂഷന്റെ ഫ്രെയിമും മ്യൂസിക്കും റെഡി. നിറയെ ഇരുമ്പു നട്ടുകളും ഇരുമ്പ് പട്ടകളും ഘടിപ്പിച്ച പെൻഡ്രാഗൺ ഒരു വില്ല നെപ്പോലെ ഞെളിഞ്ഞുനിന്നു.

ഇനി റിഹേഴ്സലാണ്. അതായത് എന്റെ ഊഴം. ഒന്നോർക്കണം; ഈ വിദ്യയിൽ മാന്ത്രികന് നിശ്ചലനായി നില്ക്കുക എന്ന കടമ മാത്ര മേയുള്ളൂ. ബാക്കിയെല്ലാം ലേഡി അസിസ്റ്റന്റിന്റെ കൈയിലാണ്. ഈ സഹായിയുടെ മിടുക്കുകൊണ്ടു മാത്രമേ ഇല്യൂഷൻ വിജയിക്കൂ. എല്ലാ കണ്ണുകളും കേന്ദ്രീകരിക്കുന്നതും സഹായിയുടെ നേർക്കാണ്. എനിക്കതിന്റെ ഗൗരവം വ്യക്തമായി. ചിത്രത്തിലെ സഹായിയോളം ഗംഭീ രമായി പ്രകടനം നടത്താനായില്ലെങ്കിലും വെസ്റ്റേൺ ഡാൻസിന്റെ ചുവ ടുകളും ചടുലമായ ചലനങ്ങളുംകൊണ്ട് തെറ്റില്ലാത്തവിധത്തിൽ പശ്ചാ ത്തലരംഗമൊരുക്കാൻ എനിക്കായി. പക്ഷേ, പ്രശ്നം അതൊന്നുമായിരു ന്നില്ല. മാന്ത്രികന്റെ വയറുതുളച്ച് പുറത്തേക്കു കടക്കുന്ന രീതി പരീക്ഷി ച്ചപ്പോൾ ഞാൻ അക്ഷരാർത്ഥത്തിൽ വിയർത്തുപോയി. ഇട്ടിരിക്കുന്ന വേഷമാണ് മുഖ്യപ്രശ്നം. അന്ന് ചുരിദാർ പ്രചാരത്തിലെത്തിയിട്ടില്ല. പാവാടയും ബ്ലൗസുമാണ് നാട്ടിൻപുറത്തുകാരായ പെൺകുട്ടികളുടെ സാധാരണ വേഷം. എനിക്ക് ആ വേഷവുമിട്ട് തലകീഴായി പുറത്തേക്കു വരാനാവില്ലെന്ന് പറഞ്ഞപ്പോൾ ഒരു പാന്റ്സ് വാങ്ങിക്കൊണ്ടുവരാൻ രാത്രിതന്നെ ആളെ അയച്ചു. ലേഡീസ് പാന്റ്സിനെക്കുറിച്ച് ആലോചി ക്കുന്ന കാലംപോലുമായിരുന്നില്ലല്ലോ. കൊണ്ടുവന്ന പാന്റ്സ് എന്റെ സൈസിലുള്ളതായിരുന്നില്ല. അരയിൽ ചാക്കുനൂൽകൊണ്ട് കെട്ടിമുറു ക്കിയാണ് ആ കാലുറകൾ ഫിറ്റ് ചെയ്തത്. പാന്റിന് മേച്ചിങ്ങായി ഒരു പഴയ കോട്ടും കിട്ടി.

ഇനിയാണ് പരീക്ഷണത്തിന്റെ പ്രധാന ഘട്ടം. ഒന്നാംതവണത്തെ റിഹേഴ്സലിനുതന്നെ പേപ്പർഫ്രെയിം പൊട്ടിച്ച് കൈയും തലയും പുറ ത്തിടാനായെങ്കിലും ഉടൽ വലിച്ചിഴച്ചെടുക്കാൻ നന്നേ പാടുപെടേണ്ടിവ ന്നു. തലകീഴായി മാത്രമേ പുറത്തേക്കു വരാനാവൂ എന്നുള്ളതാണ് ഏറ്റവും വലിയ പ്രശ്നം. തലകീഴായി കിടക്കുമ്പോൾ തലകറക്കം വരു ന്നതുപോലെ തോന്നും. കൂടെയുള്ളവർ കൈയടിച്ചുപ്രോത്സാഹിപ്പിച്ചു കൊണ്ടിരുന്നു. പാതിയുടലുമായി ഞാൻ തലകീഴായി കിടക്കുകയാണ്. അരയ്ക്കു താഴോട്ടുള്ള ഭാഗം പുറത്തേക്ക് വലിക്കാൻ ധൈര്യമില്ല. സമയം കഴിയുന്നുവെന്ന് സിഗ്നൽ കിട്ടിയെങ്കിലും എനിക്ക് അനങ്ങാൻ പറ്റുന്നി ല്ല. കൈകൾ നിലത്തു കുത്തിയാൽ മാത്രമേ കാലുകൾ പുറത്തേക്ക് വലിക്കാനാവൂ. കാലുകൾ സ്വതന്ത്രമാക്കുന്നതോടൊപ്പംതന്നെ തലകു

ത്തിമറിയുകയും വേണം. മറിഞ്ഞാൽമാത്രമേ നേരെ എഴുന്നേറ്റു നില്ക്കാൻ പറ്റൂ. പരാജയം ഏറ്റുവാങ്ങുന്നതിനോട് എനിക്കൊട്ടും യോജി ക്കാനും പറ്റുന്നില്ല. ഒടുവിൽ രണ്ടും കല്പിച്ച് ഒരു മലക്കംമറിച്ചിൽ. മറി യുന്ന മറിച്ചിലിൽ ബാലൻസ് തെറ്റി നടു ഇടിച്ച് വീണു. പുറം മുഴുവൻ ചതഞ്ഞു. അസഹ്യമായ വേദന ഞാൻ കടിച്ചുപിടിച്ചു. ഒന്നും പറ്റിയി ല്ലെന്നാണ് ഞാൻ പുറത്തു പറഞ്ഞത്. എന്നാൽ വീണ്ടും റിഹേഴ്സൽ തുടരാമെന്നായി ഗുരുവും കൂട്ടരും. പിന്മാറാൻ ഒരു മാർഗ്ഗവും കാണാ തെ ഞാൻ വിഷമിച്ചു. അസ്സഹനീയമായ വേദനകൊണ്ട് ഞാൻ വിയർത്തൊഴുകി.

യേശുക്രിസ്തു ഗാഗുൽത്താ കയറിയതുപോലെ കുരിശിന്റെ ആകൃ തിയിലുള്ള പെൻഡ്രാഗൻ ഫ്രെയിമിലേക്ക് ഞാൻ വീണ്ടും കയറി. പെന ട്രേറ്റ് ചെയ്യുന്നതിനിടയിൽ പാന്റ്സിന്റെ തയ്യൽ എവിടെയോ പൊട്ടിയ തുപോലെ തോന്നി. ഞാൻ കൈയും തലയും പിൻവലിച്ചു. പെട്ടെന്ന് മ്യൂസിക് നിലച്ചു. എന്തുപറ്റിയെന്നറിയാൻ എല്ലാവരും ഓടിക്കൂടി. പാക മില്ലാത്ത ഈ പാന്റ്സിട്ടുകൊണ്ട് എനിക്ക് തലകീഴായി മറിയാനാവി ല്ലെന്ന് പറഞ്ഞ് ഞാൻ കുറുമ്പെടുത്തു. കൂടാരത്തിന് പുറത്ത് ഞങ്ങളെ വീട്ടിലേക്കു കൂട്ടിക്കൊണ്ടുപോകാൻ അപ്പച്ചൻ കാത്തിരിക്കുന്നുണ്ടെന്ന റിയാം. പാന്റ്സ് മാറ്റിക്കൊണ്ടുവന്നാലേ റിഹേഴ്സൽ നടത്താൻ ഞാൻ തയ്യാറുള്ളുവെന്ന് കുറച്ച് ഉച്ചത്തിൽതന്നെ പറഞ്ഞു. അതു കേട്ടപ്പോൾ കർട്ടൻ അഴിച്ചുകൊള്ളാൻ ഗുരു നിർദ്ദേശിച്ചു.

പിറ്റേന്നു രാവിലെ എനിക്ക് എഴുന്നേല്ക്കാനായില്ല. നടു അനക്കാൻ പറ്റുന്നില്ല. അമ്മ ചുടുവെള്ളംകൊണ്ട് ആവി പിടിക്കുകയും കുഴമ്പിട്ട് തിരു മ്മുകയും ചെയ്തു. ആ വേദന ഏതാണ്ട് ഒരു മാസക്കാലം തുടർന്നു. ഇല്യൂഷൻ വേണ്ടത്ര ഇഫക്ടില്ലെന്നും എന്റെ പ്രകടനം ശരി യാവാത്തതാണ് കാരണമെന്നും കുശുകുശുപ്പുയർന്നതോടെ എനിക്ക് വാശി കയറി. പരിക്കുപറ്റാതെ തലകീഴ് മറിയാനുള്ള പരിശീലനം സാവ കാശം ഞാൻ സ്വയം നേടിയടുത്തു. അങ്ങനെ തിരിച്ചുകിട്ടിയ ആത്മവി ശ്വാസവുമായി വീണ്ടും കൂടാരത്തിലെത്തി റിഹേഴ്സൽ നടത്തി. ഇത്ത വണ എനിക്ക് നൂറിൽ നൂറു മാർക്ക് കിട്ടി. അങ്ങനെ തിരുവനന്തപുരത്ത് കാർത്തിക തിരുനാൾ തിയേറ്ററിൽ പെൻഡ്രാഗൻ ഇല്യൂഷൻ (പെൻഡ്രാ ഗൻ എന്ന് ഞങ്ങൾ ചുരുക്കപ്പേരു നല്കി) ആദ്യമായി അരങ്ങേറി. പക്ഷേ, ശകുനപ്പിഴയൊഴിയാത്ത പെൻഡ്രാഗന്റെ അരങ്ങേറ്റവും പരാജയത്തിൽ കലാശിക്കുകയായിരുന്നു. ഓഡിറ്റോറിയത്തിന് ബാൽക്കണിയുണ്ടെന്ന കാര്യം സ്റ്റേജ് റിഹേഴ്സലിനിടയിൽ ആരും ഓർമ്മിച്ചില്ല. ബാൽക്കണി യുടെ ഇരുവശങ്ങളിലും ഓരോരുത്തരെ ഇരുത്തി സൈഡ് വ്യൂ പരീ ക്ഷിക്കേണ്ടതുണ്ടായിരുന്നു. അതു ചെയ്യാതിരുന്നതിനാൽ ബാൽക്കണി യിലിരുന്നവർ മാജിക്കിന്റെ സീക്രട്ട് വ്യക്തമായി കണ്ടു.

മാന്ത്രികന്റെ ഉദരഭാഗം പേപ്പർഫ്രെയിംകൊണ്ട് മറച്ചുകഴിഞ്ഞാൽ കാലുകളും തലയും അനങ്ങാതെ ഉദരം മാത്രം ചരിച്ചുകൊണ്ട് എനിക്കു

കടന്നുപോകാനുള്ള വിടവ് ഫ്രെയിമിനുള്ളിൽ സൃഷ്ടിക്കുകയാണ് ചെയ്യു ന്നത്. കാണികളുടെ കാഴ്ചപ്പാടിൽ മാന്ത്രികൻ അണുവിട അനങ്ങാതെ നില്ക്കുകയാണ്. കഷ്ടിച്ച് ഒരാൾക്ക് നില്ക്കാൽമാത്രം വീതിയുള്ള ഫ്രെയിമിനുള്ളിൽ മറ്റൊരാൾക്ക് കടന്നുവരാമെന്ന് ചിന്തിക്കാൻപോലും കഴിയില്ല. അപ്പോൾപ്പിന്നെ മാന്ത്രികന്റെ വയറുതുളച്ചുവരുകയാണെന്ന വിശ്വാസത്തിന് സ്വാഭാവികമായും ആക്കംകൂടുന്നു. ഈ ധാരണ കാറ്റിൽപ്പ റത്തിക്കൊണ്ട് ബാൽക്കണിയിൽനിന്നും ജനം വിളിച്ചുകൂവി. അവർ രഹസ്യം വിളിച്ചുപറഞ്ഞു. ലൈറ്റ് ഓപ്പറേറ്റർ ഫ്ലിക്കറിങ് ലൈറ്റിട്ട് രക്ഷ

അമേരിക്കയിലെ 'പെൻഡ്രാഗൺ' മാജിക് ട്രൂപ്പിന്റെ പ്രകടനം

പ്പെടുത്താനുള്ള ശ്രമം നടത്തിയെങ്കിലും കൂവലിന്റെ ശക്തി കൂടിയ തോടെ കർട്ടൻ ഇടുകയേ മാർഗ്ഗമുണ്ടായുള്ളൂ. അങ്ങനെ പെൻഡ്രാഗൻ തല്ക്കാലം കൂടാരത്തിന്റെ മൂലയിരിക്കാനായി വിധി. ഒരു വലിയ ബാധ യൊഴിഞ്ഞതിന്റെ ആശ്വാസത്തിൽ ഞാനും.

പതിനഞ്ചു വർഷത്തിനുശേഷം പങ്കജകസ്തൂരി ആയുർവേദ ഹോസ്പിറ്റലിൽ ഒരാളെ കാണാൻ ചെന്നപ്പോഴാണ് വേദനിപ്പിക്കുന്ന ഒരു വിവരം ഞാനിഞ്ഞത്. മാജിക് ട്രൂപ്പിലെ ഒരു പെൺകുട്ടി നടുവേദനയ്ക്ക് ചികിത്സയുമായി ഒരു മാസം ഇവിടെയുണ്ടായിരുന്നുവെന്നും തലേ ദിവസമാണ് ഡിസ്ചാർജായതെന്നും. ഞാൻ ട്രൂപ്പിൽനിന്നും പോന്നതി നുശേഷം അനാഥാലയത്തിൽനിന്നുള്ള മൂന്ന് പെൺകുട്ടികൾ ട്രൂപ്പിൽ പുതിയ അംഗങ്ങളായി എത്തിയിരുന്നു. മൂലയിലിരുന്ന പെൻഡ്രാഗൻ അതോടെ വീണ്ടും പൊടികുടഞ്ഞെണീറ്റു. നിരവധി തവണ റിഹേഴ്സൽ നടത്തിയശേഷം പെൻഡ്രാഗൻ വീണ്ടും വേദിയിലെത്തിയെന്ന് ഞാൻ അറിഞ്ഞു. ആ ഐറ്റത്തിൽ സഹായിയായി വരുന്ന കുട്ടിയെക്കുറി

ച്ചോർത്ത് എനിക്ക് സഹതാപം തോന്നി. നടുവിടിച്ചു വീഴുമ്പോൾ ചൂടു പിടിക്കാനും കുഴമ്പിടാനും അമ്മയില്ലാത്ത കുട്ടി. അവൾ എത്രമാത്രം വേദന കടിച്ചുപിടിച്ചിട്ടുണ്ടാവണം. കുറുമ്പു കുത്താനും തന്ത്രത്തിൽ തടി തപ്പാനും അവൾക്കെങ്ങനെ ധൈര്യം വരും? പെൺഡ്രാഗൻ ഷോയിലെ പാശ്ചാത്യമാന്ത്രികന്റെ സഹായിയായ സ്ത്രീ കായികാഭ്യാസം പരിശീ ലിച്ച ഒരു സർക്കസ് കലാകാരിയായിരുന്നു. നിരന്തര പരിശീലനത്തിലൂടെ മെയ്‌വഴക്കം നേടിയെടുത്ത ആ കലാകാരിയെപ്പോലെ ഞങ്ങളെപ്പോലുള്ള പെൺകുട്ടികൾ തലകീഴ്മറിയുന്ന പണിക്കു പോയാൽ അപകടം പറ്റു മെന്ന് പ്രത്യേകം പറയേണ്ടതില്ലല്ലോ.

പ്രതികരിക്കാൻ നിർവ്വാഹമില്ലാത്ത ആ പെൺകുട്ടി തത്ത ചീട്ടെ ടുക്കുംപോലെ തന്റെ റോൾ ചെയ്തു വിജയിപ്പിച്ചു. ആറേഴു വർഷത്തെ സേവനത്തിനുശേഷം നടുവേദനയ്ക്ക് ചികിത്സതേടി വരുമ്പോൾ ആ കുട്ടിയുടെ കൈവശം ഡോക്ടർക്കു കൊടുക്കാൻ ചില്ലിക്കാശുപോലുമു ണ്ടായിരുന്നില്ലത്രേ. ദയ തോന്നിയ ഡോക്ടർ കുട്ടിക്ക് സൗജന്യചികിത്സ നല്കി. വിവാഹാനന്തരം ജീവിതമെന്ന വലിയ പെൺഡ്രാഗന്റെ കെണി യിൽനിന്ന് എന്നെന്നേക്കുമായി രക്ഷപ്പെട്ട (മരണകാരണം വ്യക്തമല്ല) ആ അനാഥപ്പെൺകുട്ടിയുടെ ദയനീയമുഖം ഇടയ്ക്കിടെ മനസ്സിനെ കുത്തിവേദനിപ്പിക്കാറുമുണ്ട്.

16
കൂത്തിലെ പാവകൾ

തലസ്ഥാന നഗരിയിൽ മൂന്ന് പെൺകുട്ടികൾ കണ്ണുകെട്ടി മോട്ടോർ സൈക്കിൾ ഓടിച്ചപ്പോൾ (Blind fold Act) എന്റെ മനസ്സ് പിടയുകയായിരുന്നു. പതിനഞ്ചു വർഷക്കാലം മാന്ത്രികക്കൂടാരത്തിൽ പ്രവർത്തിച്ച ഒരാൾ എന്ന നിലയ്ക്ക് ഈ റോഡ്ഷോയുടെ പിന്നിലെ അപകടക്കെണിയെ ക്കുറിച്ച് അറിയാവുന്നതുകൊണ്ടാണ് ആ പിടച്ചിലുണ്ടായത്.

മാജിക് ഒരു കലയും ശാസ്ത്രവുമാണെന്നത് ശരിയാണ്. രഹസ്യ ങ്ങളാണ് അതിന്റെ ചട്ടക്കൂട്. എന്നാൽ മാന്ത്രികൻ പ്രശസ്തി നേടുന്ന തിനായി നടത്തുന്ന സാഹസികപ്രകടനങ്ങളുടെ രസതന്ത്രം ഇതിൽനിന്നു വ്യത്യസ്തമാണ്. ഹാരീ ഹൂദിനിയെപ്പോലെയുള്ളവർ ലോകപ്രശസ്തി നേടിയത് സാഹസികപ്രകടനങ്ങളിലൂടെയായിരുന്നു. ഹൂദിനിക്കുശേഷം നിരവധി മാന്ത്രികർ ഇത്തരം സാഹസികപ്രകടനങ്ങൾ അവതരിപ്പിച്ച് ശ്രദ്ധ നേടുകയുണ്ടായി. അമേരിക്കയിലെ ഡേവിഡ് കോപ്പർഫീൽഡാണ് ഈ നൂറ്റാണ്ടിലെ ഏറ്റവും പ്രസിദ്ധനായ സാഹസികമാന്ത്രികൻ.

എന്നാൽ ജീവൻ പണയപ്പെടുത്തിക്കൊണ്ടുള്ള ഇത്തരം പ്രകടന ങ്ങൾക്കിടയിൽ രക്തസാക്ഷികളായിത്തീർന്നവരും മാന്ത്രികചരിത്രത്തി ലുണ്ട്. ഫയർ എസ്കേപ്പ് ആക്ട് (തീക്കുണ്ഡത്തിൽനിന്ന് രക്ഷപ്പെടുന്ന വിദ്യ) നടത്തി കേരളത്തിലെ ഒരു യുവമാന്ത്രികൻ അഗ്നിക്കിരയായി ത്തീർന്ന വാർത്ത മറവിയിലാകാൻ സമയമായിട്ടില്ല. പ്രശസ്തി ലാക്കാക്കി സ്ത്രീശാക്തീകരണത്തിന്റെ പേരിൽ പെൺകുട്ടികളെക്കൊണ്ട് കണ്ണു കെട്ടി ബൈക്കോടിപ്പിച്ചത് തിരക്കേറിയ നഗരപാതയിലൂടെയാണെ ന്നോർത്തപ്പോൾ ഞെട്ടലാണുണ്ടായത്.

പത്തുപതിനെട്ട് വർഷങ്ങൾക്കുമുമ്പ് കോട്ടയം ജില്ലയിലെ ഒരു ഫൈൻ ആർട്ട്സ് സൊസൈറ്റിയുടെ ആഭിമുഖ്യത്തിൽ നടന്ന മാജിക് ഷോയുടെ മുന്നോടിയായി ഇതുപോലൊരു റോഡ്ഷോ അരങ്ങേറിയത്

ഞാനപ്പോൾ ഓർത്തു. കണ്ണ് മൂടിക്കെട്ടാൻ അന്ന് ഉപയോഗിച്ചത് കുറച്ചു കൂടി വിശ്വസനീയമായ വിദ്യയായിരുന്നു. മാന്ത്രികൻ തന്റെ അടച്ചുപി ടിച്ച കണ്ണുകൾക്കു മുകളിലായി ഓരോ ഒറ്റരൂപാ നാണയം വയ്ക്കും. അതിനുമുകളിൽ കുഴച്ച മൈദമാവ് അമർത്തിവച്ച് സഹായികൾ കറുത്ത തുണികൊണ്ട് മൂടിക്കെട്ടും.

എല്ലാ ഒരുക്കങ്ങളും പൂർത്തിയായപ്പോൾ റോഡിന്റെ നിയന്ത്രണം പൊലീസിന്റെ കൈകളിലായി. മാന്ത്രികൻ ബൈക്കിനുമുകളിൽ തയ്യാ റായി ഇരുന്നു. പിന്നാലെ അകമ്പടി പോകാൻ പത്തിരുപതു ബൈക്കു കൾ അണിനിരന്നു. ലക്ഷ്യസ്ഥാനത്തേക്ക് രണ്ട് കിലോമീറ്റർ ദൂരം.

വിസിലടിച്ചതോടെ വാഹനങ്ങൾ നിരയായി നീങ്ങിത്തുടങ്ങി. പക്ഷേ, അല്പദൂരം ചെന്നപ്പോൾ, മാന്ത്രികന്റെ കണ്ണിൽ ഇരുട്ടു കയറി. റോഡ് ഒരു തരിമ്പും കാണുന്നില്ല. ബൈക്ക് പാളിപ്പാളി പോകുന്നത് സഹായി കളായ ഞങ്ങൾ പിന്നിലെ വാനിലിരുന്ന് വീക്ഷിക്കുകയാണ്. എന്താണ് സംഭവിച്ചതെന്ന് ആർക്കും പിടികിട്ടുന്നില്ല. ആളുകൾ ഉടൻതന്നെ പരാ ജയം തിരിച്ചറിഞ്ഞു. കൂക്കുവിളിയും ചെരുപ്പേറും തുടങ്ങി. വാനിനു നേരെയും ചെരുപ്പുകൾ വന്നു. വാനിനുള്ളിൽ ഞങ്ങൾ മൂന്ന് പെൺകു ട്ടികൾ മാത്രം. യൂണിഫോമിലല്ലാത്തതിനാൽ വെളിയിലുണ്ടായിരുന്ന പുരു ഷസഹായികളെ ജനങ്ങൾ തിരിച്ചറിഞ്ഞില്ല. ഞങ്ങൾ ഷട്ടർ താഴ്ത്തി ശ്വാസമടക്കിയിരുന്നു.

ബൈക്ക് തകരാറായ ഭാവത്തിൽ മാന്ത്രികൻ ഇറങ്ങി രക്ഷപ്പെടുക യായിരുന്നു. പിന്നെയാണ് സംഭവിച്ചതെന്തെന്ന് എല്ലാവരും അറിഞ്ഞത്. നാണയത്തിനുമുകളിൽ പതിപ്പിച്ച മൈദമാവിൽ വിയർപ്പു കലർന്നപ്പോൾ കണ്ണിലേക്കൊലിച്ചിറങ്ങി. ഒരു ചെറിയ ട്രിക്കുപയോഗിച്ച് അല്പം കാണാ വുന്ന തരത്തിലാണ് കണ്ണ് മൂടിക്കെട്ടുക. (രഹസ്യം വെളിപ്പെടുത്തുന്നത് ഇവിടെ ഉചിതമല്ലാത്തതിനാൽ എഴുതുന്നില്ല).

ഇങ്ങനെ അപ്രതീക്ഷിതമായ വിപത്തുകൾ പലതും പതിയിരിക്കുന്ന

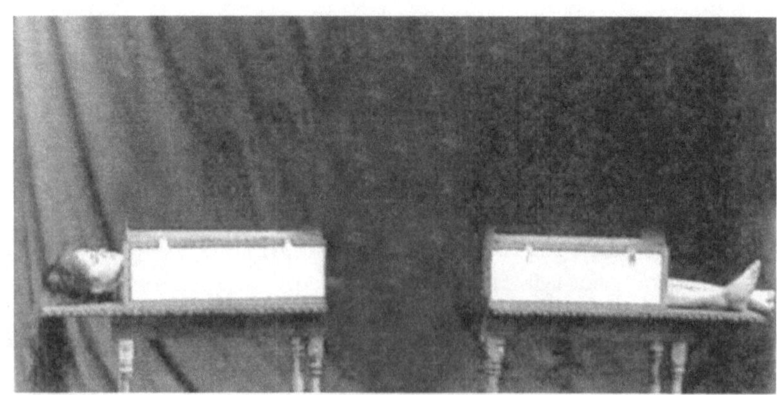

യുവതിയെ രണ്ടായി ഭാഗിക്കുന്ന ജാലവിദ്യ

സാഹസികവിദ്യയാണിത്. പ്രത്യേകിച്ചും പെൺകുട്ടികളുടെ കാര്യത്തി ലാകുമ്പോൾ പെട്ടെന്നുണ്ടാകുന്ന പാളിച്ചകൾ പരിഭ്രമത്തിനിടയാകാനും മനസാന്നിദ്ധ്യം കൈവിടാനുമുള്ള സാദ്ധ്യത കൂടുതലാണ്. ജനങ്ങളുടെ സുരക്ഷ ഏറ്റെടുത്ത് ഉത്തരവാദപ്പെട്ട സ്ഥാനങ്ങളിലിരിക്കുന്നവർ ഇത്തരം മയക്കുപരിപാടികൾക്ക് കൊടിപിടിക്കാൻ പോകുമ്പോൾ ആലോചിക്കേണ്ട കാര്യമാണിത്. ഇക്കാര്യത്തിൽ നമ്മുടെ മോഹൻലാൽ എടുത്ത നിലപാ ടിനെ ഞാൻ അഭിനന്ദിക്കുന്നു. ഒരു എസ്കേപ്പ് വിദ്യയുടെ കൊട്ടിഘോ ഷങ്ങൾക്കൊടുവിൽ സ്വന്തം ജീവൻ അപകടത്തിലാവുമെന്ന ചിന്തയിൽ അവസാന നിമിഷം അദ്ദേഹം പിന്മാറിയത് ബുദ്ധിയായി. അല്ലെങ്കിൽ തന്നെ പ്രശസ്തിയുടെ കൊടുമുടിയിൽ നില്ക്കുന്ന മോഹൻലാലിന് കുത്തിലെ പാവയാകേണ്ടതിന്റെ ആവശ്യമില്ലല്ലോ.

സ്ത്രീകൾക്ക് യാത്രയ്ക്കിടയിലും മറ്റും പ്രാഥമികസൗകര്യങ്ങൾ ഒരുക്കിക്കൊടുക്കാൻപോലും വിമുഖത കാണിച്ചവർക്ക് സ്ത്രീശാക്തീ കരണത്തിന്റെ വക്താക്കളാകാൻ എന്തു യോഗ്യതയാണുള്ളത്? സ്ത്രീ ശാക്തീകരണമെന്ന സംജ്ഞയുടെ അർത്ഥം മനസ്സിലാക്കാത്തവരാണ് ഇത്തരം കൂത്തുകൾ നടത്തുന്നത്. വലിയ പുരുഷാരം പങ്കെടുക്കുന്ന കൂറ്റൻ ജാഥകളുടെ മുന്നിൽ ബാനർ പിടിക്കാൻ സ്ത്രീകളെ നിർത്തുന്ന രാഷ്ട്രീയക്കാർക്കും സ്ത്രീശാക്തീകരണത്തിന്റെ അർത്ഥം ഇനിയും മന സ്സിലായിട്ടില്ലെന്നു വേണം കരുതാൻ. "ഞാൻ പങ്കെടുക്കുന്ന പരിപാടിക ളിൽ താലപ്പൊലിയേന്തി സ്വീകരിക്കാൻ പെൺകുട്ടികളെ അണിനിരത്ത രുത്" എന്നു പ്രഖ്യാപിച്ച നമ്മുടെ ഇപ്പോഴത്തെ കൃഷിമന്ത്രി വി എസ് സുനിൽകുമാറിന്റെ വാക്കുകളുടെ മുന്നിൽ ശിരസ്സുനമിക്കുന്നു.

പ്രജനാർത്ഥം സ്ത്രിയഃ സൃഷ്ടാഃ

സന്താനാർത്ഥം ച മാനവാഃ

തസ്മാത് സാധാരണോ ധർമ്മഃ

ശ്രുതൗ പത്ന്യാ സഹോദിതഃ

('മനുസ്മൃതി'യിലെ ഒമ്പതാമദ്ധ്യായത്തിലെ ശ്ലോകം)

പുരുഷൻ സ്ത്രീയെ അടിമയാക്കിവച്ചതിനു പിന്നിലെ നീതീകര ണമെന്താണെന്ന് അന്വേഷിച്ചാൽ നാം എത്തിച്ചേരുക *മനുസ്മൃ തിയിലാണ്*. ഭാരതീയസ്ത്രീയുടെ സർവ്വസ്വാതന്ത്ര്യത്തെയും പിടിച്ചു കെട്ടാനുള്ള ധർമ്മശാസനങ്ങളാണ് മനുസ്മൃതിയിലുള്ളതെന്ന് അതിന്റെ വ്യാഖ്യാനങ്ങൾ സൂചിപ്പിക്കുന്നു. ഈ പാരമ്പര്യദർശനത്തെ മറികടക്കാൻ സ്ത്രീ സ്വയം ശക്തിയാർജ്ജിക്കേണ്ട കാലമാണിത്. അതിനുവേണ്ടി യുള്ള യത്നമാണ് സ്ത്രീശാക്തീകരണ പ്രസ്ഥാനത്തിലൂടെ നടന്നുവ രുന്നത്. ലോക്സഭയിൽ 33% സംവരണം നടപ്പാക്കാൻ ഇന്ത്യൻഭരണ കൂടത്തിന് ഇനിയും കഴിഞ്ഞിട്ടില്ലെന്നിരിക്കെ, ജാഥയുടെ മുന്നിൽ ബാനറു പിടിപ്പിക്കാൻ വരുന്നവരോട് 'അതു കൂടി നിങ്ങൾതന്നെയങ്ങു പിടിച്ചോളു' എന്നു പറയാനുള്ള തന്റേടമാണ് സ്ത്രീക്കുണ്ടാവേണ്ടത്. വേദിയിൽ നില വിളക്കു കത്തിക്കാനുള്ള കൊടിവിളക്കേന്താൻ ക്ഷണിക്കപ്പെട്ടാൽ അതു

നിരസിക്കാൻ സ്ത്രീക്കു കഴിയണം. പെൺകുട്ടികളെ പുലിക്കുട്ടികളെ പ്പോലെ തന്റേടമുള്ളവരാക്കി വളർത്തുന്നതാണ് സ്ത്രീസുരക്ഷയ്ക്കാവ ശ്യമായ ഏറ്റവും ഉത്തമമായ നടപടിയെന്നാണ് എന്റെ അനുഭവം എന്നെ പഠിപ്പിക്കുന്നത്. അങ്ങനെയൊരു തന്റേടമുണ്ടായിരുന്നെങ്കിൽ പെൻഡ്രാ ഗന്റെ മാത്രമല്ല, ഒരു ഡ്രാഗന്റെയും കുരുക്കിനുള്ളിൽ ഞാൻ അകപ്പെടു കയില്ലായിരുന്നു. കൂത്തിലെ പാവയാവുകയില്ലായിരുന്നു.

17

മാമി യമാദ

ഇന്ത്യയിലെ തെരുവുമാന്ത്രികരെക്കുറിച്ച് ഗവേഷണം നടത്താനായി മാമി യമാദ (Mami Yamada) എന്ന ജപ്പാൻകാരി 1998 മാർച്ചിലാണ് തിരു വനന്തപുരത്തെത്തിയത്. ഒന്നു രണ്ടു വർഷമായി അവർ ദില്ലിയിൽ തമ്പ ടിച്ചുകൊണ്ട് ഇന്ത്യ മുഴുവൻ കറങ്ങുകയായിരുന്നു. ഭാരതീയ ദേവീദേവ ന്മാരെക്കുറിച്ചുള്ള ഗവേഷണത്തെത്തുടർന്നാണ് തെരുവുമാന്ത്രികർ ഗവേ ഷണവിഷയമാക്കിക്കൊണ്ട് അവർ വീണ്ടും ഇന്ത്യയിലെത്തിയത്. ഗവേ ഷണത്തിന്റെ ഭാഗമായി കേരളത്തിലെ തെരുവുമാന്ത്രികരെ തേടിയെ ത്തിയതായിരുന്നു മാമി. പ്രശസ്ത യുക്തിവാദിയും ദാർശനികനുമായി രുന്ന ഇടമറുകാണ് ദില്ലിയിൽനിന്ന് അവർക്ക് കേരളീയമാജിക്കിനെക്കു റിച്ചുള്ള ചിത്രങ്ങൾ നല്കിയത്. ഏതാണ്ട് രണ്ടു മാസക്കാലം കേരള ത്തിൽ താമസിച്ചുകൊണ്ട് ഗവേഷണം നടത്താനായിരുന്നു യമാദയുടെ തീരുമാനം. അവരെ സഹായിക്കാനായി അങ്ങനെ ഞാൻ നിയോഗിക്ക പ്പെട്ടു.

നീലക്കണ്ണുകളുള്ള ഒരു വെളുത്ത സുന്ദരി. കുലീനവേഷം. കറുത്ത മുടിയും സദാ ചിരിക്കുന്ന മുഖവുമുള്ള ആ വിദേശവനിതയെ എനിക്ക് ഒറ്റ നോട്ടത്തിൽത്തന്നെ ഇഷ്ടപ്പെട്ടു. വളരെപ്പെട്ടെന്ന് ആരെയും ആകർഷി ക്കാനുള്ള മാന്ത്രികശക്തി മാമിക്കുള്ളതായി തോന്നി. ഭാഷ അവർക്ക് ഒരു പ്രശ്നമേയായിരുന്നില്ല. ഒരു വയസ്സുകാരിയായ എന്റെ മകളോടും സ്കൂളിൽ പോയിട്ടില്ലാത്ത ഡ്രൈവറോടും അവർ വാചാലയാവുമായിരു ന്നു. അവർക്ക് ഉൾക്കൊള്ളാനാവുന്ന തരത്തിൽ മാമി ഇംഗ്ലീഷ് സംസാ രിക്കുന്നതു കേട്ടപ്പോൾ അത്ഭുതം തോന്നി. ഇംഗ്ലീഷ് ഭാഷ ഇത്ര സുതാ ര്യമായി വേറെയാരും പ്രയോഗിച്ചുകണ്ടിട്ടില്ല. തുടക്കത്തിൽ ഞാൻ മാമിയുടെ കേൾവിക്കാരി മാത്രമായിരുന്നെങ്കിലും ഒരാഴ്ച കഴിഞ്ഞപ്പോ ഴേക്കും എനിക്ക് തിരിച്ചു പറയാമെന്ന സ്ഥിതിയായി. ടെൻസ് തെറ്റി പ്പോകുമെന്ന ഭയത്താൽ ഇംഗ്ലീഷ് സംസാരിക്കാൻ മടിച്ചുനിന്ന എനിക്ക്

മാമി മതിയായ ആത്മവിശ്വാസം തന്നു. (മാമി പോയതോടെ പഴയ അവ സ്ഥയിലേക്കു മടങ്ങുകയും ചെയ്തു)

ചെർപ്പുളശ്ശേരിക്കാരനായ ഷംസുദ്ദീൻ എന്ന തെരുവുമാന്ത്രികനെ അന്വേഷിച്ചായിരുന്നു ഞങ്ങളുടെ ആദ്യയാത്ര. യാത്രയിൽ കുസൃതിക്കാ രിയായ എന്റെ മകളെയും കൂട്ടിയിരുന്നു. കേരളത്തിന്റെ പ്രകൃതിഭംഗി മാമി ക്യാരയിൽ പകർത്തിക്കൊണ്ടിരുന്നു. ഹൈടെക് ഹോട്ടലുകളിൽ കയറ്റി അവർ ഞങ്ങൾക്ക് വിലകൂടിയ ഭക്ഷണം വാങ്ങിത്തന്നു. ആഹാരം കഴിക്കുമ്പോൾ സ്പൂണും പോർക്കും മാറ്റിവച്ച് മാമി ഞങ്ങളിലൊരാളാ യി. ഇളനീരും പായസവുമായിരുന്നു അവർക്ക് ഏറ്റവും ഇഷ്ടപ്പെട്ടത്. കേരളത്തിലെ സ്ത്രീകളുടെ എണ്ണതേച്ച തലമുടി കണ്ട് അവർ കൗതു കംകൂറി. ഓരോ കാഴ്ചയും കാണുമ്പോൾ ജിജ്ഞാസയാൽ അവരുടെ കണ്ണുകൾ വിടരുന്നത് ഞാൻ ശ്രദ്ധിച്ചു. നാം ശ്രദ്ധിക്കാതെ പോകാറുള്ള പലതും അവർ കണ്ടെത്തുകയും അതേക്കുറിച്ച് അന്വേഷിക്കുകയും ചെയ്തു. മരങ്ങൾ, പുഴ, കായൽ, ക്ഷേത്രങ്ങൾ, പ്രകൃതിരമണീയമായ സ്ഥലങ്ങൾ.....ഇവയുടെയൊക്കെ പേരു ചോദിച്ച് ഡയറിയിൽ കുറിച്ചു കൊണ്ടിരുന്നു.

ചെർപ്പുളശ്ശേരിക്കു പോകുംവഴി മാമിക്കുവേണ്ടി ഞങ്ങൾ ഗുരുവാ യൂർ ക്ഷേത്രത്തിൽ കയറി. ക്ഷേത്രത്തിന്റെ നടയും തൂണുകളും ശ്രീകോ വിലുമെല്ലാം അവർ കണ്ടാസ്വദിച്ചു. മാമി ഏതു ജാതിക്കാരിയാണെന്ന് ഞാൻ ചോദിച്ചിരുന്നില്ല. ക്ഷേത്രത്തിന്റെ ചുമതലക്കാരും അതന്വേഷി ച്ചില്ല.

ഒടുവിൽ ഒരു തെരുവോ രത്തുവച്ച് ഞങ്ങൾ ഷംസു ദ്ദീനെ കണ്ടുമുട്ടി. പഴയ സിനിമാപ്രവർത്തകർക്ക് ഷംസുദ്ദീനെ നന്നായറിയാം. പാമ്പ് കഥാപാത്രമാകുന്ന ചിത്രങ്ങളെടുക്കുമ്പോൾ സിനിമാക്കാർ ഷംസുദ്ദീനെ തേടി ചെർപ്പുളശ്ശേരിയിലെ ത്തുമായിരുന്നു. പുരാണസി നിമകളുടെ കാലത്ത് ഷംസു ദ്ദീനും പാമ്പുകൾക്കും വലിയ തിരക്കായിരുന്നു. വാവാ സുരേഷ് രംഗത്തെ ത്തുംമുമ്പ് പാമ്പുവേലായു ധനും (സർപ്പദംശനമേറ്റ് നിര്യാതനായി) ഷംസുദ്ദീനാ ണ് പാമ്പുകളുടെ മനഃശാ സ്ത്രമറിയുന്നവർ. പക്ഷേ, പ്രശസ്തി ഷംസുദ്ദീനെ ധനി

മാമി യമാദ

പാമ്പുവിദ്യ അവതരിപ്പിക്കുന്ന ഷംസുദ്ദീൻ

കനാക്കിയില്ല. പ്രശസ്തികൊണ്ട് മാർക്കറ്റു ചെയ്യാനറിയാത്ത ഈ നാട്ടു മാന്ത്രികൻ ഇന്നും തെരുവിൽ ജാലവിദ്യ അവതരിപ്പിച്ചാണ് വീടു പുലർത്തുന്നത്.

ലോകമാജിക്കിന്റെ ഭൂപടത്തിൽ വന്നിട്ടില്ലാത്ത പല വിദ്യകളും ഷംസുദ്ദീന്റെ മാന്ത്രികച്ചെപ്പിനുള്ളിലുണ്ട്. 'ഗ്രീൻമാങ്കോട്രി'യും 'റോപ്പ്ട്രിക്കും' അടക്കം ഒട്ടേറെ പരമ്പരാഗത സ്ട്രീറ്റ് മാജിക്കുകൾ ഇദ്ദേ ഹത്തിന് വശമുണ്ട്. എന്നാൽ മാമിയുടെ മുന്നിൽ ഷംസുദ്ദീൻ അവതരി പ്പിച്ചത് പാമ്പുവിദ്യ (Snake magic)കളായിരുന്നു. ഷംസുദ്ദീൻ മകുടിയൂ തിയപ്പോൾ കൂടിനകത്ത് മയക്കത്തിലായിരുന്ന പാമ്പുകൾ ഓരോന്നായി പുറത്തേക്കു വന്ന് നൃത്തമാടി. മകുടിക്കൊപ്പം ഉയരുകയും താഴുകയും പത്തിവിടർത്തിയാടുകയും ചെയ്യുന്ന സർപ്പങ്ങൾ ഷംസുദ്ദീന്റെ ആജ്ഞ യനുസരിക്കുന്നതുകണ്ട് മാമി അന്തംവിട്ടു നിന്നു. ഉത്തരേന്ത്യയിൽ ഇത്തരത്തിൽ നിരവധി മാന്ത്രികരുണ്ടെങ്കിലും മാമി ഗവേഷണത്തിന് ആദ്യമെത്തിയത് കേരളത്തിലായതിനാൽ ഇത് ആദ്യാനുഭവമായിരുന്നു. നാടോടികളായ പാമ്പാട്ടികളിൽനിന്നാണ് ഷംസുദ്ദീൻ ഈ വിദ്യ സ്വായ ത്തമാക്കിയതെന്ന് പറയുന്നു. ശിഷ്യന്മാരിലേക്കോ അടുത്ത തലമുറയി ലേക്കോ ഈ വിദ്യകളുടെ രഹസ്യം കൈമാറിയിട്ടില്ല. പാമ്പിനോടാണ് കളിയെന്നതുകൊണ്ട് ആരുമിതിന് തയ്യാറായി വന്നിട്ടില്ല എന്നത് മറ്റൊരു സത്യം. കുട്ടിയോടും പാമ്പിനോടും കളിക്കരുതെന്ന മൂത്തവരുടെ ചൊല്ല് അപ്പടി അംഗീകരിക്കുന്നവരാണല്ലോ മലയാളികൾ.

ജാലവിദ്യക്കിടയിൽ ഷംസുദ്ദീൻ ഒരു പാമ്പിന്റെ കഴുത്തിൽ മെല്ലെ കടിച്ചു. പിന്നെ അതിനൊരു മുത്തം കൊടുത്തു. ഷംസുദ്ദീൻ പിന്നോ ട്ടല്പം വളഞ്ഞുനിന്ന് വായ പൊളിച്ചു. പാമ്പിനെ വിഴുങ്ങാനുള്ള ശ്രമമാ

കേരളത്തിന്റെ മാന്ത്രികാചാര്യൻ
വാഴക്കുന്നം നീലകണ്ഠൻ നമ്പൂതിരി

ണ്ണെന്ന് മനസ്സിലായ തോടെ ഞാൻ കണ്ണുപൊത്തി. ഭാഗ്യത്തിന് മകൾ തോളിൽ കിടന്ന് നല്ല ഉറക്കമായിരുന്നു. ജാലവിദ്യ കാണാൻ കൂടിനിന്നവർ കൈയടിച്ചു പ്രോൽസാഹിപ്പിക്കുന്നുണ്ടായിരുന്നു. അടുത്ത നിമിഷം കണ്ണു തുറന്നു നോക്കിയപ്പോൾ കണ്ട കാഴ്ച അതിലേറെ ഞെട്ടിക്കുന്നതായിരുന്നു. മാമി യമാദ ഒരു കരിമൂർഖ നെയും കഴുത്തിലിട്ട് യാതൊരു കൂസലുമി ല്ലാതെ ചിരിച്ചുകൊണ്ട് നില്ക്കുന്നു. എനിക്കെന്റെ കണ്ണുകളെ വിശ്വസിക്കാ നായില്ല. പൂപോലെ, നിലാവുപോലെ പുഞ്ചിരി തൂകിക്കൊണ്ട് എന്നോ ടൊപ്പം നടന്ന ഈ സുന്ദ രിയുടെയുള്ളിൽ ഇത്രയ്ക്ക് ധീരതയുണ്ടാ

യിരുന്നെന്നോ? ക്യാമറ എന്റെ കൈവശം തന്നിട്ട് മാമി ആ ചിത്രമെടു ക്കാൻ പറഞ്ഞു. ഞാൻ വിറയാർന്ന കൈകളോടെ ക്യാമറ വാങ്ങി പട ങ്ങളെടുത്തു.

ചെർപ്പുളശേരിയിൽനിന്ന് മടങ്ങുമ്പോൾ മാമി ഷംസുദ്ദീന് ആയിരം രൂപ സമ്മാനമായി കൊടുത്തു. ഷംസുദ്ദീന്റെ കണ്ണുകൾ തിളങ്ങുന്നത് ഞാൻ കണ്ടു. ഒരു ദിവസം എത്ര സ്ഥലത്ത് ഈ പരിപാടി തട്ടിക്കൂട്ടിയാ ലാണ് നൂറു രൂപ ഒത്തുകിട്ടുക. ഉത്സവകാലത്ത് തെരുവുമാന്ത്രികർക്ക് തെറ്റില്ലാത്ത വരുമാനമുണ്ടെങ്കിലും മറ്റു സീസണിൽ സ്ഥിതി പരിതാപ കരമാണ്. വിടവാങ്ങുമ്പോൾ ഷംസുദ്ദീന് നന്ദി പറയാൻ വാക്കുകളില്ലാ യിരുന്നു.

മാമി കുറച്ചു നാളുകൾക്കുകൂടി തലസ്ഥാനത്ത് തങ്ങി. പിന്നീട് മാസങ്ങളോളം ദില്ലിയിൽ താമസിച്ച് മറ്റ് സംസ്ഥാനങ്ങളിലെ തെരുവുമാ ന്ത്രികരെക്കുറിച്ചു പഠിച്ചു. ജപ്പാനിലേക്കു പറക്കുംമുമ്പ് എന്നെ വിളിച്ച് നന്ദി അറിയിക്കാൻ അവർ മറന്നില്ല. മാമിയെ പിരിഞ്ഞശേഷം ഒരു വലിയ ശൂന്യത അനുഭപ്പെടുംപോലെ തോന്നി. ജീവിതത്തിൽ ശൂന്യത അനുഭ വിച്ച അക്കാലത്ത് മാമിയുടെ സാന്നിധ്യം വലിയൊരാശ്വാസമായിരുന്നു. ഒരു വർഷത്തിനുശേഷം മാമി എഴുതിയ പുസ്തകത്തിന്റെ കോപ്പി

അയച്ചുതന്നു. ബൃഹത്തായ ആ ഗ്രന്ഥത്തിൽ ഷംസുദ്ദീനും പാമ്പുകളും സ്ഥാനം പിടിച്ചിരിക്കുന്നു. ഷംസുദ്ദീൻ എന്ന തെരുവുമാന്ത്രികൻ ജപ്പാനിൽ പ്രസിദ്ധപ്പെടുത്തിയ ഗവേഷണഗ്രന്ഥത്തിൽ കേരളത്തിന്റെ അഭിമാന മായി തിളങ്ങിനില്ക്കുന്നതു കണ്ടപ്പോൾ എനിക്കഭിമാനം തോന്നി. ലോകത്തിലെ ഏറ്റവും നല്ല ടൂറിസ്റ്റ് കേന്ദ്രങ്ങളിലൊന്നായ കേരളത്തിന് അതിന്റെ കലാസമ്പത്തിനെക്കുറിച്ച് വെളിപ്പെടുത്തുന്ന ഒരു ആധികാ രിക ഗവേഷണഗ്രന്ഥമില്ലല്ലോയെന്ന് ഞാനപ്പോൾ ഓർത്തു. കേരള ത്തിന്റെ ഇന്ദ്രജാലപാരമ്പര്യം കാത്തുസൂക്ഷിക്കുന്ന ഷംസുദ്ദീനെക്കുറിച്ച്

യുവമാന്ത്രികൻ രാജ്കലേഷ്

നമ്മുടെ കലാഗ്രന്ഥങ്ങ ളിലൊന്നും പറയുന്നില്ല. വിദേശമാന്ത്രികരുടെ ഇല്യൂ ഷൻ വിദ്യകൾ കോപ്പിയടിച്ച് പേരും പണവും നേടിയെടു ക്കുന്ന ഇവിടുത്തെ മാന്ത്രി കർക്ക് കേരള സംഗീത നാടക അക്കാദമി അവാർ ഡു വരെ ലഭിക്കുന്നുണ്ട്. തനതു ജാലവിദ്യകളെ കാത്തു സൂക്ഷിക്കുന്ന ഷംസുദ്ദീനെപ്പോലുള്ള വർക്ക് അധികൃതർ പ്രോ ത്സാഹനം നല്കുന്നില്ല. വാഴക്കുന്നം നീലകണ്ഠൻ നമ്പൂതിരി വിഭാവനം ചെ യ്ത ചെപ്പും പന്തും വിദ്യ കേരളത്തിൽ അതേപടി അവതരിപ്പിക്കുന്ന ഒരേ യൊരു മാന്ത്രികനാണ് കുറ്റ്യാടി നാണു. ചീട്ടു കൾക്കൊണ്ട് ഇന്ദ്രജാലത ത്തിന്റെ മാസ്മരലോകം സൃഷ്ടിക്കുന്ന കോഴിക്കോ ട്ടുകാരൻ ഹാഷിം, നാണയം കൊണ്ട് നൂറുകണക്കിന് വിദ്യകൾ കാണിച്ച് കൈയ ടക്കത്തിൽ കസർത്തു കാണിക്കുന്ന തിരുവനന്ത പുരത്തെ രാജമൂർത്തി, ഇല്യൂഷൻരംഗത്തെ യുവ മാന്ത്രികപ്രതിഭയായ രാജ്കലേഷ് തുടങ്ങിയവർ

ഇതിനോടകം ലോകമാജിക് രംഗത്ത് കേരളത്തിന്റെ ഭൂപടം വരച്ചുചേർത്ത വരാണ്. എന്നിട്ടും കേരളീയർ അവരെ വേണ്ടത്ര അറിഞ്ഞിട്ടില്ല. ഷംസു ദ്ദീനും ഈ ഗണത്തിൽ പെടുന്നു.

ഇവിടെ ഒരു കാര്യം അടിവരയിട്ടു പറയാനുള്ളത്, ആധുനിക ശബ്ദ -വെളിച്ച-നൃത്ത പശ്ചാത്തലങ്ങളുടെ അകമ്പടിയോടെ ഇല്യൂഷനുകൾ അവതരിപ്പിക്കാൻ പണവും അല്പം കലാവാസനയുമുണ്ടെങ്കിൽ ആർക്കും കഴിയും. പക്ഷേ, 'ഗ്രീൻമാങ്കോട്രീ' പോലെ ലോകമാജിക്കുകളോട് കിട പിടിക്കുന്ന ഒരു ജാലവിദ്യ അവതരിപ്പിക്കാൻ കേരളത്തിൽ ഷംസുദ്ദീനു മാത്രമേ കഴിയൂ. പക്ഷേ, ഷംസുദ്ദീന് പേരും പെരുമയും പണവും നേടാ നുള്ള വിദ്യകൾ അറിഞ്ഞുകൂടാ.

18

പുത്തരിക്കണ്ടത്തെ തൈമാവ്

ആയിരത്തിത്തൊള്ളായിരത്തി തൊണ്ണൂറ്റിയെട്ട് ഡിസംബറിലാണ് കേരളത്തിൽ ആദ്യമായി തിരുവനന്തപുരത്ത് ഒരു അന്തർദ്ദേശീയ മാജിക് കൺവെൻഷൻ സംഘടിപ്പിച്ചത്. ഇന്ത്യയുടെ വിവിധ ഭാഗങ്ങളിൽനിന്നായി നൂറുകണക്കിനു മാന്ത്രികർ പങ്കെടുത്ത ആ കൺവെൻഷൻ എന്തു കൊണ്ടും അവിസ്മരണീയമായിരുന്നു. ടാഗോർ തീയേറ്ററും പുത്തരി ക്കണ്ടം മൈതാനവുമായിരുന്നു പ്രധാന വേദികൾ. മൽസരങ്ങൾ, എക്സിബിഷനുകൾ, ഗാലാഷോകൾ എന്നിങ്ങനെ മൂന്നുദിവസം നീണ്ടു നിന്ന ആ മാന്ത്രികോത്സവത്തിൽ ഇന്നും മനസ്സിൽ മായാതെ നില്ക്കുന്ന ഒന്നുണ്ട്; പുത്തരിക്കണ്ടത്തെ തൈമാവ്.

കൺവെൻഷന്റെ പ്രധാന ഭാഗമായിരുന്നു തെരുവുമാജിക് മത്സരം. കാരണം, കൺവെൻഷനിലെ ജനകീയമുഖമുള്ള വിഭാഗം ഇതു മാത്ര മായിരുന്നു. മറ്റു പരിപാടികളിലെല്ലാം മാന്ത്രികപ്രതിനിധികൾക്കു മാത്രമേ പങ്കെടുക്കാൻ സാധിക്കൂ. അതുകൊണ്ടുതന്നെ ജനശ്രദ്ധ മുഴുവൻ പുത്ത രിക്കണ്ടത്തേക്കായിരുന്നു. മാധ്യമങ്ങളും ക്യാമറക്കണ്ണുകളുമായി കാത്തി രുന്നത് ഇവിടെയാണ്.

മൈതാനത്തിനു നടുവിൽ വൃത്താകൃതിയിൽ കെട്ടിയുണ്ടാക്കിയ ബാരിക്കേഡിനുള്ളിലാണ് മത്സരം അരങ്ങേറിയത്. ഉത്തരേന്ത്യയിൽനി ന്നുള്ള തെരുവുമാന്ത്രികരുടെ പ്രകടനമായിരുന്നു മത്സരത്തിൽ കൂടുതൽ കൈയടി നേടിയെടുത്ത്. അതിനിടയിൽ കേരളത്തിൽനിന്നുള്ള ചെർപ്പു ളശേരിക്കാരൻ ഷംസുദ്ദീന്റെ ഊഴമെത്തി. 'ഗ്രീൻമാങ്കോ ട്രീ' എന്ന പ്രശസ്ത ഇനമായിരുന്നു ഷംസുദ്ദീന്റെ പ്രധാന ഐറ്റം. മാങ്ങയണ്ടി മണ്ണിൽ കുഴിച്ചിട്ട് സെക്കന്റുകൾക്കകം തൈമാവ് മുളച്ചുപൊങ്ങുന്ന ജാല വിദ്യയാണിത്. ബാരിക്കേഡിനകത്തേക്കു പ്രവേശിച്ച ഷംസുദ്ദീൻ ഒരു മുഷിഞ്ഞ തുണി വിരിച്ച് നിലത്തിരുന്നു. സഹായിയായ ബാലൻ ഓരോ

ഗ്രീൻമാങ്കോട്രീ വിദ്യ അവതരിപ്പിക്കുന്ന ഷംസുദ്ദീൻ

കുട്ടകളും നിരത്തിവയ്ക്കാൻ തുടങ്ങി.

മാങ്കോട്രീ വിദ്യയുടെ പശ്ചാത്തലമൊരുക്കുക എന്ന ലക്ഷ്യത്തോടെ ഷംസുദ്ദീൻ കൊച്ചുകൊച്ചു പൊടിക്കൈകൾ ചെയ്തുകൊണ്ടിരുന്നു. സ്ഥിരം നമ്പരായ ചില സർപ്പജാലങ്ങളും അവതരിപ്പിച്ചു. അതിനുശേഷം കാണികളെ മുൾമുനയിൽ നിർത്തിയ ഒരു ജാലവിദ്യയാണ് അയാൾ അവ തരിപ്പിച്ചത്. സഹായിയായ ബാലന്റെ ഷർട്ടൂരി മാറ്റി വിരിച്ചിട്ട തുണി യിൽ മലർത്തിക്കിടത്തിയശേഷം മൂർച്ചയുള്ള മലപ്പുറം കത്തി ഷംസു ദ്ദീൻ അവന്റെ കഴുത്തിൽ കുത്തിയിറക്കി. കത്തിയുടെ പിടിയും തലപ്പും മാത്രം പുറത്തു കാണാം. രക്തം തെറിക്കുന്നതു കണ്ടപ്പോൾ സ്ത്രീകളും കുട്ടികളും കണ്ണുപൊത്തി. പക്ഷേ, യഥാർത്ഥത്തിൽ കത്തി കയറ്റുന്നി ല്ല, അങ്ങനെ തോന്നിക്കുന്ന മട്ടിൽ ഒരു ഇല്യൂഷൻ സൃഷ്ടിക്കുക മാത്ര മാണ് ചെയ്യുന്നതെന്ന് അറിയാവുന്ന ഞാൻ അത്ഭുതത്തോടെ ഷംസു ദ്ദീന്റെ സമർത്ഥമായ അവതരണം കണ്ടുകൊണ്ട് നിന്നു. ഫ്ലിക്കറിങ് ലൈറ്റുകളില്ല, വേഷപ്പകർച്ചകളില്ല, സംഗീതമില്ല, സുന്ദരികളായ സഹാ യികളില്ല. പച്ചവെളിച്ചത്തിൽ ചുറ്റും നില്ക്കുന്ന ആയിരക്കണക്കിന് നഗ്ന നേത്രങ്ങൾക്കുമുന്നിൽ ഒരു കൂസലുമില്ലാതെ ഷംസുദ്ദീൻ തകർക്കുക യാണ്. ഇതാണ് യഥാർത്ഥ മാന്ത്രികൻ എന്ന് എന്റെ മനസ്സു പറഞ്ഞു.

ഇനിയാണ് മാസ്റ്റർപീസ് ഇനമായ മാങ്കോട്രീയുടെ അവതരണം. ഷംസുദ്ദീൻ ഒരു ഉണങ്ങിയ മാങ്ങയണ്ടിയുമായി ബാരിക്കേഡിനരികിലൂടെ നടന്നു. ചുറ്റും നിന്ന കാണികൾ മാങ്ങയണ്ടി വാങ്ങി പരിശോധിക്കുന്നു ണ്ടായിരുന്നു. ഒടുവിൽ അയാളത് മൈതാനത്തിനു നടുവിൽ കുഴിച്ചിട്ടു.

തുടർന്ന് അല്പം വെള്ളം തളിച്ചുകൊടുക്കുകയും ഒരു ചൂരൽക്കൂട്ടകൊണ്ട്
മൂടിവയ്ക്കുകയും ചെയ്തു. കുട്ടയുടെ മുകളിൽ അയാളുടെ മുഷിഞ്ഞ
തുണിയിട്ടശേഷം മകുടിയെടുത്ത് ഊതാൻ തുടങ്ങി. കുട്ടകളിൽ മയങ്ങി
ക്കിടന്ന പാമ്പുകൾ അതുകേട്ട് തലപൊക്കുകയും തലയാട്ടുകയും
ചെയ്തു. ഏതാനും നിമിഷങ്ങൾക്കുശേഷം ഷംസുദ്ദീൻ മൂടിയിട്ട കുട്ട
യ്ക്കുനേരെ മകുടിയൂതി. അത്ഭുതം! അതാ, കുട്ട മെല്ലെ പൊങ്ങിപ്പൊങ്ങി
വരുന്നു. ഷംസുദ്ദീൻ സാവകാശം തുണി കുടഞ്ഞുകുടഞ്ഞെടുത്തു.
കൈയടിയുടെ പെരുമഴയിൽ കണ്ടത് വെള്ളത്തുള്ളികൾ പറ്റിപ്പിടിച്ച ഇളം
തളിരിലകളോടുകൂടി ഒരു തൈമാവ്! അയാൾ ഇലകൾ മാറ്റിയപ്പോൾ
അതിനിടയിൽ പരുവമായ ഒരു പച്ചമാങ്ങയും. ഒന്നും സംഭവിച്ചിട്ടില്ലാത്ത
ഭാവത്തിൽ ഷംസുദ്ദീൻ മാങ്ങ പൊട്ടിച്ചെടുക്കുന്നു. ഇറ്റിറ്റുവീഴുന്ന മാങ്ങ
യുടെ ചുന കണ്ട് കാണികൾ വീണ്ടും അമ്പരക്കുന്നു. എവിടെയായി
രുന്നു ഈ തൈമാവ് ഇതുവരെ ഒളിപ്പിച്ചുവച്ചത്? എങ്ങനെയാണത് കാണി
കളുടെ ശ്രദ്ധയിൽപ്പെടാതെ മണ്ണിനടിയിലേക്ക് എത്തിച്ചത്?.....ചുറ്റുംകൂ
ടിയവരുടെയെല്ലാം മുഖത്ത് ഇത്തരം ചോദ്യങ്ങൾ വായിച്ചെടുക്കാമായി
രുന്നു. കാണികൾ അമ്പരപ്പിന്റെ ലോകത്തുനിന്ന് മടങ്ങുംമുമ്പ് ഷംസു
ദ്ദീൻ കുട്ടകളും വട്ടികളുമായി ബാരിക്കേഡിനു പുറത്തുചാടി. ജനക്കൂട്ട
ത്തിനിടയിൽ അയാളെ പിന്നെ കണ്ടതുമില്ല.

മത്സരത്തിൽ സമ്മാനം നേടിയ ഷംസുദ്ദീൻ കൺവെൻഷൻ കഴി
യുംമുമ്പേ അടുത്ത തെരുവീഥികൾ തേടി പുറപ്പെട്ടു. പക്ഷേ, ഷംസു
ദ്ദീനും തൈമാവും എന്റെ ഉറക്കം കെടുത്തി. സാധാരണ കാണികളെ
മിസ്ഡയറക്ട് ചെയ്യാനുള്ള വിദ്യകളെല്ലാം അറിയുന്ന എനിക്ക് എന്തു
കൊണ്ട് പട്ടാപ്പകൽ കൺമുന്നിൽ നടത്തിയ മാങ്കോട്രിയുടെ രഹസ്യം
പിടികിട്ടുന്നില്ല. ആലോചിക്കുംതോറും കൂടുതൽ സങ്കീർണ്ണതകളിലേ
ക്കാണ് പോകുന്നത്. ലോക്കപ്പുകൾക്കുള്ളിൽനിന്ന് വിസ്മയകരമായി

ഇന്ത്യൻ മാജിക്കിലെ
ഇതിഹാസം
പി സി സർക്കാർ

രക്ഷപ്പെട്ടു വരുമായിരുന്ന ഹാരീ ഹൂദിനി
യുടെയും നയാഗ്രയുടെ മുകളിലൂടെ പറന്നുപോ
കുന്ന ഡേവിഡ് കോപ്പർഫീൽഡിന്റെയും
ആകാശത്തുനിന്ന് വർണ്ണക്കുടകൾ പൊഴി
ക്കുന്ന ഫുക്കായിയുടെയും കുട്ടിലടച്ച യുവ
തിയെ സിംഹമാക്കി മാറ്റുന്ന പി സി സർക്കാരി
ന്റെയുമൊക്കെ ജാലവിദ്യകളുടെ രഹസ്യം
ഊഹിക്കാൻ എനിക്ക് ബുദ്ധിമുട്ടില്ല. മാജി
ക്കിന്റെ അടിസ്ഥാനതത്ത്വങ്ങൾ മനസ്സിലാക്കിയ
ആർക്കും അതിനു കഴിയും. പക്ഷേ, പുത്തരി
ക്കണ്ടത്തെ ആ തൈമാവിന്റെ സൃഷ്ടി, ഇന്നും
പിടികിട്ടാത്ത ഒരു അത്ഭുതമായി അവശേഷിക്കു
ന്നു. മാജിക്കിന്റെ വിശ്വവിജ്ഞാനകോശ
ത്തിൽപോലും ഷംസുദ്ദീന്റെ തൈമാവിനുള്ള
നിർവ്വചനം കണ്ടെത്താനായില്ല.

19

കാണാതായ മുളങ്കോൽ

ഉത്സവക്കാലമായാൽ കേരളത്തിലെങ്ങും നാടകട്രൂപ്പുകളുടെ പ്രള
യമായിരുന്നു. ഫൈൻ ആർട്ട്സ് സൊസൈറ്റികളായിരുന്നു മറ്റു സീസ
ണുകളിൽ നാടകക്കാരുടെ രക്ഷ. പ്രതിമാസ പരിപാടികൾ കൃത്യമായി
നടത്തിപ്പോന്ന ആയിരക്കണക്കിന് ഫൈൻ ആർട്ട്സ് സൊസൈറ്റികളു
ണ്ടായിരുന്നു. 'ഫാസ്' എന്ന ചുരുക്കപ്പേരിലാണ് ഈ സൊസൈറ്റികൾ
അറിയപ്പെട്ടിരുന്നത്. ഇക്കൂട്ടത്തിൽ സ്വന്തമായി ഓഡിറ്റോറിയങ്ങളുള്ള
ഫാസുകളും ഉണ്ടായിരുന്നു. ഫാസ് ഓരോ പ്രദേശത്തിന്റെയും സാംസ്കാ
രികക്കൂട്ടായ്മയായിരുന്നു. പതിനായിരത്തോളം മെമ്പർമാരുള്ള ഫാസു
കളും കേരളത്തിലുണ്ടായിരുന്നു.

ഫാസുകളുടെ വിടവാങ്ങൽക്കാലത്താണ് ഞാൻ ഉൾക്കൊള്ളുന്ന
മാജിക്ട്രൂപ്പിന്റെ രംഗപ്രവേശമുണ്ടായത്. നാടകം കണ്ടു മടുത്തവർക്ക്
എന്തുകൊണ്ടും പുതിയൊരു അനുഭവമായി ഈ കലാവിരുന്ന്. അതു
കൊണ്ടുതന്നെ കേരളമെങ്ങുമുള്ള ഫാസ്‌വേദികൾ ഇന്ദ്രജാലവിരുന്നി
നായി തുറക്കപ്പെട്ടു. ഫാസുകളുടെ തകർച്ച നാടകട്രൂപ്പുകളുടെ കൊഴി
ഞ്ഞുപോക്കിനിടയാക്കിയെങ്കിലും ചില ട്രൂപ്പുകൾ പിടിച്ചുനില്ക്കാൻ ശ്രമി
ച്ചുകൊണ്ടിരുന്നു. ഉത്സവക്കാലത്ത് ഡബിൾഷോ നടത്തിയാണ് അവർ
ഈ പ്രതിസന്ധിയെ നേരിട്ടത്. ഡബിൾഷോ എന്നു പറഞ്ഞാൽ ഒരു
ദിവസം രണ്ടു ഷോ. ഒരു രാത്രിയിൽ ഒരു നാടകട്രൂപ്പ് രണ്ട് വേദിക
ളിലായി നാടകം കളിക്കുന്നു. അടുത്തടുത്ത പ്രദേശങ്ങളിൽ അതായത്
ഒന്നോ രണ്ടോ മണിക്കൂർകൊണ്ട് എത്തിപ്പെടാനാവുന്ന വേദികളിൽ
ബുക്കിങ് എടുത്തുകൊണ്ടാണ് ഈ കൈയ്യങ്കളി നടത്തുന്നത്. രണ്ടു
സെറ്റു കർട്ടൻസെറ്റുകളും കട്ടൗട്ടറുകളും രണ്ടു വാഹനങ്ങളും ഇതിനായി
തയ്യാറാക്കിയിരിക്കും. ഒരു സ്ഥലത്ത് നാടകം നടന്നുകൊണ്ടിരിക്കുമ്പോൾ

അടുത്ത വേദിയിൽ പശ്ചാത്തലം ഒരുങ്ങുന്നുണ്ടാവും. മേക്കപ്പും വേഷവും മാറ്റാതെ നടിമാരും നടന്മാരും ഒരു വേദിവിട്ട് അടുത്ത വേദിയിലേക്ക് പാഞ്ഞെത്തും. രണ്ടാമത്തെ ഷോ അവസാനിക്കുമ്പോൾ മിക്കവാറും നേരം വെളുത്തിരിക്കും. രാത്രിയെ പകലാക്കുകയും പകലിനെ രാത്രിയാക്കുകയും ചെയ്യുന്ന കലാകാരന്മാർക്ക് ഒരു ഉത്സവകാലം മുഴുവൻ സൂര്യനെ കാണാതെ കഴിയേണ്ടിവരും.

ഞങ്ങളുടെ മാജിക്ട്രൂപ്പിന് ചില വേദികളിൽവച്ച് ഇത്തരം നാടക ട്രൂപ്പുമായി ഏറ്റുമുട്ടേണ്ടി വന്നിട്ടുണ്ട്. മാജിക് ഷോ കഴിഞ്ഞ് കർട്ടൻ വീഴുമ്പോഴേക്കും നാടകത്തിന്റെ അണിയറ ജോലിക്കാർ നാലുഭാഗത്തുനിന്നും സ്റ്റേജിലേക്ക് ചാടിക്കയറും. ഫ്രെയിമിനു മുകളിലേക്ക് പാഞ്ഞുകയറി മിനിട്ടുകൾക്കുള്ളിൽ അവർ തങ്ങളുടെ കർട്ടനുകൾ കെട്ടുകയും കട്ടൗട്ടുകൾ ആണിയടിച്ചുറപ്പിക്കുകയും ചെയ്യും. ഇതിനു പിന്നാലെ നടിമാരും നടന്മാരും വന്ന് ഗ്രീൻറും കൈക്കലാക്കും. ഈ സമയത്ത് ഞങ്ങളനുഭവിക്കുന്ന സംഘർഷം എത്രയെന്ന് പറഞ്ഞറിയിക്കാനാവില്ല. കാരണം, അണിയറയിൽ ഞങ്ങളുടെ മാജിക് ഉപകരണങ്ങളെല്ലാം അഴിച്ചുമടക്കാൻ കിടക്കുകയാണ്. ഇരുപതിലേറെ വരുന്ന നാടകക്കാരുടെ സംഘം സ്റ്റേജ് കൈയടക്കുന്നതോടെ രഹസ്യങ്ങൾ സൂക്ഷിച്ചിട്ടുള്ള ഈ ഉപകരണങ്ങൾക്ക് ചുറ്റും കണ്ണുകളുമായി ഞങ്ങൾ കാവൽ നില്ക്കണം. ഷോയിൽ ഉപയോഗിക്കുന്ന കടലാസുപൂക്കളും വർണ്ണത്തൂവാലകളും തൂവലുകളുമൊക്കെ അവിടവിടെ ചിതറിക്കിടക്കുകയാവും. അതൊക്കെ മടക്കിയടുക്കി പെട്ടിയിലാക്കണമെങ്കിൽ മണിക്കൂറുകൾ വേണം. അവയിലൊന്നെങ്ങാനും നഷ്ടപ്പെട്ടാൽ ഒരു പൂവിന്റെ ഇതളെങ്ങാനും കൊഴിഞ്ഞാൽ ഫൈൻ ഉറപ്പാണ്. കർശനമായ താക്കീതിന്റെ സ്വരം ഭയന്ന് ഞങ്ങൾ കണ്ണിലുണ്ണിപോലെയാണ് മാജിക്കുപകരണങ്ങൾ സൂക്ഷിച്ചത്.

നാടകക്കാരുടെ സാന്നിധ്യത്തിൽ പാക്കിങ് നടക്കുകയില്ല. രഹസ്യങ്ങൾ അവർ ഒളികണ്ണിട്ട് കണ്ടുപിടിക്കും. വസ്ത്രങ്ങളിൽ രഹസ്യങ്ങൾ തുന്നിച്ചേർത്തിട്ടുള്ളതിനാൽ, വിയർപ്പുണക്കാനായി അവ അഴക്കോലിലിടാൻപോലും തരമില്ല. തല്ക്കാലം എല്ലാംകൂടി ഒരിടത്തു വാരിക്കൂട്ടി ഒരു വലിയ കർട്ടൻകൊണ്ട് മൂടിയിടുകയേ നിവൃത്തിയുള്ളൂ.

രണ്ടര മണിക്കൂർ ദൈർഘ്യമുള്ള നാടകം കഴിഞ്ഞ് നടീനടന്മാർ ഇറങ്ങിപ്പോകുംവരെ ഉറക്കം തൂങ്ങി ഞങ്ങൾ അണിയറയിൽ കാത്തിരിക്കുകയാവും. പിന്നെ ആടിത്തൂങ്ങിനിന്ന് പാക്കിങ് നടത്തുന്ന ഞങ്ങൾ ഉറക്കവും ക്ഷീണവും കാരണം നിസ്സാര കാര്യങ്ങൾക്കുപോലും പരസ്പരം പോരടിച്ചുകൊണ്ടിരിക്കും. ചിലപ്പോൾ നിശ്ശബ്ദരാകും. ഒരു നട്ടോ ബോൾട്ടോ നഷ്ടപ്പെട്ടാൽ അതു കണ്ടുപിടിക്കുംവരെ പരതണമെന്നാണ് ചട്ടം. ഉറക്കച്ചടവിൽ ഈ പരതൽ ഒരു ശാപം പിടിച്ച പണിയായി തോന്നും. ദൈവങ്ങളെപ്പോലും ശപിക്കാൻ തോന്നുന്ന സന്ദർഭം. പാക്കിങ്ങിനുശേഷം ലിസ്റ്റുപ്രകാരം ഒരു പ്രത്യേക ക്രമത്തിലാണ് ഉപകരണങ്ങൾ വണ്ടിയിൽ ലോഡുചെയ്യുക. വണ്ടി ഓടുമ്പോൾ തമ്മിൽ ഇടിച്ചു കേടുവരാതിരിക്കാൻ

ഏരിയൽ സസ്പെൻഷൻ

നെല്ലിട വിടവില്ലാതെയുള്ള ലോഡിങ്. സ്ഥിരം കയറ്റുന്നതുകൊണ്ട് ആ ലിസ്റ്റ് എല്ലാവർക്കും കാണാപ്പാഠമാണ്.

അന്ന് വടക്കേ മലബാറിലെ ഒരു ഉത്സവപ്പറമ്പിലായിരുന്നു ഇന്ദ്രജാലത്തിന്റെ വേദി. ഡബിൾഷോ നടത്തുന്ന ഒരു നാടകട്രൂപ്പിന്റെ കോലാഹലത്തിനിടയിൽ ഞങ്ങൾ പെട്ടുപോയി. നാടകക്കാർ വരുന്ന വിവരമറിഞ്ഞ് ഇടവേളയിൽ വിലപ്പെട്ട ഉപകരണങ്ങളൊക്കെ ഞങ്ങൾ പെട്ടിയിലാക്കിയിരുന്നു. നാടകക്കാർ സ്ഥലം വിട്ടു കഴിഞ്ഞപ്പോൾ ബാക്കിയുള്ള ഉപകരണങ്ങൾ പെട്ടികളിലാക്കി വണ്ടിയിൽ കയറ്റാൻ തുടങ്ങി. ലോഡിങ് ഏതാണ്ട് അവസാനിക്കാറായപ്പോൾ തുടർന്ന് കയറ്റാനുള്ള മുളങ്കോൽ കാണുന്നില്ല. ഉത്സവപ്പറമ്പിൽ ട്യൂബുലൈറ്റുകളെല്ലാം അണച്ചിരുന്നു. ഒരു ചെറിയ ബൾബിന്റെ അരണ്ട വെളിച്ചത്തിലാണ് ലോഡിങ് നടക്കുന്നത്. ടോർച്ചടിച്ച് പുല്ലും കരിയിലയുമൊക്കെ വകഞ്ഞുമാറ്റി നോക്കി. ക്ഷമകെട്ട ആ അന്വേഷണത്തിനൊടുവിൽ ഗുരുവിന്റെ തീരുമാനം കടുത്തതായിരുന്നു. "വണ്ടിയിൽ കയറ്റിയ സാധനങ്ങളെല്ലാം പുറത്തേക്കിറക്കുക". അതുകേട്ട് എല്ലാവരും കുറച്ചുനേരത്തേക്ക് അനങ്ങാതെ നിന്നു. ഒടുവിൽ ഡ്രൈവർതന്നെ ആ മാരണത്തിന് തുടക്കമിട്ടു. പെട്ടികൾ ഒന്നൊന്നായി പുറത്തേക്ക്.

എനിക്കും കൂടെയുള്ള പെൺകുട്ടികൾക്കും സങ്കടം സഹിക്കാൻ

കഴിഞ്ഞില്ല. രാവിലെ പതിനൊന്നു മണിക്ക് ആ വേദിയിലെത്തിയവരാണ് ഞങ്ങൾ. ഉച്ചയ്ക്ക് ഊണു കഴിക്കാനും വൈകിട്ട് മേക്കപ്പിടാനും മാത്ര മാണ് അല്പനേരം ഇരിക്കാൻ സാധിച്ചത്. നാടകം നടക്കുമ്പോൾ ഞങ്ങൾ രഹസ്യങ്ങളില്ലാത്ത ചില ഉപകരണങ്ങളും തുണികളും മടക്കി പെട്ടിയി ലാക്കുകയായിരുന്നു. നാടകം കഴിഞ്ഞ് ബാക്കിയുള്ളതും അടുക്കിപ്പെ റുക്കി പെട്ടിയിലാക്കി. ഒരു മണിക്കൂറിലേറെ സമയമെടുത്താണ് അത്രയും സാമഗ്രികൾ വണ്ടിയിൽ കയറ്റിയത്. എന്നിട്ടിപ്പോൾ കുടത്തിനു മുകളിൽ വെള്ളമൊഴിച്ചതുപോലെയായി. സമയം വെളുപ്പാൻകാലത്തോടടുത്തിരു ന്നു. അതായത് ഞങ്ങളുടെ തൊഴിൽ വിശ്രമമില്ലാതെ ഏതാണ്ട് പതി നാറ് മണിക്കൂർ പിന്നിട്ടിരിക്കുകയാണ്. തണുത്ത കാറ്റടിച്ച് മുഖവും കൈകാലുകളും ഐസുപോലെയായിത്തീർന്നു. കാലുകൾ കുഴഞ്ഞ് നിലത്ത് വീഴുമെന്ന അവസ്ഥയിലാണ് ഞങ്ങൾ നാലു പെൺകുട്ടികളും. ഇത്രയും ഗതികെട്ട തൊഴിൽ ചെയ്യുന്നവർ എവിടെയെങ്കിലുമുണ്ടാകു മോയെന്ന് ഞാൻ അപ്പൊഴൊക്കെ ആലോചിച്ചുപോയിട്ടുണ്ട്. റഷ്യൻ വിപ്ലവത്തിനു മുമ്പ് റഷ്യയിലെ ഫാക്ടറികളിൽ മുതലാളിമാർ തൊഴി ലാളികളെ ഭക്ഷണം കഴിക്കാൻപോലും സമയമനുവദിക്കാതെ കഷ്ട പ്പെടുത്തിയിട്ടുള്ളത് ഞാൻ വായിച്ചിട്ടുണ്ട്. പക്ഷേ, ഞങ്ങളുടെ പ്രായ ക്കാരായ കുട്ടികൾക്ക് ഇങ്ങനെയൊരു ഗതികേടുണ്ടായതായി ഞാൻ എവി ടെയും വായിച്ചിട്ടില്ല. ഞങ്ങളുടെ തലയിലെഴുത്ത് എന്നല്ലാതെ എന്തു പറയാൻ.

ശ്മശാനമൂകതയിൽ വണ്ടിയിൽനിന്ന് മുഴുവൻ സാധനങ്ങളും പുറത്തു ചാടിച്ചു. എന്നിട്ടും മുളങ്കോൽ കാണുന്നില്ല. വീണ്ടും കനത്ത നിശ്ശബ്ദത.

ഇത് കേവലമൊരു മുളങ്കോൽ മാത്രമായിരുന്നില്ല. 'ഏരിയൽ സസ്പെൻഷൻ' (പെൺകുട്ടിയെ ഒരു മുളങ്കോലിൽ മയക്കിക്കിടത്തുന്ന ഇല്യൂഷൻ) എന്ന വിദ്യയ്ക്കുവേണ്ടി ഉപയോഗിക്കുന്ന ഒരു ഇരുമ്പുദണ്ഡാ യിരുന്നു പച്ചനിറമുള്ള പെയിന്റടിച്ച ആ 'മുളങ്കോൽ'. ഒരു ഉലക്കയോളം വലുപ്പമുള്ള ആ ഇരുമ്പുകുഴലിന്റെ ഉൾഭാഗത്ത് ചില സൂത്രപ്പണികൾ ചെയ്തുവച്ചിട്ടുണ്ട്. ഉപകരണം നഷ്ടപ്പെട്ടാൽ നാളത്തെ വേദിയിൽ ആ ഇനം അവതരിപ്പിക്കാനാവില്ല എന്നതിനപ്പുറം മുളങ്കോൽ കൈയിൽ കിട്ടു ന്നവൻ ആ രഹസ്യം നാട്ടുകാരെ മുഴുവൻ അറിയിക്കുമെന്ന ആശങ്കയാ യിരുന്നു വിട്ടുവീഴ്ചയില്ലാത്ത ഈ തെരച്ചിലിനു പിന്നിൽ.

അന്വേഷണം മേൽക്കൂര പൊളിച്ചിറക്കിക്കൊണ്ടിരിക്കുന്ന വേദിയി ലേക്കും ചെന്നെത്തി. ഓലത്തടുക്കുകൾക്കിടയിൽ, കഴുക്കോലുകൾക്കി ടയിൽ, മരപ്പലകകൾക്കിടയിൽ......എവിടെയും മുളങ്കോലിന്റെ ഒറ്റം പോലും കണ്ടില്ല. അടുത്ത വീടുകളിൽനിന്ന് കോഴി കൂവാൻ തുടങ്ങി. നേരം പുലർന്നിട്ട് പകൽവെളിച്ചത്തിൽ വീണ്ടും തെരച്ചിൽ ആരംഭിക്കാ മെന്ന തീരുമാനവുമായി ഞങ്ങൾ ചടഞ്ഞുകൂടിയിരുന്നു. അല്പസമയം കഴിഞ്ഞപ്പോൾ ഒരു വികൃതിപ്പയ്യൻ ഒരു മുളങ്കോലും നിലത്ത് കുത്തി

ക്കുത്തി നടന്നുവരുന്നു. "സാർ, ഇത് ങൾടേതാണോ?"

നാടകം നടക്കുമ്പോൾ ചില സാധനങ്ങൾ വണ്ടിയുടെ സമീപ ത്തേക്ക് കൊണ്ടുവച്ചിട്ടുണ്ടായിരുന്നു. കാണാതായ മുളങ്കോലും അവിടെ അലക്ഷ്യമായി കിടന്നു. ഉത്സവം കഴിഞ്ഞു മടങ്ങിപ്പോയവരിലാരോ ഇരു ട്ടത്ത് വീഴാതെ കുത്തിപ്പിടിച്ചു നടക്കാൻ മുളങ്കോലെന്നു കരുതി അതെ ടുക്കുകയും ചെയ്തു. എന്നാൽ, സാധാരണയിലേറെ ഭാരം തോന്നിയ തിനാൽ വഴിയിലുപേക്ഷിച്ച് കടന്നുപോയി. സ്റ്റേജിലും വണ്ടിയുടെ സമീപത്തുമായി വളരെനേരം ചുറ്റിപ്പറ്റി നിന്ന പയ്യനാണ് ഒടുവിൽ നട വരമ്പിനരികിൽനിന്ന് ആ മുളങ്കോൽ കണ്ടെടുത്തത്. രഹസ്യം ചോർത്തി യെടുക്കാൻ ഒളികണ്ണിട്ട് നടന്ന ആ ചെറുക്കനെ ഞങ്ങൾ പലതവണ ആട്ടിയോടിച്ചതാണ്. അവനാണ് ഇപ്പോൾ ദേവദൂതനെപ്പോലെ എത്തി യിരിക്കുന്നത്. പാവം പയ്യന് മുളങ്കോലിലെ സൂത്രപ്പണിയെപ്പറ്റി ഒന്നും മനസ്സിലായില്ല. ഞങ്ങളോടുള്ള സഹതാപംകൊണ്ട് ഒരുപക്ഷേ, അവ നത് സൂക്ഷിച്ചുനോക്കിക്കാണില്ല.

20

ഗോസ്റ്റ് റൈറ്റിങ്ങും ഉച്ചപ്പട്ടിണിയും

പ്രൊഫണൽ മാജിക് ട്രൂപ്പിലെ തൊഴിൽ ശാശ്വതമാണെന്ന വിശ്വാസം എനിക്കില്ലായിരുന്നു. എന്റെ ലോകം മറ്റൊന്നാണെന്നും ഇത് ആ ലോകത്ത് എത്തിച്ചേരാനുള്ള വഴി മാത്രമാണെന്നുമുള്ള ബോധ ത്തോടുകൂടിയായിരുന്നു എന്റെ കലാജീവിതം. നാട്ടിൻപുറത്തുകാരിയായ ഒരു കലാകാരിക്ക് കുടുംബജീവിതം സ്വപ്നം കാണാൻപോലും പറ്റാ ത്തതായിരുന്നു. ഇന്നും ആ അവസ്ഥയ്ക്ക് നെല്ലിട മാറ്റം വന്നതായി തോന്നുന്നില്ല. ഈ ആശങ്കയുടെ നിഴൽ എപ്പോഴും നീറ്റിയിരുന്നതു കൊണ്ട് മാന്യതയ്ക്ക് നിരക്കുന്നതെന്ന് കരുതുന്ന ഏതെങ്കിലുമൊരു മേഖ ലയിലേക്ക് കയറിപ്പറ്റണമെന്ന ചിന്ത സദാ എന്നെ അലട്ടിക്കൊണ്ടിരു ന്നു. ആ അസ്വാസ്ഥ്യത്തിന് ആശ്വാസം ലഭിക്കുന്നത് എഴുത്തിന്റെ ലോക ത്തേക്ക് കടന്നുചെല്ലുമ്പോൾ മാത്രമാണെന്ന് ഞാൻ തിരിച്ചറിഞ്ഞു. എന്നിൽ അങ്ങനെയൊരു വാസനയുണ്ടെന്ന് ആദ്യം കണ്ടെത്തിയത് പൂക്കോട്ടുംപാടം ഹൈസ്കൂളിലെ മലയാളം അദ്ധ്യാപികയായ സരസ്വതി ടീച്ചറാണ്. അന്ന് ഉപന്യാസമത്സരം നടക്കുകയായിരുന്നു. സ്കൂൾവരാ ന്തയിലെ ഉരുണ്ട തൂണിൽ കെട്ടിപ്പിടിച്ചുനിന്ന് ഏതോ സ്വപ്നലോകത്തു മുഴുകിനില്ക്കുകയായിരുന്ന എന്നെ ടീച്ചർ വിളിച്ചു. "നീ എന്താടീ പങ്കെ ടുക്കാത്തത്?" ഉപന്യാസവിഷയം നേരത്തെ കൊടുത്തിരുന്നതാണ്. പക്ഷേ, ആ വിഷയത്തെക്കുറിച്ച് കൂടുതൽ മനസ്സിലാക്കാൻ എനിക്ക് യാതൊരു ഉപാധികളും ഇല്ലായിരുന്നു. വീടിന്റെ ഏഴയൽപക്കത്തുപോലും ഒരു പത്രമെടുക്കാനില്ല. റേഡിയോപോലുമില്ല. വെറുതെ തോല്ക്കാനായി പേരുകൊടുക്കേണ്ടതില്ലല്ലോ എന്നോർത്ത് ഞാൻ പേരു കൊടുത്തില്ല. പക്ഷേ, സരസ്വതി ടീച്ചർ എന്നെ അവിടെ പ്രതീക്ഷിച്ചിരുന്നു.

"ഞാനൊന്നും പഠിച്ചില്ല ടീച്ചർ" എന്ന എന്റെ മറുപടി മുഴുവനാ

സരസ്വതി ടീച്ചർ

ക്കുംമുമ്പ് കൈയിലെ ചൂരൽ വീശിക്കൊണ്ട് എന്നോട് ക്ലാസിൽ കയറാൻ പറഞ്ഞു. ഒരു ഫുൾസ്കാപ്പ് പേപ്പർ തന്നിട്ട് "വേഗം പോയി രുന്നെഴുത്" എന്നു പറഞ്ഞു. ഞാൻ എന്തൊ ക്കെയോ എഴുതിവച്ചു. ഫലം വന്നപ്പോൾ സമ്മാനം എനിക്ക്!

നോട്ടുബുക്കിന്റെ താളുകളിൽ പൊട്ടക്കവി തകളും കഥകളുമെഴുതി ആരും കാണാതെ കീറി ക്കളയുന്ന സ്വഭാവം എനിക്കുണ്ടായിരുന്നു. രണ്ടാ മതൊന്ന് വായിച്ചുനോക്കുമ്പോൾ പൊട്ടത്തരം കണ്ട് നാണിച്ചുപോകുമെങ്കിലും പിന്നെയും ഈ പണി തുടരും. എഴുത്തിന്റെയും എഴുത്തുകാരുടേതുമായ ഒരു ലോക മുണ്ടെന്ന് എന്നെ മനസ്സിലാക്കിത്തന്നത് കുഞ്ഞുമോൾചേച്ചി (പട്ടികജാ തിയിൽപെട്ട ആ പോസ്റ്റാപ്പീസ് ഉദ്യോഗസ്ഥ 1986 ൽആത്മഹത്യ ചെയ്തു)യാണ്. "ഷോട്ട്ഹാന്റ് പഠിച്ചാൽ പത്രപ്രവർത്തകയാവാം" എന്ന് കുഞ്ഞുമോൾ ചേച്ചി പറഞ്ഞപ്പോഴാണ് അങ്ങനെയൊരു മേഖലയെക്കു റിച്ച് ആദ്യമായി അറിയുന്നത്. മന്ത്രിമാരുടെയൊക്കെ പ്രസംഗങ്ങൾ എഴു തിയെഴുക്കാൻ ഷോട്ട്ഹാന്റ് ആവശ്യമാണത്രേ. കേട്ടപ്പോൾത്തന്നെ ആവേശമായി. ഷോട്ട്ഹാന്റ് പഠനം നടന്നില്ലെങ്കിലും മനസ്സിന്റെ കോണിൽ വെറുതെ ഒരു പത്രപ്രവർത്തകയെ പ്രതിഷ്ഠിച്ചു.

അങ്ങനെയിരിക്കെയാണ് മാജിക് എന്ന വിഷയത്തെക്കുറിച്ച് എഴു താനുള്ള ഭാഗ്യം അവിചാരിതമായി എന്നെത്തേടിയെത്തിയത്. മലയാള ത്തിലെ പ്രശസ്തമായ ഒരു വാരികയുടെ താളിൽ നുറുങ്ങുജാലവിദ്യ കൾ (കഥകളിൽ കൊരുത്ത്) ഖണ്ഡശ്ശ പ്രസിദ്ധീകരിക്കാൻ പോകു കയാണെന്ന പത്രാധിപരുടെ കത്തു വന്നു. പക്ഷേ, 'പേരില്ലാ'ത്തൊരു ആളുടെ പേരിൽ പംക്തി പ്രസിദ്ധീകരിക്കാൻ പൊതുവെ പത്രാധിപരാരും തയ്യാറാവുകയില്ല. അങ്ങനെ ഞാൻ ഗോസ്റ്റ് റൈറ്ററുടെ റോളിലേക്ക് മാറി.

വാരികയുടെ ലക്കങ്ങൾ പുറത്തുവരുമ്പോൾ മറ്റാരുമറിയാത്ത ഒരു സ്വകാര്യ ആനന്ദം ഞാൻ അനുഭവിച്ചറിഞ്ഞു. എന്റെ വാക്കുകൾ അച്ച ടിമഷി പുരണ്ടു കണ്ടപ്പോഴുണ്ടാകുന്ന നിർവൃതി. ആ ഗോസ്റ്റ് പേനകൊണ്ട് നാലു മാന്ത്രികപുസ്തകങ്ങളുടെ സൃഷ്ടി നടത്തി. മല യാളസാഹിത്യത്തിൽ എം എ ഡിഗ്രി നേടണമെന്ന ആഗ്രഹത്തിനും വഴി കണ്ടെത്തി. പ്രൈവറ്റ് രജിസ്ട്രേഷനിലൂടെ പരീക്ഷയെഴുതാൻ തീരുമാ നിച്ചു. അങ്ങനെ ഒരേ സമയം മാജിക്പെർഫോമൻസും പഠനവും ഗോസ്റ്റ് റൈറ്റിങ്ങും. എന്റെ കരിയർ ഗ്രാഫ് മെല്ലെ ഉയരാൻതുടങ്ങിയതു കണ്ട തോടെ കൂടെയുള്ളവരിൽനിന്ന് കുതികാലിൽ ചവിട്ടുകൊള്ളുന്ന അനു ഭവമുണ്ടായി. അക്കൂട്ടത്തിൽ അനുഭവിച്ച ഒരു ഉച്ചപ്പട്ടിണിയുടെ നോവ് ഈ ജന്മം എനിക്ക് മറക്കാനാവില്ല.

ആഴ്ചയിൽ ഒരു ദിവസം കോഴിക്കോട് യൂണിവേഴ്സിറ്റി ലൈബ്ര

റിയിൽ പോയി എം എ പ്രീവിയസ് പരീക്ഷയ്ക്കുള്ള റഫറൻസ് പുസ്ത കങ്ങൾ വായിച്ച് നോട്ടുകുറിക്കുകയായിരുന്നു എന്റെ പഠനരീതി. തേഞ്ഞി പ്പലത്തുള്ള യൂണിവേഴ്സിറ്റി ലൈബ്രറിയിൽ രാവിലെ പത്തു മണിക്ക് എത്തണമെങ്കിൽ കവളമുക്കട്ടയിൽനിന്ന് പുലർച്ചയ്ക്ക് അഞ്ചു മണിക്ക് പുറപ്പെടുന്ന 'സ്വപ്ന' ബസിൽ കയറണം. ഒരു കട്ടൻകാപ്പി മാത്രം കുടിച്ച് ഇരുട്ടുതപ്പി ബസിൽ കയറിപ്പറ്റിയ ഞാൻ ഊണു കഴിക്കുന്നത് യൂണി വേഴ്സിറ്റി കാന്റീനിൽനിന്നാണ്. വഴിയിൽവച്ച് എത്ര വിശന്നാലും തനിച്ച് ഹോട്ടലിൽ കയറാനുള്ള ചങ്കൂറ്റമില്ല.

അന്ന് കാന്റീനിൽനിന്ന് ഊണു കഴിക്കാതെ ദാഹവും വിശപ്പും സഹിച്ച് ഞാൻ നേരത്തേ മടങ്ങി. മാജിക് ട്രൂപ്പിന്റെ ചില ഓഫീസ് ജോലി കൾ അത്യാവശ്യമായി ചെയ്തുകൊടുക്കേണ്ടതുണ്ടായിരുന്നു. ഗുരുവിന്റെ വീട്ടിൽ അന്ന് ഒരു പിറന്നാൾ സദ്യയുള്ളതിനാൽ ഊണ് കഴിക്കാനുള്ള ക്ഷണവുമുണ്ടായിരുന്നു. ഞാനെത്തുമ്പോൾ ഗുരുവിന്റെ വീടുനിറയെ ബന്ധുക്കളാണ്. പായസത്തിന്റെയും പരിപ്പുകറിയുടെയും മണമടിച്ച പ്പോൾ എന്റെ വിശപ്പ് കത്തിക്കാളി. പുരുഷന്മാർ ആദ്യം ഉണ്ടെണീക്കുന്ന നായർതറവാട്ടിൽ സ്ത്രീകൾ ക്ഷമയോടെ കാത്തുനിന്നേ പറ്റൂ. രണ്ടോ മൂന്നോ പന്തി ഉണ്ടെണീറ്റിട്ടും സ്ത്രീകളുടെ ഊഴമായില്ല. ഓഫീസ് റൂമിൽ ആരെങ്കിലും വന്നു വിളിക്കുമെന്ന പ്രതീക്ഷയിൽ ഞാൻ നിമിഷ ങ്ങളെണ്ണിക്കൊണ്ടിരുന്നു. ക്ലോക്കിൽ സമയം മൂന്നു മണി കഴിഞ്ഞതു കണ്ടപ്പോൾ ഞാൻ വീടിനകത്തേക്കു കയറിച്ചെന്നു. ഡൈനിങ് ടേബി ളിനു ചുറ്റുമിരുന്ന് ഉണ്ടുകൊണ്ടിരുന്ന സ്ത്രീജനങ്ങൾ ഏമ്പക്കവും വിട്ട് എഴുന്നേല്ക്കുന്ന രംഗമാണ് ഞാൻ കണ്ടത്. പൊട്ടിവന്ന കരച്ചിൽ തട ഞ്ഞുനിർത്താനാവാതെ ഞാൻ കുഴങ്ങി. ഇത് ബോധപൂർവ്വമായ ഒരു മറ വിയാണെന്ന് ഏതൊരു കുട്ടിക്കും മനസ്സിലാക്കാവുന്നതേയുള്ളൂ. ആ പിറ ന്നാൾ സദ്യക്ക് ക്ഷണിക്കപ്പെട്ടവരിൽ പുറത്തുനിന്നുള്ള ഒരേയൊരു

അതിഥി ഞാൻ മാത്രമായിരുന്നല്ലോ. പിന്നെങ്ങനെ എന്നെ മറക്കും? രാവിലെ മുതൽ ഒരു കട്ടൻകാപ്പിയിൽ നില്ക്കുന്ന എനിക്ക് തലചുറ്റാൻ തുട ങ്ങിയിരുന്നു. അപമാനഭാരംകൊണ്ട് അവിടെനിന്ന് ഒരു തുള്ളി പച്ചവെള്ളം പോലും കുടിക്കാൻ എനിക്കു തോന്നി യില്ല.

എന്റെ വിങ്ങിപ്പൊട്ടിയ മുഖം ആരും കാണരുതെന്ന് കരുതി വിജനമായ ഒരു ചവിട്ടുവഴിയിലൂടെ ഞാൻ വീട്ടിലേക്കു നടന്നു. കണ്ണിൽ ഇരുട്ടുകയറിയതിനാൽ ആരൊക്കെ മുന്നിലൂടെ കടന്നുപോയി എന്ന്

1984-ൽ

ഞാൻ കണ്ടില്ല. രണ്ടു ദിവസത്തേക്ക് എനിക്ക് തല പൊങ്ങിയില്ല. മന
സ്സിന്റെ ഭാരമായിരുന്നു ഒട്ടും താങ്ങാനാവാത്തത്. അതോടെ ഗുരുവിന്റെ
വീടിനോടു ചേർന്നുള്ള ഓഫീസ് മുറിയിലെ എന്റെ കൂലിയില്ലാപ്പണി
ഉപേക്ഷിക്കാൻ ഞാൻ തീരുമാനിച്ചു. ബന്ധുവുമല്ല, അതിഥിയുമല്ല; ആ
സ്ഥിതിക്ക് സേവനം ചെയ്യുന്നത് അനർത്ഥമാണെന്ന് എനിക്ക് തോന്നി.
പക്ഷേ, എന്റെ അഭാവത്തിലുണ്ടാകുന്ന നഷ്ടങ്ങളുടെ കണക്കെടുപ്പ് ഉട
നടി നടന്നു. മാപ്പുവാക്കുകളുടെ പ്രളയം നാലുവഴിക്കും എത്തി. സാഹ
ചര്യങ്ങളുടെ സമ്മർദ്ദത്തിന് വീണ്ടും എനിക്ക് വഴങ്ങേണ്ടിവന്നു. എം
എ പഠനം പ്രീവിയസ് പരീക്ഷയോടെ അവസാനിപ്പിക്കാനും ഗോസ്റ്റ്
റൈറ്റിങ്ങും പെർഫോർമൻസും തുടരാനും ഞാൻ നിർബ്ബന്ധിതയായി.
ഊണുമേശയിലെ സൗഹൃദ സദ്യകൾക്ക് പിന്നീട് മുടക്കമുണ്ടായില്ല.

21

ചെപ്പടിവിദ്യകൾ പാളുമ്പോൾ

പരാജിതനായ മാന്ത്രികൻ അപഹാസ്യനായിത്തീരുന്നത് മാജിക് എന്ന കലയുടെ മാത്രം പ്രത്യേകയാണ്. ഒരു നർത്തകിയുടെ ചുവടു പിഴച്ചാൽ ആളുകൾ അത്ര കാര്യമാക്കില്ല. ഗായകന്റെ കണ്ഠമിടറിയാൽ കാണികൾ സാരമാക്കില്ല. പക്ഷേ, എം ടി വാസുദേവൻനായരുടെ കഥ യിൽ പറയുന്നതുപോലെ മാന്ത്രികൻ സ്വന്തം കുടലെടുത്തു കാണിച്ചാൽ അത് പ്ലാസ്റ്റിക് കുടലാണെന്നും ചങ്കെടുത്തു കാണിച്ചാൽ ആടിന്റെ ചങ്കാ ണെന്നും കാണികൾ പറയും. മാന്ത്രികനോട് കാണികൾക്ക് അകാരണ മായ ഒരു ശത്രുത വളർന്നുവരുന്നതാണ് ഇതിനു കാരണം. അത്ഭുതങ്ങ ളുടെ രഹസ്യമറിയാനുള്ള ത്വരയാണ് കാഴ്ചക്കാരിൽ ഇത്തരം മനോ ഭാവത്തിനു കാരണം. സ്കൂളിൽ പഠിക്കുമ്പോൾ ഇന്ദ്രജാലക്കാരിയായ ഷൈലയോട് എനിക്കു തോന്നിയ അതേ മാനസികാവസ്ഥ. എത്ര സമർത്ഥനായ മാന്ത്രികനാണെങ്കിലും ഒരു നിമിഷത്തെ പരാജയം അയാ ളുടെ കലാജീവിതത്തിന് തിരശ്ശീല വീഴ്ത്തും. പിന്നെ അതുയർത്തണ മെങ്കിൽ കഠിനമായ അദ്ധ്വാനംതന്നെ വേണ്ടിവരും.

ഫയർ എസ്കേപ്പ് ആക്റ്റ് വളരെയേറെ അപകടം പിടിച്ച ജാലവി ദ്യയാണ്. മാസങ്ങളോളം നീണ്ടുനില്ക്കുന്ന അഭ്യാസം ഇതിനാവശ്യമാ ണ്. ക്രെയിനിൽ തലകീഴായി തൂക്കിയെടുക്കുന്ന ബന്ധിതനായ മാന്ത്രി കനെ വൈക്കോൽക്കൂനയിലേക്ക് ഇറക്കുകയും ആളിപ്പടരുന്ന അഗ്നികു ണ്ഡത്തിൽനിന്ന് അതിസാഹസികമായി മാന്ത്രികൻ രക്ഷപ്പെട്ട് പുറത്തു വരുന്നതുമാണ് ഈ അത്ഭുതം. മാന്ത്രികനെ ക്രെയിൻ പൊക്കിയെ ടുത്തുകഴിഞ്ഞാൽ പിന്നെ സഹായികളുമായി ഒരു കമ്യൂണിക്കേഷനും സാദ്ധ്യമല്ല. കാരണം പകൽവെളിച്ചത്തിൽ ചുറ്റും തടിച്ചുകൂടിയ ജനാ വലി വീക്ഷിച്ചുകൊണ്ടിരിക്കുമ്പോൾ യാതൊരുവിധ സംശയത്തിനുമിട യില്ലാത്തവണ്ണം വേണം പ്രകടനം നടത്തുവാൻ. ഇതിന് ചലനവും സമ

അഗ്നികുണ്ഡത്തിൽനിന്നും രക്ഷപ്പെടുന്ന ഫയർ എസ്കേപ്പ് ആക്ട്

യവും ഒരേ ചരടിൽ ബന്ധിപ്പിക്കണം.

വിവിധ സംഗതികളുടെ ഏകോപനത്തിലൂടെയാണ് ഏതൊരു ജാല വിദ്യയും അവതരിപ്പിക്കുക. അതായത് രഹസ്യം എന്നത് ഒരു പ്രത്യേക കേന്ദ്രത്തിൽ മാത്രം ഒതുങ്ങിനില്ക്കുന്നില്ല. ഫയർ എസ്കേപ്പിന്റെ കാര്യ ത്തിൽ കൈയാമത്തിലും ശരീരം ചുറ്റിവരിയുന്ന ചങ്ങലയിലും വൈക്കോൽക്കുനയിലുമെല്ലാം സൂത്രപ്പണികളുണ്ട്. കൈയാമവും ചങ്ങ ലയുമെല്ലാം പൊതുജനങ്ങൾ പിടിച്ചുനോക്കി പരീക്ഷിക്കുമ്പോഴോ, പൊലീസ് പരിശോധിക്കുമ്പോഴോ ഈ രഹസ്യം മനസ്സിലാവുകയില്ല. കാണികളുടെ മനഃശാസ്ത്രം (ഓഡിയൻസ് സൈക്കോളജി), തെറ്റിദ്ധരി പ്പിക്കൽ (മിസ്ഡയറക്ഷൻ), സഹായികളുടെ ചലനം, സമയവിനിയോഗം അതിനെല്ലാമുപരി ആത്മവിശ്വാസം -ഇത്രയും കാര്യങ്ങൾ സമന്വയിപ്പിക്കു മ്പോഴേ ഈ രക്ഷപ്പെടൽവിദ്യ വിജയത്തിലെത്തൂ. നിരന്തരമായ പരിശീ ലനത്തിലൂടെയാണ് ഇതെല്ലാം സാദ്ധ്യമാകുന്നത്.

ഞാൻ ഇത്രയും പറഞ്ഞുവന്നത്, പുതിയൊരു എസ്കേപ്പ് ആക്ട് പാളിപ്പോയതിന്റെ പേരിൽ എന്റെ സഹപ്രവർത്തകന് സംഭവിച്ച മാന സികാഘാതത്തെക്കുറിച്ച് പറയാനാണ്. ഞാനുൾപ്പെടെയുള്ള എല്ലാ സഹായികളുടെയും പ്രശ്നവും ദുഃഖവുമായി അതു മാറി.

ആ അത്ഭുതത്തിന്റെ പ്രധാന സൂത്രപ്പണി ഒരു സാങ്കേതികവിദ്യ യായിരുന്നു. ഏതാണ്ട് പത്തടി ഉയരവും നാലടി വീതിയുമുള്ള ഒരു സ്റ്റാന്റിൽ ഘടിപ്പിച്ചിരിക്കുന്ന കൂറ്റൻ ഫാനിന്റെ ലീഫുകൾക്കിടയിലൂടെ

മാന്ത്രികൻ പുറത്തുവരുന്ന അത്ഭുതമാണത്. ഫാന്റെ കറക്കം നില യ്ക്കുമ്പോഴേ മാന്ത്രികന് പുറത്തുവരാനാവൂ എന്ന സത്യം കാണികൾക്ക റിയില്ല. കാണികൾ തെറ്റിദ്ധരിക്കാത്ത രീതിയിൽ ഫാന്റെ മദ്ധ്യഭാഗം (ഒരാൾക്ക് കടന്നുപോകാവുന്നത്ര വലുപ്പമുള്ള വൃത്തം) മറച്ചുകൊണ്ടാണ് ഈ വിദ്യയുടെ സൂത്രപ്പണി കൈകാര്യം ചെയ്യുന്നത്. ഇവിടെ സംഭവി ക്കുന്ന സാങ്കേതികവിദ്യയുടെ സൂത്രത്തിലേക്ക് ഞാൻ കടക്കുന്നില്ല.

ഫാന്റെ മദ്ധ്യഭാഗം മറയ്ക്കുന്ന അതേ സെക്കന്റിൽ ഒരു സ്വിച്ച് ഓഫ് ചെയ്യേണ്ട ചുമതല മേല്പറഞ്ഞ സഹായിയുടേതായിരുന്നു. എന്നാൽ മറയ്ക്കാനുള്ള പേപ്പർഫ്രെയിമുമായി വന്ന രണ്ട് സഹായി കൾക്ക് പ്രതീക്ഷിച്ചതുപോലെ അത് ഫാനിനുമുന്നിൽ ഘടിപ്പിക്കാനാ യില്ല. മറ ഘടിപ്പിക്കുന്ന സമയത്ത് സ്വിച്ച് ഓഫ് ചെയ്യണം എന്ന നിർദ്ദേ ശമാണ് ഒന്നാമത്തെ സഹായിക്കു കിട്ടിയിട്ടുള്ളത്. അയാൾ അത് കൃത്യ മായി ചെയ്തു. മറയ്ക്കാൻ നേരിടുന്ന സാങ്കേതികബുദ്ധിമുട്ടിനെക്കുറിച്ച് ഫാന്റെ ലീഫിനിടയിൽ പ്രവേശിച്ച മാന്ത്രികനും അറിഞ്ഞില്ല. അങ്ങനെ, മറയ്ക്കപ്പെടേണ്ട ഭാഗത്ത് ഫാന്റെ ലീഫുകൾ കറങ്ങാതെ വേറിട്ടുനില്ക്കുന്നത് കാണികൾ കണ്ടു. ടെലിവിഷൻ ക്യാമറകളും അത്

ഒപ്പിയെടുത്തു. കാണി കൾ കൂക്കുവിളിയും കല്ലേറുമായി ഇളകിമ റിഞ്ഞപ്പോൾ പൊലീ സിന് ലാത്തിച്ചാർജ് നടത്തേണ്ട അവസ്ഥ യുണ്ടായി. പ്രേക്ഷ കർക്ക് മാന്ത്രികനോ ടുള്ള മനോഭാവത്തിന്റെ ഏറ്റവും വലിയൊരു തെളിവായിരുന്നു ഇത്. അവർ ആ വിദ്യ വിജ യിച്ചുകാണുന്നതിനേ ക്കാളേറെ ആഹ്ലാദി ക്കുകയായിരുന്നു. ഓരോരുത്തരുടെയും മനസ്സിലുണ്ടായിരുന്ന നിശ്ശബ്ദമായ വെല്ലു വിളി വിജയിച്ചതിന്റെ ആഹ്ലാദമാവാം.

പക്ഷേ, മറുവ ശത്ത് ഒരു പ്രശ്നം ബാക്കിയായി. സഹാ

 പ്രൊപ്പല്ലർ ആക്ട്

യിയുടെ കൈപ്പിഴ രൂക്ഷമായി വിമർശിക്കപ്പെട്ടു. മനഃപൂർവ്വമാണെന്നു പറയാൻ ആരും മുതിർന്നില്ലെങ്കിലും പിന്നാമ്പുറത്ത് അതായിരുന്നു രഹസ്യചർച്ച. ഫാനിന്റെ നടുവശം മറച്ചെന്ന് ഉറപ്പുവരുത്തുംമുമ്പ് സ്വിച്ച് ഓഫ്ചെയ്തുവെന്നാണ് അയാളുടെമേൽ ആരോപിക്കപ്പെട്ട കുറ്റം. 'പാര'യുടെ പാരമ്പര്യം പേറുന്ന തലസ്ഥാനത്തെ ചിലർ ആ വാദത്തിന് ആക്കംകൂട്ടിക്കൊടുക്കാനുമുണ്ടായി. നിസ്സഹായനായ അയാളുടെ മാനസികാവസ്ഥ ഞങ്ങളുടെയുംകൂടെയായി മാറി. ഒരിക്കലും അങ്ങനെയൊരു കൃത്യം അറിഞ്ഞുകൊണ്ട് ഒരു മാജിക് കലാകാരനും ചെയ്യാനാവില്ല എന്നതാണ് പരമാർത്ഥം. തെറ്റിദ്ധരിക്കപ്പെടാൻ സാദ്ധ്യതയുണ്ടെന്നുള്ളത് ശരിയാണ്. എന്നാൽ ഒരു സഹായിയുടെ മനസ്സ് മറ്റൊരു സഹായിക്കേ മനസ്സിലാക്കാനാകൂ.

മനംനൊന്ത ആ കലാകാരൻ പിന്നീട് ആ പണിയുപേക്ഷിച്ച് പോയി. അതിനുമുമ്പും പിമ്പും പലരും ഈ തട്ടകത്തിൽനിന്ന് പുറത്തുപോയി ട്ടുണ്ട്. പെൺകുട്ടികളെല്ലാം വീട്ടമ്മമാരായി. പുരുഷന്മാരിൽ ചിലർ കൂലി പ്പണിക്കു പോയി. അവർ നോക്കുമ്പോൾ കൂലിപ്പണിക്കാരും സ്വന്തമായി ഒരു വീടുവച്ച് കുടുംബമായി താമസിക്കുന്നു. ഇവിടെയോ? പത്തു ജന്മം കയിലു കുത്തിയാലും ഒരു കൂരപോലും കെട്ടാൻ കഴിയില്ല. ഒരു മാജി ക്ട്രൂപ്പിൽ പത്തും പതിഞ്ചും വർഷം സേവനമനുഷ്ഠിച്ച് തിരിച്ചുപോകു ന്നവർക്ക് കൈയിലുണ്ടാവുക അവസാനം നടത്തിയ ഷോയുടെ ഫീസ് മാത്രമാണ്. പെൻഷനുമില്ല, പി എഫുമില്ല. ബോണസുപോയിട്ട് ഓണ ത്തിനൊരു ഓണക്കോടിപോലുമില്ല. കടുത്ത ജീവിതപ്രതിസന്ധിയിലേ ക്കാണ് അവർ കടന്നുചെല്ലുന്നത്. താൻ സേവനമനുഷ്ഠിച്ച ട്രൂപ്പിന്റെ ഉടമ കോടിക്കണക്കിന് രൂപയുടെ ആസ്തിയുണ്ടാക്കുമ്പോൾ കണ്ണിലെ കൃഷ്ണമണിപോലെ അദ്ദേഹത്തിന്റെ ജീവൻ കാത്തവർ ഒന്നുമല്ലാത്ത വരായും ഒന്നുമില്ലാത്തവരായും പടിയിറങ്ങേണ്ടിവരുന്നത് വേദനാജന കമാണ്. സർക്കസ് കലാകാരന്മാർക്ക് ആജീവനാന്തം അവരുടെ കൂടാര ത്തിൽത്തന്നെ കഴിയാനുള്ള ചട്ടക്കൂടാണുള്ളത്. അവശകലാകാരനാകു ന്നതോടെ ആനുകൂല്യങ്ങളും പെൻഷനും നല്കി കമ്പനി അവരെ സംര ക്ഷിക്കുന്നുമുണ്ട്. സർക്കസുപോലെ തന്നെ അപകടംപിടിച്ചതും കഠിനാ ദ്ധ്വാനം വേണ്ടതുമായ കലയാണ് മാജിക്കും. സംഗീത നാടക അക്കാ ദമി മാജിക്കിനെ കേരളീയ കലയായി അംഗീകരിച്ചിട്ടുണ്ടെങ്കിലും മാജി ക്ട്രൂപ്പിലെ അംഗങ്ങൾക്കുവേണ്ടി എന്തെങ്കിലും കാര്യം നടപ്പാക്കിയിട്ടു ള്ളതായി അറിവില്ല.

22

'എന്റെ കഥ' എന്റെ പാഠപുസ്തകം

കിഴക്കേക്കോട്ടയിലെ കാർത്തിക തിരുനാൾ തിയേറ്ററിലായിരുന്നു അന്നത്തെ പരിപാടി. മാധവിക്കുട്ടി എത്തിയിട്ടുണ്ടെന്ന് ഒരു സംഘാട കൻ വന്നറിയിച്ചു. മേക്കപ്പിട്ടുകൊണ്ടിരുന്ന ഞങ്ങൾ ഓടിച്ചെന്ന് കർട്ടന്റെ ചെറിയ സുഷിരങ്ങളിലൂടെ സദസ്സിലേക്കു നോക്കി. ചുരുണ്ട മുടി അഴി ച്ചിട്ട്, വലിയ പൊട്ടുകുത്തിയ ചിരിക്കുന്ന മുഖം. കൈനിറയെ കരിവള കൾ. കഴുത്തിൽ ചുവന്ന കല്ലുപതിച്ച വലിയ ലോക്കറ്റുള്ള നെക്ലേസ്. വിടർന്ന കണ്ണുകളുടെ സൗന്ദര്യം എത്ര കണ്ടിട്ടും മതിയാവുന്നില്ല. തൊട്ട ടുത്ത് അവരുടെ ഭർത്താവ് ദാസേട്ടനുമുണ്ട്. 'എന്റെ കഥ'യിലെ ദാസേട്ട നെക്കുറിച്ച് ഞാനപ്പോൾ ഓർത്തുപോയി. മറ്റുള്ളവരാരും മാധവിക്കുട്ടി യുടെ 'എന്റെ കഥ' വായിച്ചിട്ടില്ല. എങ്കിലും പ്രശസ്തയായ എഴുത്തുകാ രിയുടെ സാന്നിദ്ധ്യം ഞങ്ങളുടെ സംഘത്തിലെ എല്ലാവരിലും ഉന്മേഷ മുണർത്തി.

അന്ന് ഞങ്ങൾ മത്സരിച്ചാണ് അണിഞ്ഞൊരുങ്ങിയത്. വേഷങ്ങള ണിയുമ്പോഴും മുടി കെട്ടുമ്പോഴും വളരെ ശ്രദ്ധിച്ചു. കൂടുതൽ ആകർ ഷണം തനിക്കു കിട്ടണമെന്ന ആഗ്രഹം എല്ലാവർക്കുമുണ്ട്. ഗുരുവിന് ഞങ്ങളേക്കാൾ ആ ചിന്തയുണ്ടായിരുന്നു എന്നതിൽ സംശയമില്ല. പിന്നെയും പിന്നെയും കണ്ണാടിയിൽ നോക്കി ഓരോരുത്തരും തങ്ങളുടെ ഗ്ലാമർ വിലയിരുത്തിക്കൊണ്ടിരുന്നു. കർട്ടനുയർന്നാൽ പതിനായിരം വാട്ട്സിന്റെ ഹാലജൻ ലൈറ്റുകൾ മുഖത്തേക്കടിക്കും. അപ്പോൾ ഇരു ട്ടിൽ കുറെ ആൾരൂപങ്ങൾ എന്നല്ലാതെ ആരുടെയും മുഖം വ്യക്തമായി കാണില്ല. അതുകൊണ്ട് മാധവിക്കുട്ടി ഇരിക്കുന്ന ഭാഗം കൃത്യമായി നോക്കിവച്ചു. ഇടയ്ക്ക് കഥാകാരിയെ നോക്കി ചിരിക്കണമെന്നും മന സ്സിൽ കരുതി.

മാധവിക്കുട്ടിയോടൊപ്പം

മൂന്നാമത്തെ മണി കിലുങ്ങി. കർട്ടൻ ഉയർന്നു. പശ്ചാത്തലസംഗീതം മുറുകി. വേദിയിൽ വർണ്ണവെളിച്ചം നൃത്തം ചെയ്തു. ഒരു പൂത്തിരി പൊട്ടിവിടർന്നു. അതിന്റെ ഒരായിരം വർണ്ണരാജികൾക്കിടയിൽനിന്ന് ഒരു യുവരാജാവിന്റെ വേഷത്തിൽ മാന്ത്രികൻ പ്രത്യക്ഷപ്പെട്ടു. താലത്തിൽ പൂക്കളുമായി സദസ്യരെ വരവേൽക്കാൻ നൃത്തച്ചുവടുകൾവച്ച് നർത്ത കിമാരായ ഞങ്ങൾ വേദിയിൽ അണിനിരന്നു. പൂക്കളൊഴിഞ്ഞ താലത്തി ലേക്ക് മാന്ത്രികൻ ശൂന്യതയിൽനിന്ന് വർണ്ണപ്പൂക്കൾ സൃഷ്ടിച്ചുതന്നു. അപ്പോൾ സദസ്സിൽനിന്ന് കൈയടിയുടെ ആരവം. അതിനിടയിൽ മാധ വിക്കുട്ടിയുടെ കരിവളകിലുക്കവും ഇഴുകിച്ചേർന്നിരുന്നോ ആവോ?

ഓരോ രംഗവും മികവുറ്റതാക്കാൻ എല്ലാവരും ആവേശം കാണി ച്ചു. വിശിഷ്ട വ്യക്തികൾ വരുമ്പോഴും കേരളത്തിനു പുറത്തുള്ള വേദി കളിലുമാണ് ഞങ്ങൾ ഇങ്ങനെ ഉത്സാഹപൂർവ്വം അരങ്ങേറുക. അല്ലാ ത്തപ്പോഴെല്ലാം നിസ്സംഗതയായിരിക്കും.

മാധവിക്കുട്ടി ശരിക്കും ആസ്വദിക്കുന്നുണ്ടെന്ന് ഇടവേളയിൽ ഗുരു പറയുന്നതു കേട്ടു. അന്ന് പ്രോഗ്രാമിന്റെ ക്ഷീണം അറിഞ്ഞതേയില്ല; മൂന്നു മണിക്കൂർ കടന്നുപോയതും.

അവസാന ഇനവും കഴിഞ്ഞ് കർട്ടൻ വീണതും സംഘാടകർ ഗ്രീൻ റൂമിലേക്ക് ഓടിയെത്തി. പുറത്ത് മാധവിക്കുട്ടി കാത്തുനില്ക്കുന്നുണ്ടെന്നും പെൺകുട്ടികളെ കാണണമെന്നു പറയുന്നുണ്ടെന്നും സംഘാടകർ അറി യിച്ചു. ഞങ്ങൾ കോരിത്തരിച്ചു. സാധാരണ അങ്ങനെ ആരും പറയാ റില്ല. ഒരു വൺമാൻഷോ എന്ന നിലയ്ക്ക് മാന്ത്രികനെ മാത്രമേ ആളു കൾ അഭിനന്ദിക്കാറുള്ളൂ.

കേട്ടപാതി കേൾക്കാത്തപാതി വേഷമഴിക്കാതെ ഞങ്ങളും ഗുരു

വിന്റെ പിന്നിൽ ചെന്നുനിന്നു.

"ചെവി പൊട്ടിപ്പോയി...എന്തൊരു ശബ്ദം. സഹിക്കാൻ വയ്യ."

ദാസേട്ടന്റെ കമന്റ് കേട്ട് ഗുരു പരുങ്ങി.

മാധവിക്കുട്ടിയുടെ കണ്ണ് ഞങ്ങൾ നാല് പെൺകുട്ടികളിൽ മാത്രമാ
യിരുന്നു.

"ഈ പെങ്കുട്ട്യോളൊക്കെ അപ്സരസുകളെപ്പോലെണ്ട്ട്ടോ..."
ഞങ്ങളെ നോക്കി അവർ തുറന്നടിച്ചു.

ജാള്യതയോടെ ഞങ്ങൾ തലതാഴ്ത്തിനിന്നു.

"ആരാണിതിൽ ആകാശത്തേക്ക് പൊങ്ങിപ്പോയ കുട്ടി?"

എല്ലാവരുംകൂടി എന്നെ മുന്നിലേക്കു തള്ളിനിർത്തി. മാധവിക്കുട്ടി
എന്റെ മുഖത്തും കൈകളിലും ദേഹത്തുമൊക്കെ പരതിനോക്കി.
സത്യമോ മിഥ്യയോ എന്നറിയാൻ. എന്നിട്ട് എന്റെ വിരലുപിടിച്ച് ചെറു
തായൊന്ന് അമർത്തി. ഞാൻ മെല്ലെ വിരലുവലിച്ചു. അപ്പോൾ കഥാകാരി
പൊട്ടിപ്പൊട്ടിച്ചിരിച്ചു. എന്നിട്ട് കെട്ടിപ്പിടിച്ച് ചേർത്തുനിർത്തി.

"എങ്ങനെയാണ് ആകാശത്തേക്ക് പൊങ്ങിപ്പോയത്? ശരിക്കും
അത്ഭുതായിരിക്ക്ണു. ഇനിക്കെന്റെ കണ്ണുകളെ വിശ്വസിക്കാൻ
പ്രയാസായി. എങ്ങനെയാണിതൊക്കെ സംഭവിക്കുന്നത്? ശരിക്കും അത്ഭു
തായിരിക്കണു, ട്ടോ..." മാധവിക്കുട്ടി വാചാലയായി.

'പക്ഷിയുടെ മണം' ഇതുപോലൊരു ഇല്യൂഷനല്ലേ? തൂവലിൽ മര
ണത്തിന്റെ മണവുമായി അടച്ചിട്ട മുറിയിലേക്കു കടന്നുവന്ന മഞ്ഞപ്പക്ഷി.
അത് ചില്ലുജാലകത്തിൽച്ചെന്ന് ഇടിച്ചിടിച്ച് മരണവുമായി മല്ലിടുന്നതിലൂടെ
ചതിയുടെ കരാളഹസ്തത്തിൽ കിടന്നു പിടയുന്ന സ്ത്രീയവസ്ഥ ചിത്രീ
കരിച്ചത് ശരിക്കും ഒരു തൂലികാവിസ്മയമല്ലേ? എങ്ങനെയാണതൊക്കെ
സംഭവിക്കുന്നത്? ഇങ്ങനെയൊക്കെ എനിക്കു തിരിച്ചൊന്നു ചോദിക്കണ
മെന്നുണ്ടായിരുന്നു. പക്ഷേ, ആദരണീയമായ ആ വ്യക്തിപ്രഭാവത്തിനു
മുന്നിൽ അങ്ങനെയൊന്നും ചോദിക്കാനുള്ള ചങ്കൂറ്റമുണ്ടായിരുന്നില്ല.
ഞങ്ങൾ പിരിഞ്ഞു.

വർഷങ്ങൾക്കുശേഷം എറണാകുളത്തെ ഫ്ളാറ്റിൽ അതിഥികളായി
ചെന്നപ്പോൾ മാധവിക്കുട്ടി കറുത്ത പർദ്ദയണിഞ്ഞിരിക്കുന്നതാണ് കണ്ട
ത്. ദാസേട്ടൻ മരിച്ചുപോയിരുന്നു. വിധവയായതുകൊണ്ടാണെന്ന് ആദ്യം
കരുതി. അപ്പോഴതാ കൈകളിൽ നിറയെ സ്വർണ്ണവളകൾ! അപ്പോഴും
ആകാശത്തേക്കുയർന്നുപോയ പെൺകുട്ടിയെ തപ്പിപ്പിടിച്ച് കൂടെനിർത്തി.
എന്തൊക്കെയോ പറഞ്ഞ് പൊട്ടിപ്പൊട്ടിച്ചിരിക്കുന്ന കഥാകാരിയെ നോക്കി
കണ്ണിമചിമ്മാതെ സംഘാംഗങ്ങൾ.

അപ്രതീക്ഷിതമായി കിട്ടിയ ഒരു നീർമാതളമായിരുന്നു വിശ്വസാ
ഹിത്യകാരിയായ മാധവിക്കുട്ടിയുടെ ആ സ്നേഹസ്പർശം. പിന്നീട്
സാഹിത്യത്തിൽ മാസ്റ്റർബിരുദത്തിനു പഠിച്ചപ്പോൾ അവരുടെ കൃതികൾ
പലതും വായിക്കാൻ അവസരം കിട്ടി. എം എ പരീക്ഷയെഴുതാനായി
ആ സാഹിത്യപ്രപഞ്ചത്തിന്റെ വിശാലതയിലൂടെ ഏറെദൂരം സഞ്ചരിച്ചു.

അതുകഴിഞ്ഞാണ് പതിനഞ്ചുവർഷത്തെ മാന്ത്രികജീവിതത്തിലെ അനു ഭവങ്ങൾ അടുക്കിപ്പെറുക്കി ഒരു ഓർമ്മപ്പുസ്തകം എഴുതിയത്. 2010 ലെ 'അവനീബാല' പുരസ്കാരത്തിന് എന്റെ ഈ കൃതി (*മാന്ത്രികക്കൂടാര ത്തിലെ ഓർമ്മകൾ*) തെരഞ്ഞെടുക്കപ്പെട്ടപ്പോൾ പലരും പറഞ്ഞു; പുസ്തകത്തിന് പിടിച്ചിരുത്തുന്ന രചനാശൈലിയുണ്ടെന്ന്.

ഒരു ആത്മകഥയെഴുതുമ്പോൾ അതിന്റെ ആഖ്യാനം എങ്ങനെയായി രിക്കണമെന്ന് രണ്ടാമതൊന്ന് എനിക്ക് ആലോചിക്കേണ്ടിവന്നില്ല. കാര ണം, 'എന്റെ കഥ'യായിരുന്നു എന്റെ പാഠപുസ്തകം.

23
___

ഒടുവിൽ

മാജിക്കുരംഗത്തുനിന്ന് വിരമിക്കുക എന്നത് അനിവാര്യമായിമാറിയ ഘട്ടം വന്നത് 1997 ലാണ്. അപ്പോഴേക്കും ഞാൻ ജേർണലിസത്തിൽ ഡിപ്ലോമയെടുത്ത് ഫ്രീലാൻസ് പത്രവർത്തനം ആരംഭിച്ചിരുന്നു. വർഷ ങ്ങൾക്കു മുമ്പ് കുഞ്ഞുമോൾചേച്ചി ചൂണ്ടിക്കാണിച്ചുതന്ന ആ വഴിയിൽ ഞാൻ താനേ എത്തിച്ചേർന്നു. മാതൃഭൂമിയുടെ 'ചിത്രഭൂമി' വാരികയിൽ ഒരു സ്ഥിരം കോളം അനുവദിച്ചുകിട്ടിയതോടെ ഈ രംഗത്തേക്ക് ഒരു ജാലകം തുറന്നുകിട്ടി. ജോലിസമയം കഴിഞ്ഞാൽ മാജിക്കിലെ ഗവേ ഷണത്തിനും ഗുരുവിനുവേണ്ടിയുള്ള ഗോസ്റ്റ്റൈറ്റിങ്ങിനും ചെലവഴിച്ചി രുന്ന എന്റെ സമയം അതോടെ എന്റേതായ ഗൃഹപാഠങ്ങൾക്കും എഴു ത്തിനും വേണ്ടി ഉപയോഗിച്ചു.

ഇതറിഞ്ഞപ്പോൾ മാന്ത്രിക്കൂടാരത്തിൽ ഒരു ബോംബ് പൊട്ടി. ഞാൻ പുറത്തേക്കു തെറിച്ചു. ബോംബിന്റെ ചൂടും പുകയും ആറിയപ്പോൾ അനു നയിപ്പിക്കാനുള്ള ശ്രമമായി. പഴയതുപോലെ ചൂഷിതസ്ത്രീ വീണ്ടും ചൂഷിതസ്ത്രീയായയില്ല. പത്രപ്രവർത്തനരംഗത്തെ എന്റെ സുഹൃത്തു ക്കൾ ശക്തമായ താങ്ങായി എനിക്കൊപ്പം നിന്നു. പക്ഷേ, അവർക്ക് എന്നെ സാമ്പത്തികമായി സഹായിക്കാൻ സാധിക്കുമായിരുന്നില്ല. ചില ചില്ലറ ജോലികൾ കണ്ടെത്തിത്തന്നു. കുറേ ഡോക്യുമെന്ററികൾക്ക് സ്ക്രിപ്റ്റ് ചെയ്തു. ടെലിവിഷൻ മീഡിയയിലും കള്ളനാണയ ങ്ങളുണ്ടെന്ന് അപ്പോഴാണ് ബോദ്ധ്യപ്പെട്ടത്. ജോലിക്കു കൂലി തരാതെ പലരും പറ്റിച്ചു.

സ്ഥിരവരുമാനമില്ലാത്തതുകൊണ്ടുള്ള സാമ്പത്തികപ്രയാസം എന്നെ വലച്ചു. എങ്കിലും പിടിച്ചുകയറണം എന്ന വല്ലാത്തൊരു വാശി എന്നെ ജീവിക്കാൻ പ്രേരിപ്പിച്ചു. ഒരു ലോക്കൽ ഫോൺ ചെയ്യാൻപോലും

കൈയിൽ പണമില്ലാതെ ബുദ്ധിമുട്ടിയപ്പോഴും എന്റെ കൈവശം ലക്ഷ ക്കണക്കിനു രൂപയ്ക്ക് വില്ക്കാൻ പറ്റുന്ന മാജിക്കിന്റെ രഹസ്യങ്ങളുണ്ടാ യിരുന്നു. മാജിക് എന്ന കലയിൽ ശോഭിക്കാതെ പോയ പലരും രഹസ്യ ങ്ങൾ വെളിപ്പെടുത്തിക്കൊണ്ടുള്ള സിഡികളും പുസ്തകങ്ങളും പുറത്തിറക്കി വില്പന നടത്തുന്നുണ്ടല്ലോ. അത്തരം ചില കച്ചവടക്കാർ എന്റെ അവസ്ഥ മുതലെടുക്കാനുള്ള ശ്രമം നടത്തി. ലക്ഷങ്ങൾ വാഗ്ദാനം ചെയ്തു. ആ തരംതാണ പ്രവൃത്തി ചെയ്യാൻ ഞാൻ തയ്യാറായില്ല. അങ്ങനെ ചെയ്യുന്നത് മാജിക്കിന്റെ എത്തിക്സിനു നിരക്കാത്തതാണ്.

ഈ സന്ദിഗ്ധഘട്ടത്തിൽനിന്ന് എന്നെ രക്ഷപ്പെടുത്തിയത് മലയാ ളത്തിന്റെ പ്രിയകവി ഒ എൻ വി കുറുപ്പാണ്. ആ മനസ്സിലെ മനുഷ്യ ത്വവും മഹത്വവും എത്രയെന്ന് പറഞ്ഞറിയിക്കാൻ വാക്കുകളില്ല. എന്റെ സ്ഥിതി ആരോ പറഞ്ഞറിഞ്ഞ് അദ്ദേഹം എന്നെ വീട്ടിലേക്കു വിളിപ്പിച്ചു. അമ്മ എന്നു ഞാൻ വിളിക്കുന്ന കവിപത്നിയാണ് എല്ലാത്തിനും മുന്നിൽനിന്നത്. ഭാരതപ്പുഴയ്ക്കപ്പുറത്തെ മണ്ണായിരിക്കാം ഞങ്ങൾ തമ്മി ലുള്ള ആത്മബന്ധത്തിനു പിന്നിൽ. (ഇന്നും ആ ബന്ധം അങ്ങനെതന്നെ തുടരുന്നു.) ദേശാഭിമാനി പത്രത്തിന്റെ അന്നത്തെ ജനറൽ മാനേജർ പി കരുണാകരൻ സഖാവിന് കൊടുക്കാനായി ഒ എൻ വി സാർ ഒരു കത്തെ ഴുതിത്തന്നു. കത്തിലെ വരികൾ ഞാൻ വ്യക്തമായി ഓർക്കുന്നു: "പത്ര പ്രവർത്തനരംഗത്ത് മുതൽക്കൂട്ടാകാൻ സാദ്ധ്യതയുള്ള ഒരു കുട്ടിയെ ഞാൻ അങ്ങോട്ടയയ്ക്കുന്നു. ഇനി വരുന്ന ഒഴിവിലേക്ക് പരിഗണിക്കണ മെന്നപേക്ഷിക്കുന്നു."

ദേശാഭിമാനിയിൽ പത്രപ്രവർത്തകയായി ജോലിയിൽ പ്രവേ ശിച്ചപ്പോൾ എന്റെ മുന്നിൽ പുതിയ ആകാശവും പുതിയ ഭൂമിയും. ഒരു മാജിക് കലാകാരിയുടെ റോളിനപ്പുറത്തേക്ക് എന്റെ വായനയും ചിന്താ ലോകവും വികസിച്ചിരുന്നതുകൊണ്ട് പുതിയ മേഖലയിൽ അതിവേഗം പിടിച്ചുകയറാൻ എനിക്കു സാധിച്ചു. മാൻപേടയെയും മുല്ലവള്ളിയെയും കണ്ണുനീർത്തുള്ളിയെയുമൊക്കെ സ്ത്രീയോടുപമിച്ച കവികൾ വരച്ചിട്ട തുപോലെയുള്ള സ്ത്രീസങ്കല്പം സ്ത്രീയെ പിന്നോട്ടടിക്കാനേ ഉപകരി ക്കൂ എന്ന് എന്റെ അനുഭവം എന്നെ പഠിപ്പിച്ചു.

എന്നാൽ ഇതിഹാസകവികൾ സ്ത്രീശക്തി തിരിച്ചറിഞ്ഞ വരായിരുന്നു. പിന്നീടുണ്ടായ വ്യാഖ്യാനങ്ങളാണ് സ്ത്രീവിരുദ്ധമായ ദർശ നങ്ങൾക്ക് വഴിവച്ചതെന്ന് മനസിലാക്കാം. ദ്രൗപതിയിലെ ത്യാഗിനിയെ ക്കാൾ അവളിലെ നിർഭയത്വവും ചാരിത്രധീരതയും അടയാളപ്പെടുത്താൻ വ്യാസൻ മടികാണിച്ചില്ല. സ്ത്രീമനസ്സിന്റെ യഥാർത്ഥ ശക്തി നന്നായി മനസ്സിലാക്കിയ ഒരു ഋഷികവിക്കു മാത്രമേ വസ്ത്രാക്ഷേപം പോലുള്ള ഒരു സങ്കീർണ്ണരംഗം സൃഷ്ടിക്കാനും അതിനെ പ്രതിരോധിക്കുന്ന സ്ത്രീയുടെ ആത്മാഭിമാനത്തെ പ്രതിഷ്ഠിക്കാനും സാധിക്കൂ. വേദപണ്ഡി തനായ തുറവൂർ വിശ്വംഭരൻ ദ്രൗപതിയുടെ വസ്ത്രാക്ഷേപത്തെ (*മഹാ ഭാരതപര്യടനം, പുറം 320*) വ്യാഖ്യാനിക്കുന്നതിങ്ങനെയാണ്:

യജ്ഞവേദിയുടെ മഹാവിശുദ്ധിയിൽനിന്നു ജനിച്ച സുചരിതയായ ദ്രൗപതിയുടെ സ്ത്രീത്വാഭിമാനത്തിന്റെ വിജൃംഭണമാണ് അവളുടെ അഴിച്ചുതീർക്കാനാവാത്ത വസ്ത്രം. അല്ലാതെ രജസ്വലയായ അവൾ ഉടുത്തിരുന്ന ഒറ്റവസ്ത്രമല്ല. അത് ഒരു വലിക്ക് ഉരിഞ്ഞുകളയാവുന്നതേയുള്ളൂ. ചാരിത്രവതിയുടെ സ്വാഭിമാനം അഴിച്ചെടുക്കാവുന്ന വസ്ത്രമല്ല......

മഹാഭാരതത്തിലെ മുഖ്യ സ്ത്രീകഥാപാത്രങ്ങളായ കുന്തി, ഗാന്ധാരി, ദ്രൗപതി എന്നിവരുടെ ശക്തി പല സന്ദർഭങ്ങളിലും വ്യാസൻ ഉയർത്തിപ്പിടിച്ചിട്ടുണ്ടെങ്കിലും ഇവരുടെ സ്ഥാനം പുരുഷൻ നിശ്ചയിച്ച മൂല്യപരിധിക്കുള്ളിലായിരുന്നു എന്ന് സ്ത്രീപക്ഷ വാദികൾ ആരോപിക്കുന്നുണ്ട്.

"ഞാൻ രാമനിൽനിന്ന് മാനസികമായി അകന്നിട്ടില്ല എങ്കിൽ ലോകസാക്ഷിയായ അഗ്നി എന്നെ പരിപാലിക്കട്ടെ. എനിക്കു ചാരിത്രശുദ്ധിയുണ്ടായിട്ടും രാമൻ ഞാൻ പിഴച്ചവളാണെന്ന് കരുതുന്നെങ്കിൽ, സർവ്വസാക്ഷിയായ അഗ്നിദേവൻ എന്നെ പരിപാലിക്കട്ടെ. മനസ്സുകൊണ്ടും വാക്കുകൊണ്ടും കർമ്മംകൊണ്ടും ഞാൻ രാമനെ നിരാകരിച്ചിട്ടില്ലെന്നത് സത്യമാണെങ്കിൽ അഗ്നിദേവൻ എന്നെ ആവാഹിക്കട്ടെ.." എന്നു പറയുന്ന സീതയിലെ സ്ത്രീശക്തി അപാരമാണ്. തടുത്തുനിർത്താനാവാത്ത പ്രവാഹമാണത്. അധികാരവും കായബലവുമുപയോഗിച്ച് അതിനെ തടുത്തുനിർത്തുന്നത് ഭോഷത്തമാണ്. അതുകൊണ്ട് സ്ത്രീ അവളുടെ അപാരമായ മനഃശക്തി സ്വയം തിരിച്ചറിയുകതന്നെ വേണം.

മലയാളത്തിലെ ആദ്യശ്രമം
ആര്‍ പാര്‍വതീദേവി

ഒരു ജനപ്രിയ കലാരൂപമെന്നു വിശേഷിപ്പിക്കാവുന്ന മാജിക്കിന്റെ മായാലോകത്ത് വര്‍ഷങ്ങളോളം ജീവിച്ച ഒരു പെണ്‍കുട്ടിയുടെ അപൂര്‍വ അനുഭവസാക്ഷ്യമാണ് ഈ പുസ്തകം. ജീവിതത്തെ സ്ത്രീയുടെ കണ്ണി ലൂടെ നോക്കിക്കാണുന്ന ആത്മകഥകളും ജീവിതകഥകളും അനുഭവ ക്കുറിപ്പുകളും ഇന്ന് ഏറെയുണ്ട്. നാടകം, സിനിമ, നൃത്തം, രാഷ്ട്രീയം തുടങ്ങി വിവിധ മേഖലകളില്‍ ഒരു പെണ്ണായി എങ്ങനെ സ്വന്തം ഇടം കണ്ടെത്തിയെന്ന് പലരും തുറന്നെഴുതുകയും പറയുകയും ചെയ്തി ട്ടുണ്ട്.

എന്നാല്‍ നിഗൂഢത ആവരണം ചെയ്തുനില്‍ക്കുന്ന ഇന്ദ്രജാല ത്തിന്റെ ലോകം ഒരു സ്ത്രീയിലൂടെ കാണാന്‍ അധികമാരും ശ്രദ്ധിച്ച തായി തോന്നുന്നില്ല. മലയാളത്തില്‍ ഇത് ആദ്യസംരംഭമാണെന്ന് നിസ്സം ശയം പറയാം. മറ്റേതൊരു രംഗത്തുമെന്നപോലെ മാജിക്കിലും ഉപക രണപാത്രമാണ് സ്ത്രീ. നായകസ്ഥാനം പുരുഷനുതന്നെ. പുരുഷാധിപ ത്യത്തിന്റെ ഈ ലോകത്തിലേക്ക് അവിചാരിതമായാണ് നിഷ്കളങ്കയായ ഒരു ഗ്രാമീണപ്പെണ്‍കുട്ടി ചെന്നെത്തുന്നത്. സമര്‍ത്ഥയായ ഒരു മാജിക് കലാകാരിയായി അവള്‍ മാറിയതിന്റെയും ആ ലോകത്ത് ജീവിച്ചപ്പോഴു ണ്ടായ അപൂര്‍വ അനുഭവങ്ങളുടെയും കഥയാണ് ജെസി നാരായണന്‍ പറയുന്നത്. സരളമായി, ലളിതമായി, നര്‍മ്മത്തിന്റെ മേമ്പൊടിയോടുകൂടി ആ മാന്ത്രികജീവിതം വിവരിക്കുമ്പോള്‍ നമ്മുടെ മുന്നില്‍ തുറക്കുന്നത് ഒരു അതിശയലോകംതന്നെയാണ്.

അത്ഭുതപരതന്ത്രരായി നാം ആസ്വദിക്കാറുള്ള ഇന്ദ്രജാലത്തിന്റെ ലോകമല്ല, വര്‍ണ്ണാഭമായ, സംഗീതസാന്ദ്രമായ, പ്രകാശപൂരിതമായ പുറം കാഴ്ചകള്‍ക്കു പിന്നിലെ ആരും കാണാത്ത, അറിയാത്ത ഈ ഇരുണ്ട ലോകം. തിളങ്ങുന്ന വസ്ത്രങ്ങളണിഞ്ഞ് മായാത്ത പുഞ്ചിരിയുമായി മജീ

ഷ്യന്റെ ഒപ്പം നില്ക്കാറുള്ള മാജിക് കലാകാരികളോട് നമുക്ക് ആരാധ
നയുണ്ടെങ്കിലും അവർ അനുഭവിക്കുന്ന ശാരീരികവും മാനസികവുമായ
കടുത്ത യാതനകൾ നാം അറിയാറില്ല. കാറ്റുകയറാത്ത കൊച്ചുപെട്ടി
ക്കുള്ളിൽ ശ്വാസം മുട്ടിക്കഴിയേണ്ടിവന്ന സന്ദർഭങ്ങൾ ജെസി നാരായ
ണൻ വിവരിക്കുന്നു. പ്രശസ്തമായ ഹൂദിനി എസ്കേപ്പും പെൻഡ്രാഗനും
മറ്റും വിജയിപ്പിക്കുന്ന ഇന്ദ്രജാലക്കാരനെ നാം കൈയടിച്ച് അഭിനന്ദിക്കു
മ്പോൾ മായാവിദ്യകളുടെ പിന്നിൽ കുറേ പെൺകുട്ടികളുടെ അദ്ധ്വാനവും
ത്യാഗവും കണ്ണീരുംകൂടിയുണ്ടെന്ന് ആർദ്രമായ ഭാഷയിൽ ജെസി നമ്മെ
ഓർമ്മിപ്പിക്കുന്നു.

വർഷങ്ങളായി പത്രപ്രവർത്തനരംഗത്ത് സജീവമായി നില്ക്കുന്ന
ജെസി നാരായണൻ മാജിക്കിന്റെ പിന്നിലെ രഹസ്യങ്ങളൊന്നും വെളി
പ്പെടുത്താൻ ആഗ്രഹിക്കുന്നില്ല. ആ നിഗൂഢസൗന്ദര്യം നിലനിർത്തിക്കൊ
ണ്ടുതന്നെ മാജിക്കിന്റെ പിന്നിലെ ജീവിതം വിദഗ്ദ്ധമായി വരച്ചുകാട്ടിയി
രിക്കുന്നു. മറ്റു പലരേയുംപോലെ മാജിക്രഹസ്യങ്ങൾ വെളിപ്പെടുത്തി
പണമുണ്ടാക്കുക എന്ന ലക്ഷ്യമല്ല ജെസി നാരായണനുള്ളത്.

ഒരു വ്യക്തി എന്ന നിലയിലും ഒരു കലാകാരി എന്ന തരത്തിലും
മാജിക്കിന്റെ മായകൾ തൊട്ടറിഞ്ഞതിന്റെ ആഹ്ളാദവും അഭിമാനവും
ഒപ്പം ചില സ്വകാര്യവേദനകളും പങ്കുവയ്ക്കുകയാണ് ഈ പുസ്തക
ത്തിലൂടെ ജെസി നാരായണൻ ചെയ്തിരിക്കുന്നത്.

കരളിലെ തീ
കവിളിലെ കണ്ണീരിനോടു പറയുന്നത്

ഷിജു ഏലിയാസ്

കണ്ണാടിയിൽ കണ്ട പ്രതിരൂപത്തിൽ ആകൃഷ്ടനായി, ഒടുവിൽ കരൾ തകർന്നു മരിച്ച നാർസിസസിന്റെ കഥ ഗ്രീക്ക് പുരാണത്തിലുണ്ട്. മനശ്ശാസ്ത്രജ്ഞന്മാർക്ക് പ്രിയപ്പെട്ടതാണ് ഈ കഥ. ആത്മരതി എന്ന് മലയാളത്തിൽ വിളിക്കുന്ന വൈകാരികാവസ്ഥയ്ക്ക് നാർസിസം എന്ന പേരു നൽകിയത് അവരാണ്. നാർസിസത്തിന്റെ പുത്തൻ പ്രതിരൂപങ്ങ ളാണ് ഇന്ന് മലയാളത്തിൽ പ്രത്യക്ഷപ്പെടുന്ന അനുഭവക്കുറിപ്പുകൾ ഏറെയും. വന്ധ്യമായ ജീവിതവീക്ഷണത്തിന്റെ പരുപരുപ്പിലേക്ക് തെറി ച്ചുവീഴുന്ന ആത്മഭാഷണം. സമൂഹമനസ്സിൽനിന്നു പിളർക്കപ്പെട്ട വ്യക്തി മനസ്സിന്റെ അരാഷ്ട്രീയമായ ആഘോഷം.

ഇനിയും ചിലർക്ക്, ഓർമ്മകളുടെ കയറ്റിറക്കങ്ങൾ താണ്ടിയുള്ള ഭിക്ഷാടനമാണ് അനുഭവകഥനം. കാലത്തെ മറന്ന്, മാറുന്ന ജീവിതത്തിന് കോലം പണിയുന്ന ആത്മകഥാവ്യവസായം. 'രമണീയമായ പോയ കാല'ത്തിന്റെ ഗൃഹാതുരത്വം വർത്തമാനകാലത്തേക്കു ചുരത്തുന്ന ഓർമ്മയുടെ ക്ഷുദ്രപ്രയോഗങ്ങൾ. കെട്ടിനില്ക്കുന്ന ജീവിതത്തിന്റെ ശയ്യാ വ്രണം നീറ്റുന്ന മനസ്സിന് ന്യായീകരണങ്ങളുടെ ലേപനം പുശുന്ന പഴം പുരാണം.

എന്നാൽ, മഹാമേരുവിന്റെ ഹൃദയം പിഴിഞ്ഞ ശിലാതൈലംപോ ലെ, അനുഭവങ്ങളുടെ കരിമ്പാറക്കെട്ടുകൾ കീറിവരുന്ന ഓർമ്മക്കുറിപ്പു കളുമുണ്ട്.

യാന്ത്രികയുക്തികളുടെ ലോഹക്കൂട്ടുകൾ പൊട്ടി, അതിന്റെ അടരു കൾക്കിടയിലൂടെ ജീവിതകാമനകൾ ഉറന്നുവരും. ജീവിതത്തിന്റെ തുറ സ്സിൽ നിന്ന് പ്രാണൻ കറന്നെടുത്തപോലെ അക്ഷരങ്ങൾ അനുഭവ ത്തിന്റെ ചൂടു പകരും.

മാജിക് കലാകാരിയായിരുന്ന ജെസി നാരായണന്റെ അനുഭവക്കു
റിപ്പുകൾ വെറുമൊരു വായനാവിഭവമല്ല. ഇന്ദ്രജാലവുമായി ബന്ധപ്പെട്ട
എന്തിനും അപസർപ്പകപരിവേഷമുണ്ട്. എന്നാൽ മാന്ത്രികക്കൂടാരത്തിലെ
ഓർമ്മകൾ എന്ന പേരിനുചേർന്ന ഉദ്വേഗമോ മാന്ത്രികരഹസ്യങ്ങളുടെ
അനാവരണമോ ഇതിലില്ല. സഹനവും സമരവും കുടിപാർക്കുന്ന ജീവി
തത്തിന്റെ മരുപ്പച്ചകളിലാണ് ജെസി നാരായണന്റെ മാന്ത്രികാനുഭവങ്ങൾ
വിടരുന്നത്. 'മണ്ണായിത്തീരുവോളം കണ്ണീരു കുടി'ക്കേണ്ട സ്ത്രീജന്മ
ത്തിന്റെ ഒരു ഉപാഖ്യനമല്ല ഈ കൃതി. കരളിലെ തീ കൊണ്ടു കവി
ളിലെ കണ്ണീർ കരിക്കുന്ന സ്ത്രീവീര്യത്തിന്റെ ആവിഷ്കാരമാണ്. എഴു
തിത്തഴകിയ ഒരു നോവലിസ്റ്റിന്റെ കൈയടക്കത്തോടെ ജെസി താൻ കട
ന്നുപോന്ന ജീവിതാവസ്ഥകൾ ഇതിൽ വരച്ചിട്ടിരിക്കുന്നു.

'മാന്ത്രികക്കൂടാര'ത്തെക്കുറിച്ച് ജെസി എഴുന്നത് 'മാജിക്' എന്ന
ജനപ്രിയ കലാരൂപത്തെക്കുറിച്ച് പുതുതായി എന്തെങ്കിലും പറയാനല്ല.
ലിംഗനീതിയുടെ പുറമ്പോക്കിലേക്ക് വലിച്ചെറിയപ്പെട്ട സ്ത്രീജീവിത
ത്തിൽ താൻ നെഞ്ചോടുചേർത്ത ദൃഢമായ ബോദ്ധ്യങ്ങൾ മുഴുവൻ
ലോകത്തോടു വിളിച്ചുപറയുകയാണ് അവരീ കൃതിയിലൂടെ.

നിരൂപകലോകം വാനോളം പുകഴ്ത്തുന്ന നോവലുകൾക്കു കഴി
ഞ്ഞിട്ടില്ലാത്ത വിധത്തിൽ, കുടിയേറ്റ ക്രിസ്ത്യാനികളുടെ ജീവിതം സത്യ
സന്ധവും സൂക്ഷ്മവുമായി ആവിഷ്കരിക്കുന്നതിൽ പുലർത്തുന്ന മികവ്
ഈ കൃതിയെ ശ്രദ്ധേയമാക്കുന്നു.

റബ്ബർക്കുരു പെറുക്കി വിറ്റുകിട്ടുന്ന ചില്ലറകൾ മൺകുടുക്കയിൽ കൂട്ടി
വച്ച്, ഉയർന്ന വിദ്യാഭ്യാസവും മെച്ചപ്പെട്ട ജീവിതവും സ്വപ്നം കണ്ട
ഒരു പതിനാറുകാരി രണ്ടു പതിറ്റാണ്ടുകൊണ്ട് പിന്നിട്ട വഴികളിൽ നിവ
രുന്നത് സ്വപ്നത്തിൽ നിന്ന് ജീവിതത്തിലേക്കുള്ള, പോരാട്ടത്തിന്റെ വടു
ക്കൾ പതിഞ്ഞ ദൂരമാണ്. അതിനിടയിൽ ജീവിതത്തിലേക്ക് വന്നുകയ
റുകയും അതിന്റെ ഒരു പകുതിയും കടലെടുത്ത് ഇറങ്ങിപ്പോവുകയും
ചെയ്ത 'മാജിക്' ഈ അനുഭവക്കുറിപ്പുകളിലെ ഏറിയ ഭാഗത്തിനും
പശ്ചാത്തലമാകുന്നു.

"മാജിക് രഹസ്യങ്ങളുടെ കലയാണെന്ന് എല്ലാവർക്കുമറിയാം.
എങ്കിലും പെൺകുട്ടിയെ വാൾമുനയിൽ കിടത്തുമ്പോൾ, ഉടൽ രണ്ടായി
ചേദിക്കുമ്പോൾ, അഗ്നിക്കിരയാക്കുമ്പോൾ, കാണികളിൽ ഭയവും
സംഘർഷവും കലർന്ന ഭാവമാണുണ്ടാവുക. ചില ഭീകരജാലവിദ്യകൾ
അവതരിപ്പിക്കുമ്പോൾ കുട്ടികളും ഗർഭിണികളും കണ്ണുപൊത്തിയിരിക്ക
ണമെന്ന് നിർദ്ദേശിക്കാറുണ്ട്. അവതരണത്തിന്റെ ശക്തി കൂട്ടാനാണ്
ഇത്തരം ഭീകരാന്തരീക്ഷം സൃഷ്ടിക്കുന്നത്. ചിലർ മോഹാലസ്യപ്പെട്ടു
വീഴുന്നതും ചിലർ വാവിട്ടു നിലവിളിക്കുന്നതും ഞങ്ങൾ കണ്ടിട്ടുണ്ട്.
അപ്പോൾ ഞങ്ങൾ പറയും. സംഗതി ഏറ്റു!"

മാജിക്ജീവിതത്തെക്കുറിച്ചുള്ള ഓർമ്മകളിലൂടെ ഒട്ടും മാന്ത്രികമോ
മായികമോ അല്ലാത്ത യഥാർത്ഥ ജീവിതത്തിന്റെ ഓർമ്മപ്പെടുത്തൽ കൂടി

യാണ് ജെസി നിർവഹിക്കുന്നത്.

"വേദിയിൽ ലക്ഷക്കണക്കിനു രൂപയുടെ കറൻസികൾ പ്രത്യക്ഷ പ്പെടുത്തുന്ന മാന്ത്രികരിൽ എത്രയോപേർ അരപ്പട്ടിണിയിൽ കഴിയുന്ന വരാണ്. ഗുരുവിന്റെ കൈയിൽ നിന്ന് കടംവാങ്ങിയ ആയിരംരൂപ കൊണ്ടാണ് ഞാൻ സ്റ്റേജിൽ നോട്ടുകളുടെ വിസ്മയം തീർത്തത്. നോട്ടു കൾ പറക്കുന്നതുകണ്ട് കുട്ടികൾ പിന്നാലെ ഓടി. പക്ഷേ, ആരും അതിൽനിന്ന് ഒരെണ്ണംപോലും എടുത്തില്ല."

കല മനുഷ്യനെ പൂർണ്ണനാക്കുന്നുവെന്ന നിർവ്വചനം ഏറെ പഴയ താണ്. ഒന്നര പതിറ്റാണ്ട് കാലത്തെ കലാജീവിതാനുഭവങ്ങളിൽ നീറ്റി യെടുത്ത ദൃഢനിശ്ചയവും ആത്മവിശ്വാസവും കൈമുതലാക്കി, ജെസി നാരായണൻ പുറത്തിറങ്ങിയത് സ്വതന്ത്രരായ മനുഷ്യർക്കിടയിൽ സ്വത ന്ത്രമായി, വ്യക്തിത്വത്തോടെ ജീവിക്കാനാണ്. ജെസിയുടെ കലർപ്പി ല്ലാത്ത ബോദ്ധ്യങ്ങളുടെ അനന്യവും മാതൃകാപരവുമായ പ്രഖ്യാപന മാണ് 'മാന്ത്രികകൂടാരത്തിലെ ഓർമ്മകൾ.' ഉലയാത്ത ദിശാബോധത്തി ന്റെയും അടങ്ങാത്ത ഉൽക്കർഷേച്ഛയുടെയും തിളക്കം ഈ കുറിപ്പുകളെ പ്രകാശപൂർണ്ണമാക്കുന്നു.

മാന്ത്രികക്കൂടാരത്തിൽ ഒന്നരപ്പതിറ്റാണ്ട്

സുരേഷ് വെള്ളിമംഗലം

"**കലാ**കാരൻ ഒരിക്കലും ഒരു ദേവനല്ല; നമ്മെപ്പോലെ തന്നെ മജ്ജയും മാംസവും രക്തവും അസ്ഥിയും ഒത്തുചേർന്ന ഒരു മനുഷ്യൻ മാത്രം. അയാൾ തന്റെ കലാസൃഷ്ടി പ്രദർശിപ്പിക്കുന്നത് മനുഷ്യരുടെ മുമ്പിലാണ്; മനുഷ്യർക്കുവേണ്ടിയാണ്-" (*ചങ്ങമ്പുഴയുടെ സാഹിത്യ ചിന്തകൾ*).

ചങ്ങമ്പുഴ കൃഷ്ണപിള്ള അരനൂറ്റാണ്ടിനപ്പുറം കുറിച്ചിട്ട വരികൾ ഹൃദയത്തോടു ചേർത്തുവച്ച ഒരു ഗ്രാമീണപ്പെൺകൊടി തന്റെ നീറുന്ന ജീവിതാനുഭവങ്ങൾ ഉലയിലൂതി പതംവരുത്തി സ്മൃതിചിത്രങ്ങളായി അനുവാചകർക്കു മുന്നിലെത്തിച്ചപ്പോൾ അത് മനോഹരമായ കാവ്യാ നുഭവമായി. ഹൃദയനൊമ്പരങ്ങളാൽ സ്ഫുടം ചെയ്തെടുത്ത *മാന്ത്രിക ക്കൂടാരത്തിലെ ഓർമ്മകൾ* എഴുതിയത് ജെസി നാരായണൻ. 1985ൽ പത്താം തരം പരീക്ഷ കഴിഞ്ഞുള്ള വേനലവധിയിൽ മുളപൊട്ടി 15 വർഷ ത്തോളം ഇന്ദ്രജാലരംഗത്ത് പരിലസിച്ച ലേഖികയുടെ ഓർമ്മക്കുറിപ്പു കൾ ഒരു സഞ്ചാരസാഹിത്യത്തിന്റെ സുഖം നമുക്ക് പകർന്നുതരുന്നു.

ജീവിതത്തിന്റെ സങ്കീർണ്ണതകൾക്ക് ഉത്തരം തേടിയുള്ള തീർഥാട നമായിരുന്നു ലേഖികയുടെ മാന്ത്രികക്കൂടാരത്തിലെ ഒന്നരപ്പതിറ്റാണ്ട്. ഋഷിയുടെ ശാന്തതയും വിപ്ലവകാരിയുടെ അസ്വസ്ഥതയും ആ മനസ്സിൽ നിന്ന് നമുക്ക് വായിച്ചെടുക്കാവുന്ന അനുഭവസാക്ഷ്യങ്ങൾ. പ്രഭാതത്തിന്റെ ശോഭയും പ്രക്ഷോഭത്തിന്റെ അരുണിമയും പ്രോജ്വലമാക്കിയ അദ്ധ്യാ യങ്ങളിലൂടെ കടന്നു പോകുമ്പോൾ മനസ്സിൽ ഒരു വസന്തകാലം കൂടു കെട്ടിയതായി നമുക്ക് അനുഭവപ്പെടുന്നു.

പൊങ്ങച്ചപ്പെരുമയിൽ കുളിച്ചുതോർത്തി സുഖം അനുഭവിക്കുന്ന തല്ല തന്റെ രചനാരീതിയെന്ന് മായാജാലത്തിന്റെ ഉദ്വേഗം ആദ്യന്തം നില

നിർത്തിക്കൊണ്ട് ഈ മുൻമായാജാലക്കാരി വ്യക്തമാക്കുന്നു. സാമൂഹിക ചലനങ്ങളേക്കാളേറെ നിത്യജീവിതത്തിലെ നിസ്സാരമെന്നുതോന്നുന്ന അവസ്ഥാവിശേഷങ്ങളോടുള്ള പ്രതികരണമായി ഈ പുസ്തകത്തെ നമുക്ക് കാണാനാകും. തത്ത്വചിന്താപരമായ ഈ കുറിപ്പുകളെ ഹൃദയാ വർജ്ജകമാക്കുന്നത് തരളമായ വാക്കുകളുടെ അടുക്കും ചിട്ടയും കൊണ്ടാണ്. ഗ്രാമീണഭാഷയും അലങ്കാരങ്ങളുമാണ് കൃതിയുടെ മറ്റൊരു മുതൽക്കൂട്ട്.

ഇന്ദ്രജാലങ്ങൾ കാണിക്കുന്ന സേതു ലേഖികയെ മാജിക് ട്രൂപ്പി ലേക്ക് ക്ഷണിക്കാൻ വീട്ടിലെത്തിയ രംഗം വിവരിക്കുന്നത് നോക്കുക: "കിന്നരിത്തലപ്പാവും ഗൗണുമില്ലാതെ, സാധാരണക്കാരനായാണ് സേതു വീട്ടിലേക്കു വന്നത്. മീശ പൊടിക്കുന്നതേയുള്ളൂവെങ്കിലും ഒരു കാലൻ കുടയുംപിടിച്ച് കാരണവരുടെ ഗമയിലാണ് നടത്തം.

കുന്നിനു താഴെയുള്ള കിണറ്റിൽനിന്ന് വെള്ളം കോരാൻപോയ അമ്മ ഓടിക്കിതച്ചെത്തി സേതുവിനെ ബഞ്ചിലിരുത്തി. മിനിറ്റുകൾക്കുള്ളിൽ ആവി പാറുന്ന കട്ടൻകാപ്പി കൊണ്ടുകൊടുത്തു. ചിരിക്കാത്ത സേതു വിനെനോക്കി ചിരിച്ചു ചമ്മിപ്പോയതിന്റെ ഇളിഭ്യതയുമായി ഞാൻ വാതിൽപ്പാളിക്കു പിന്നിൽ പാതിമറഞ്ഞുനിന്നു."

ഇല്ലായ്മയുടെ കുന്നിൻമുകളിൽ പണിത വീട്ടിലെ പെൺകുട്ടി- അതും ഒരു കത്തോലിക്കാ കുടുംബത്തിലെ-സാധാരണ സ്ത്രീകൾ കട ന്നുവരാത്ത ഇന്ദ്രജാലരംഗത്ത് വന്നതിനെ ജെസി അവതരിപ്പിക്കുന്നത് ഒരു മുഖംമൂടിയുമില്ലാതെയാണ്: "ഭൂസ്വത്തും സൗന്ദര്യവുമുണ്ടായിരുന്ന അമ്മയുടെ വിവാഹജീവിതം തികച്ചും ദരിദ്രമായിരുന്നു. അതുകൊണ്ട് അമ്മ ഒരു തീരുമാനമെടുത്തു-മൂത്തവൾ നന്നായി പഠിക്കുന്നുണ്ട്. ഒരു ജോലി കിട്ടിയിട്ടേ അവളെ പറഞ്ഞയയ്ക്കൂ." പക്ഷേ, അഞ്ചുമക്കളെ തീറ്റി പ്പോറ്റാൻ പാടുപെടുന്നതിനിടയിൽ അപ്പച്ചന്റെ തുച്ഛമായ വരുമാനംകൊണ്ട് എന്നെ പഠിപ്പിക്കുന്ന കാര്യം നടക്കാൻ പോകുന്നില്ലെന്ന് ഞാൻ മനസ്സി ലാക്കി. അമ്മയ്ക്ക് എന്നും പശുക്കറവ ഉണ്ടാകില്ലല്ലോ. തോട്ടത്തിൽ റബ്ബർകുരു പെറുക്കാൻ പോകുന്നതിന്റെ പിന്നിൽ പഠനമോഹം മാത്രമാ യിരുന്നു."

"......പ്ലാസ്റ്റിക് ചാക്കിൽ പെറുക്കിക്കൂട്ടിയ റബ്ബർകുരു കവലയിൽ എത്തിക്കണം. ലോറിക്കാർ അതു തൂക്കി വാങ്ങി തോന്നുന്ന ഒരു തുക തരും. ഓട്ടവീണ ഒറ്റനോട്ടുകളും ചില്ലറകളും കൂട്ടിയാൽ പത്തുരൂപ തിക യില്ല. മറ്റുള്ളവർ കിട്ടിയ കാശ് കുപ്പിവളയും ചാന്തും വാങ്ങാൻ ചെലവി ട്ടപ്പോൾ ഞാൻ എന്റെ സമ്പാദ്യം ഒരു മൺകുടുക്കയിൽ നിക്ഷേപിച്ചു. റബ്ബർക്കുരു പെറുക്കിത്തീരുമ്പോൾ ഒരാളുടെ പരമാവധി സമ്പാദ്യം നൂറു രൂപയ്ക്ക് താഴെയേ വരൂ. വർഷത്തിൽ ഒരിക്കൽ മാത്രം കിട്ടുന്ന ഈ വരുമാനത്തെ കരുതിയാണ് ഞാൻ കോളേജ് പഠനം സ്വപ്നം കണ്ടത്.

ഈ സ്ഥിതി നിലനില്ക്കുമ്പോഴാണ് സേതുവിന്റെ 75 രൂപയുടെ വാഗ്ദാനം. ഒരു ഷോയ്ക്ക് 75 രൂപ പ്രതിഫലം കിട്ടുമത്രേ. അതു കേട്ട

പ്പോൾ ഒരു ഉദ്യോഗം കിട്ടിയ സന്തോഷമായിരുന്നു. ഇനി പഠനച്ചെല വോർത്ത് എന്തിന് ആശങ്കപ്പെടണം."

'സ്ഫുടതാരാൻ കൂരിരുട്ടിലു-
ണ്ടിടയിൽ ദ്വീപുകളുണ്ടു സിന്ധുവിൽ
ഇടതീർപ്പതിനേകഹേതുവ-
ന്നിടയാമേതു മഹാവിപത്തിലും'
(ചിന്താവിഷ്ടയായ സീത)

അശോകവനത്തിൽ ദുഃഖിതയായിക്കഴിയുന്ന സീതയുടെ മനോഗ തങ്ങൾ കുമാരനാശാൻ വിവരിക്കുന്നതാണ് സന്ദർഭം.

ചന്ദ്രനില്ലാത്ത രാത്രിയിൽ നക്ഷത്രങ്ങളുടെ നേരിയ വെളിച്ചവും അനന്തമായ പാരാവാരത്തിൽ അങ്ങിങ്ങു കരകളും കാണാറുണ്ട്. ഏതു വലിയ ആപത്തിലും നേരിയ തോതിലെങ്കിലും ആശ്വാസത്തിനുള്ള മാർഗ്ഗ ങ്ങൾ നിയതി നമുക്കു മുന്നിൽ തെളിച്ചു തരും എന്ന സീതയുടെ ചിന്ത യാകാം ലേഖികയുടെ മനസ്സിലേക്കും സേതു പോയ നിമിഷം ഓടിയെ ത്തിയത്. ഇരുട്ടുമായുള്ള നിത്യബന്ധം ഇരുട്ടില്ലാതാക്കും. ഇരുട്ടിൽ വെളിച്ചം തോന്നിക്കും. പതിവായി കഴിച്ചാൽ കയ്പ് കയ്പല്ലാതായി മധു രിക്കുന്നതുപോലെയായിരുന്നുവല്ലോ ഇല്ലായ്മയുടെ ജീവിതം.

ഇന്ദ്രജാലങ്ങൾക്കിടയിലും ബുദ്ധിമുട്ടുകൾക്ക് യാതൊരു ഇടവേള യുമില്ലായിരുന്നുവെന്ന് ഹൗഡിനിപ്പെട്ടിയിലെ അനുഭവത്തിലൂടെ ലേഖിക വിവരിക്കുന്നു. "പരമാവധി പത്തുമിനിറ്റേ ഹൗഡിനിബോക്സിലിരിക്കാൻ കഴിയൂ. അന്ന് ചങ്ങനാശേരി എസ് ബി കോളേജിലായിരുന്നു ജാലവി ദ്യ. ഹൗഡിനിപ്പെട്ടിക്കുള്ളിലായ എനിക്ക് പുറത്തെ ആരവം മാത്രം കേൾക്കാം. പത്തുമിനിറ്റു കഴിഞ്ഞിട്ടും ബോക്സ് തുറക്കുന്നില്ല. എനിക്ക് കരച്ചിൽ വരാൻ തുടങ്ങി. ശ്വാസംമുട്ടി ഞാൻ മരിച്ചുപോകുമോ എന്നു തോന്നി. ഒടുവിൽ ഏതാണ്ട് 15 മിനിറ്റ് കഴിഞ്ഞപ്പോൾ മണികിലുക്കം വേദിയിലെത്തി. എന്റെ അവസ്ഥയറിയുന്ന ഗുരു പെട്ടിതുറക്കാൻ നിർദ്ദേശം നല്കി. കോളേജ് വിദ്യാർത്ഥികൾ നല്കിയ എല്ലാ ഉത്സാഹവും കെട്ട് വിയർത്തു തളർന്ന ഞാൻ വേച്ചുവേച്ചു പുറത്തിറങ്ങി.

ദേഷ്യവും സങ്കടവും കടിച്ചുപിടിച്ച് ഗുരുവിനെ രൂക്ഷമായി നോക്കി. തിരശ്ശീല വീണപ്പോൾ എല്ലാവരും സോഡാക്കുപ്പിയുമായി എന്റെയടു ത്തേയ്ക്ക് ഓടിയെത്തി. ഞാൻ തളർന്നിട്ടുണ്ടെന്ന് എല്ലാവർക്കും അറി യാമായിരുന്നു. പക്ഷേ, ആർക്കും ഒന്നും ചെയ്യാൻ കഴിയുമായിരുന്നില്ല. ഹൗഡിനിപ്പെട്ടിയിൽ നിന്നും രക്ഷപ്പെട്ട് വേഷംമാറി കുട്ടികൾക്കിടയിൽ പ്രത്യക്ഷപ്പെട്ട ഗുരുവിനെ അവർ തടഞ്ഞുവച്ചതാണ് ഈ താമസത്തിനു കാരണമെന്ന് പിന്നീടാണ് ഞാൻ അറിഞ്ഞത്." ഇങ്ങനെ എത്രയെത്ര അനുഭവങ്ങളാണ്, പ്രകൃതിഭംഗി നിറഞ്ഞൊഴുകുന്നതും വശ്യതയാർന്ന തുമായ നിലമ്പൂരിന്റെ കുട്ടിയേറ്റ ഭൂമിയിൽ നിന്നും മായാജാലവുമായെ ത്തിയ ലേഖിക വിവരിക്കുന്നത്; അതിഭാവുകത്വത്തിന്റെ ലാഞ്ഛന പോലുമില്ലാതെ.

'ഡോവ് വാനിഷിങ്' എന്ന പരിപാടിയുണ്ട്. പ്രാവിനെ അപ്രത്യക്ഷ മാക്കുന്ന ജാലവിദ്യ. തൂവാലയിൽ പൊതിഞ്ഞ പ്രാവിനെ മുകളിലേക്കെ റിയുമ്പോൾ തൂവാല നിലത്തു വീഴുകയും പ്രാവ് അപ്രത്യക്ഷമാവുകയും ചെയ്യുന്നതാണ് ഈ മാജിക്. ഗുരു പ്രാവിനെ ഉള്ളംകൈയിൽ കിടത്തി ഹിപ്നോട്ടൈസ് ചെയ്തു മയക്കി. വിറങ്ങലിച്ചു കിടന്ന പ്രാവിനെ ഞാൻ മേടിച്ചു പിടിച്ചു. കൈ അനങ്ങിയാൽ പ്രാവുണരും. സൂക്ഷിച്ചുപിടിക്ക ണം. പക്ഷേ കൈ വിറച്ചതുകൊണ്ട് പ്രാവ് മോഹനിദ്രയിൽ നിന്നുണർന്നു. എന്റെ കൈയിലിരുന്ന പ്രാവ് പിടയ്ക്കുകയും ചിറകടിക്കുകയും ചെയ്തു. അതിന്റെ കൂർത്ത നഖം കൈയിലമർന്നപ്പോൾ എന്റെ പിടിവിട്ടു. പറന്നു യർന്ന പ്രാവ് ഓഡിറ്റോറിയത്തിൽ കറങ്ങിക്കൊണ്ടിരുന്ന ഫാനിലിടിച്ച് നിലത്തുവീഴുന്നത് ഞാൻ നിസ്സഹായയായി നോക്കിനിന്നു. കാണികൾ ഇതൊന്നും കണ്ടില്ല. കാരണം പ്രാവ് അപ്രത്യക്ഷമായതായി വരുത്തി ത്തീർക്കാൻ ഗുരു ഇതിനിടയിൽ ഒരു മറുവിദ്യ കാണിച്ച് കാണികളെ മിസ്ഡയറക്ട് ചെയ്തു. മൂന്നു മണിക്കൂർ സമയത്തെ പരിപാടി അവ സാനിച്ച് കർട്ടൻ വീണപ്പോൾ ഞാൻ ഓടിച്ചെന്നത് പ്രാവു വീണ സ്ഥല ത്തേക്കാണ്. സീറ്റിനടിയിൽ വെള്ളത്തൂവാലപോലെ ചേതനയറ്റു കിട ക്കുന്ന പ്രാവിനെക്കണ്ടു ഞാൻ പൊട്ടിക്കരഞ്ഞു."

സഹജാവബോധവും സഹജീവിസ്നേഹവും ദ്യോതിപ്പിക്കുന്ന നിര വധി അനുഭവമുഹൂർത്തങ്ങൾ ഈ ഗ്രന്ഥത്തിൽ ലേഖിക അടയാളപ്പെ ടുത്തിയിട്ടുണ്ട്. മനസിനെ മഥിക്കുന്ന ഒട്ടേറെ ഓർമ്മകളെ വിളക്കി ചേർക്കുന്ന ഗൃഹാതുരതയാണ് ചിലർക്ക് ഈ പുസ്തകം. മറ്റു ചിലർക്കാ കട്ടെ ഒറ്റപ്പെടലിന്റെയും നൈരാശ്യത്തിന്റെയും ആഴങ്ങളിൽ ഓർമ്മയുടെ കുളിർതെന്നലും.

പതിനഞ്ചുവർഷം വാല്മീകിയുടെ തപോവനത്തിൽ വസിച്ച് ജീവിത തത്ത്വങ്ങൾ ഗ്രഹിച്ച താപസിനിയാണ് സീത. ആശ്രമജീവിതം സീത യുടെ മനസ്സിനെ കൂടുതൽ ശാന്തവും നിർമ്മലവുമാക്കി. 15 വർഷക്കാ ലത്തെ ജെസി നാരായണന്റെ ഇന്ദ്രജാലാനുഭവങ്ങൾ ഈ ലേഖികയെ നല്ലൊരു എഴുത്തുകാരിയും അയത്നലലിതമായ ഭാഷാശൈലിക്കുടമ യുമാക്കി. അവിടെ നിന്നു രൂപപ്പെട്ട സാഹിത്യവാസനയാകാം മഴക്കാ റുള്ള സന്ധ്യാവേളകളിൽ ഭൂമിക്കടിയിൽ നിന്ന് ഈയാംപാറ്റകൾ കൂട്ട മായി ഉയരുംപോലെ ഹൃദയാന്തർഭാഗത്തുനിന്ന് ഓർമ്മകൾ ഒന്നൊന്നായി പൊന്തിവന്നതും അത് മനോഹരമായ ഒരു ഓർമ്മക്കുറിപ്പായി മാറിയ തും. ഈ കൃതി വായിക്കാനിരുന്നാൽ ഒറ്റ ഇരിപ്പിൽ വായിച്ചുതീർക്കാ നുള്ള വെമ്പൽ അനുവാചകനുണ്ടാകുന്നു. പറഞ്ഞുപഴകിയതെങ്കിലും നിസംശയം പറയാം, ജീവിതത്തിന്റെ നേർക്കു പിടിച്ച കണ്ണാടിയാണ് ഈ ഗ്രന്ഥം.